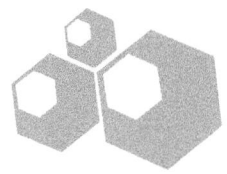

ಸತ್ಯದ ಅನಾವರಣ

ಕೆ.ಎಸ್. ರಮಾಸುಂದರಿ

D9900024

ವೀರಲೋಕ

ವೀರಲೋಕ ಬುಕ್ಸ್ ಪ್ರೈ.ಲಿ.
207, 2ನೇ ಮಹಡಿ, 3ನೇ ಮೇನ್, ಚಾಮರಾಜಪೇಟೆ
ಬೆಂಗಳೂರು–560018. ಮೊಬೈಲ್: 70221 22121
ಇಮೇಲ್: veeralokabooks@gmail.com
ವೆಬ್‌ಸೈಟ್: www.veeralokabooks.com

SATHYADA ANAAVARANA
Novel written by **K.S. Ramasundari**

Published by:
VEERALOKA BOOKS PVT. LTD.
207, 2nd Floor, 3rd Main
Chamarajpet, Bengaluru - 560018

Mobile : +91 7022122121
E-mail : veeralokabooks@gmail.com
Website: www.veeralokabooks.com

Price : Rs. 100/-
Pages : 88
First Impression : 2023

Paper used : 70 GSM NS Maplitho
Book size : 1/8th Demy

ISBN : 978-93-94942-39-4

Cover page illustration by : Prashanth Vitla
Inner pages illustration by : Vijaya Vikram

ಮುನ್ನುಡಿ

ಇದು ನನ್ನ ಪ್ರಪ್ರಥಮ ಪ್ರಕಟಿತ ಕೃತಿ.

ಆಧುನಿಕ ವಿಜ್ಞಾನದ ಆವಿಷ್ಕಾರಗಳು ಮಾನವ ಸಂಬಂಧಗಳ ಮೇಲೆ ಯಾವ ರೀತಿಯ ಪರಿಣಾಮ ಬೀರುವುದು ಎಂಬುದನ್ನು ಬಿಂಬಿಸುವುದೇ ಈ ಕೃತಿಯ ಉದ್ದೇಶ.

ಕಥಾವಸ್ತು ತೀರಾ ಹೊಸದೆನಿಸದೆ ಇದ್ದರೂ ಮನುಕುಲದ ಮೇಲೆ ಅದರ ಪರಿಣಾಮ ಸದಾ ನವನವೀನ ಎಂಬುದನ್ನು ಈ ಕೃತಿಯು ಬಿಂಬಿಸುತ್ತದೆ.

ಈ ಕಥಾವಸ್ತುವನ್ನು ಸುಮಾರು ಎರಡೂವರೆ ದಶಕಗಳ ಹಿಂದೆಯೇ ಮನದಲ್ಲೇ ಮಥಿಸಿ ಮಥಿಸಿ, ಒಂದು ದಶಕದ ಹಿಂದೆ ಅಕ್ಷರ ರೂಪಕ್ಕೆ ಹಾಳೆಯ ಮೇಲೆ ಇಳಿಸಿ, ಈಗ ಅಚ್ಚಿನ ಮೂಲಕ ಪುಸ್ತಕ ರೂಪಕ್ಕೆ ತರುವ ಪ್ರಯತ್ನ ಮಾಡಿರುವೆ.

ಮಗಳಾದ ಶರ್ವಾಣಿಯ ಸತತ ಪ್ರೋತ್ಸಾಹ ಮತ್ತು ಬೆಂಬಲವೇ ಈ ಕೃತಿಯ ಪ್ರಕಟಣೆಗೆ ಮೂಲ ಕಾರಣ. ಜೊತೆಗೆ, ಪತಿ ಶ್ರೀ ನಂಜುಂಡ ಶಾಸ್ತ್ರಿ ಮತ್ತು ಎವಿವಿ ಕಂಪ್ಯೂ ಗ್ರಾಫಿಕ್ಸ್‌ನ ಶ್ರೀಯುತ ವರದರಾಜನ್ ಅವರ ಅಪರಿಮಿತ ಸಹಾಯದಿಂದ ಈ ಕಾರ್ಯ ಯಶಸ್ವಿಯಾಗಿದೆ.

ಇದನ್ನು ಯಥಾವತ್ತಾಗಿ ಸ್ವೀಕರಿಸುವ ಸಹೃದಯ ಓದುಗರೆಲ್ಲರಿಗೂ ಈ ಕೃತಿಯು ಮನೋ ರಂಜನೀಯವಾಗಿರುವುದಾಗಿ ಭಾವಿಸುತ್ತೇನೆ.

–ಕೆ.ಎಸ್. ರಮಾಸುಂದರಿ

ಕೃತಿಯ ಬಗ್ಗೆ

ಇಡೀ ಬ್ರಹ್ಮಾಂಡದ ಅಸ್ತಿತ್ವವಿರುವುದೇ ಸಕಲ ಜೀವರಾಶಿಗಳ ಸೃಷ್ಟಿಯ ಮೇಲೆ. ಸೃಷ್ಟಿಕಾರ್ಯ ನಿಂತುಬಿಟ್ಟರೆ ಈ ಬ್ರಹ್ಮಾಂಡವೇ ಇರುವುದಿಲ್ಲ. ಬ್ರಹ್ಮಾಂಡದ ನಿಯಮಾನುಸಾರ ಜೀವ ಸೃಷ್ಟಿ ನಡೆಯುವುದು ಪ್ರಕೃತಿ ಪುರುಷನ ಸಮಾಗಮದಿಂದ. ಆ ನಿಮಯದಂತೆ ಜನಿಸಿದ ಮಾನವ ಇಂದು ಆ ನಿಯಮಕ್ಕೆ ವಿರುದ್ಧವಾಗಿ ಪ್ರಕೃತಿ ಪುರುಷರ ಸಮಾಗಮ ಇಲ್ಲದೇನೇ ಜೀವಿಯನ್ನು ಹುಟ್ಟಿಸುವುದರಲ್ಲಿ ಯಶಸ್ವಿಯಾಗಿದ್ದಾನೆ.

ಶತಕದ ಹಿಂದೆ ಕಲ್ಪನೆಯಲ್ಲೂ ಸಾಧ್ಯವಿಲ್ಲದ್ದಿದ್ದ ಈ ಕಾರ್ಯವು ಇಂದು ಪ್ರಪಂಚದಾದ್ಯಂತ ಲೀಲಾಜಾಲವಾಗಿ ನಡೆಯುತ್ತಿದೆ. 1978ರಲ್ಲಿ ಜನಿಸಿದ ಪ್ರಪಂಚದ ಮೊದಲ ಪ್ರಣಾಳ ಶಿಶುವಿನಿಂದ ಹಿಡಿದು 1996ರಲ್ಲಿ ಕ್ಲೋನಿಂಗ್ ಮೂಲಕ ಜನಿಸಿದ ಕುರಿಯ ತನಕ ಹೊಸ ಹೊಸ ಪ್ರಯೋಗಗಳು ನಡೆಯುತ್ತಲೇ ಇವೆ. ಅವುಗಳಲ್ಲಿ ಬಾಡಿಗೆ ತಾಯಿಯ ಪ್ರಯೋಗವೂ ಒಂದು.

ಒಂದು ಹೆಣ್ಣು ಬಾಡಿಗೆ ತಾಯಿಯಾಗಲು ಸಮ್ಮತಿಸಿದ್ದು ಯಾಕೆ ಎಂಬುದೇ ಈ ಕೃತಿಯ ಕಥಾವಸ್ತು.

ಈ ಕೃತಿಯಲ್ಲಿ ವೈಜ್ಞಾನಿಕ ಅಂಶಗಳಿಗಿಂತ ಹೆಚ್ಚಾಗಿ ಮಾನವನ ಮನಸ್ಥಿತಿಯ ಮೇಲೆ, ಮನುಷ್ಯ–ಮನುಷ್ಯ ಸಂಬಂಧಗಳ ಮೇಲೆ ಹಾಗೂ ಸಮಾಜದ ಮೇಲೆ ಆ ಅಂಶಗಳು ಬೀರುವ ಪರಿಣಾಮಗಳಿಗೆ ಹೆಚ್ಚು ಒತ್ತು ನೀಡಲಾಗಿದೆ.

ಪ್ರಪಂಚ ವೈಜ್ಞಾನಿಕವಾಗಿ ಮುಂದುವರೆಯುವುದು ಎಷ್ಟು ಮುಖ್ಯವೋ ಅದರಿಂದ ಸಮಾಜದ ಸ್ವಾಸ್ಥ್ಯವನ್ನು ಕಾಯ್ದುಕೊಳ್ಳುವುದೂ ಅಷ್ಟೇ ಮುಖ್ಯವಾಗುತ್ತದೆ. ಕೃತಿಯ ಅಂತ್ಯದಲ್ಲಿ ಅದಕ್ಕೆ ಪ್ರಾಮುಖ್ಯತೆ ನೀಡಲಾಗಿದೆ.

ಕಥಾವಸ್ತು ಸುಮಾರು ಮೂರು ದಶಕಗಳ ಹಿಂದೆ ತೀರಾ ಹೊಸದೆನಿಸುವ ಹಾಗೆ ಇತ್ತು. ಹೀಗಾಗಿ ಅಂದು ಲಭ್ಯವಿಲ್ಲದ ಆಧುನಿಕ ಸಲಕರಣೆಗಳಾದ ಮೊಬೈಲ್, ಇಂಟರ್‌ನೆಟ್ ಮೊದಲಾದುವುಗಳ ಉಪಯೋಗ ಹಾಗೂ ಪ್ರಸ್ತಾಪ ಕೃತಿಯಲ್ಲಿ ಇಲ್ಲ. ಅಂದಿನ ಬದುಕಿನ ಶೈಲಿಗನುಗುಣವಾಗಿ ಆ ಕಥೆಯನ್ನು ಹೆಣೆಯಲಾಗಿದೆ.

ಪ್ರಕಾಶಕರ ಮಾತು

ಅಕ್ಷರದ ಬೆಳದಿಂಗಳ ಮುಂದೆ ಕೂತು ಬೆರಗುಗೊಂಡಿದ್ದೇನೆ. ನನ್ನಿಂದ ಇದು ಸಾಧ್ಯವಾ ಎಂದು ಪ್ರಕಾಶನ ಲೋಕಕ್ಕೆ ಬಂದವನಿಗೆ, ಇದು ಸಾಧ್ಯ ಎಂದು ಬೆನ್ನುತಟ್ಟಿದ ತಮಗೆಲ್ಲ ಮೊದಲಿಗೆ ಧನ್ಯವಾದಗಳು.

ಕನಸುಗಳು ಬರೀ ಕನವರಿಕೆಗಳಾಗಬಾರದು, ಕಸುವು ಆಗಬೇಕು ಎನ್ನುವುದರ ಮೇಲೆ ನಂಬಿಕೆ ಇಟ್ಟವನು ನಾನು. ಹಾಗಾಗಿ ಕೇವಲ ಸಾಹಿತ್ಯ ಓದುಗನಾಗಿದ್ದವನು, ಇದೀಗ ಅದೇ ಕ್ಷೇತ್ರದ ಹಲವು ಹೊಸತನಗಳಿಗೆ ಮುಖಾಮುಖಿ ಆಗುತ್ತಿದ್ದೇನೆ. ನನ್ನ ಕನಸುಗಳು ನಿಮ್ಮವೂ ಆಗಿದ್ದರಿಂದ ಕಡಿಮೆ ಅವಧಿಯಲ್ಲೇ 'ವೀರಲೋಕ ಬುಕ್ಸ್' ಮನೆಮಾತಾಗಿದೆ.

ಓದುಗ ಇರುವ ಕಡೆಯೇ ಕನ್ನಡ ಪುಸ್ತಕಗಳು ಸಿಗುವಂತಾಗಬೇಕೆಂಬ ಮಹತ್ವಾಕಾಂಕ್ಷೆಯಿಂದ ಶುರುವಾದ ವೀರಲೋಕ ಪ್ರಕಾಶನ ಕೇವಲ ಒಂದೇ ವರ್ಷದಲ್ಲಿ ಹಲವು ಹೊಸತನಗಳ ಮೂಲಕ ಕನ್ನಡಿಗರ ಮೆಚ್ಚಿನ ಸಂಸ್ಥೆಯಾಗಿ ರೂಪುಗೊಂಡಿದೆ. ಮೆಡಿಕಲ್ ಶಾಪ್, ದಿನಸಿ ಅಂಗಡಿ, ಹೋಟೆಲ್, ಮಾಲ್, ಥಿಯೇಟರ್ ಹೀಗೆ ಎಲ್ಲೆಲ್ಲಿ ಸಾಧ್ಯವೋ ಅಲ್ಲೆಲ್ಲಾ ಪುಸ್ತಕದ ಸ್ಟ್ಯಾಂಡ್ ಗಳನ್ನಿಟ್ಟು ಕಟ್ಟ ಕಡೆಯ ಓದುಗನಿಗೂ ಪುಸ್ತಕಗಳು ಸುಲಭವಾಗಿ ಸಿಗುವಂತೆ ಮಾಡಲಾಗುತ್ತಿದೆ. ಜೊತೆಗೆ ಕನ್ನಡ ಪುಸ್ತಕಗಳಿಗಾಗಿ ಕಾಲ್ ಸೆಂಟರ್, ಮಧ್ಯರಾತ್ರಿಯಲ್ಲಿ ಪುಸ್ತಕ ಬಿಡುಗಡೆ ರೀತಿಯ ಕಾರ್ಯಕ್ರಮಗಳ ಮೂಲಕ ಓದಿನ ಕಡೆ ಯುವ ಸಮೂಹವನ್ನು ಸೆಳೆಯುವ ಪ್ರಯತ್ನ ಜಾರಿಯಲ್ಲಿಟ್ಟಿದ್ದೇವೆ. ಇವುಗಳ ಜೊತೆ ವೀರಲೋಕ ಸಂಸ್ಥೆಯು ಮುಂದಿನ ಹೆಜ್ಜೆಯಾಗಿ 'ದೇಸೀ ಜಗುಲಿ' ಎಂಬ ಅರ್ಥಪೂರ್ಣ ಸಾಹಸಕ್ಕೆ ಕೈಹಾಕಿದೆ. ಈ ಯೋಜನೆ ಮೂಲಕ ನಾಡಿನ ಪ್ರತಿ ಜಿಲ್ಲೆ, ತಾಲೂಕಿನಲ್ಲಿ ಕಥಾಕಮ್ಮಟ, ಕಾವ್ಯ ಕಮ್ಮಟಗಳನ್ನು ಏರ್ಪಡಿಸುವ ಗುರಿ ಹೊಂದಿದ್ದೇವೆ. ಯಾರಿಗೆ ಗೊತ್ತು? ಅಲ್ಲೂ ಒಬ್ಬ ಬೇಂದ್ರೆ, ಕುವೆಂಪು, ತೇಜಸ್ವಿ, ಸಿದ್ದಲಿಂಗಯ್ಯನವರಂತಹ ಪ್ರತಿಭೆಗಳು ಒಂದು ಅವಕಾಶಕ್ಕಾಗಿ ಕಾದು ಕೂತಿರಬಹುದು.

ದೇಸೀ ಜಗುಲಿ ಕೇವಲ ಕಮ್ಮಟಗಳನ್ನು ಮಾಡಿ ಸುಮ್ಮನೆ ಕೂರುವುದಿಲ್ಲ. ಈ ಕಮ್ಮಟಗಳಲ್ಲಿ ಪ್ರತಿಭಾವಂತ ಬರಹಗಾರರು ಸಿಕ್ಕರೆ ಅವರ ಪುಸ್ತಕಗಳನ್ನು ವೀರಲೋಕ ಪ್ರಕಟಿಸಲಿದೆ ಮತ್ತು ಅವರನ್ನು ಮುಖ್ಯವಾಹಿನಿ ಜೊತೆ ಮುಖಾಮುಖಿಯಾಗಿಸಲಿದೆ. ಈ ದೇಸೀ ಜಗುಲಿ ಜೊತೆಗೆ ವೀರಲೋಕದ ಮತ್ತೊಂದು ಮಹತ್ತರ ಕೆಲಸವೆಂದರೆ 'ಬುಕ್ಸ್ ಬರ್ಗರ್ ಕಾಫಿ' (BBC).

ಯಾವುದು ಹೆಚ್ಚಾಗಿ ಕಣ್ಣಿಗೆ ಕಾಣುವುದೋ ಅದೇ ಹೆಚ್ಚು ಚಾಲ್ತಿಯಲ್ಲಿರುತ್ತದೆ ಎಂಬ ಕಾರಣಕ್ಕೆ ಬರ್ಗರ್ ಮತ್ತು ಕಾಫಿ ಜೊತೆಗೆ ಪುಸ್ತಕಗಳನ್ನು ಇರಿಸಿದ್ದೇವೆ. ಈ ಪ್ರಯತ್ನವನ್ನು ಕನ್ನಡ ಸಾರಸ್ವತಲೋಕ ತುಂಬು ಮನಸಿನಿಂದ ಒಪ್ಪಿ, ಅಪ್ಪಿರುವುದು ನಮ್ಮನ್ನು ಮತ್ತಷ್ಟು ಉತ್ಸಾಹಿಗಳನ್ನಾಗಿಸಿದೆ. ಅದೇ ಉತ್ಸಾಹದಲ್ಲಿ ಈ ಜೂನ್ ತಿಂಗಳಿನಿಂದ ಸ್ವಿಗ್ಗಿ, ಜೊಮಾಟೋದ ಫುಡ್ ಡೆಲಿವರಿಯ ಮಾದರಿಯಲ್ಲೇ, ವೀರಲೋಕದಿಂದ ಪುಸ್ತಕ ಡೆಲಿವರಿಯನ್ನೂ ಮಾಡಲಾರಂಭಿಸಿದ್ದೇವೆ ಎಂಬುದು ಹೆಮ್ಮೆಯ ಸಂಗತಿ. ಎಲ್ಲಾ ಕನ್ನಡ ಪುಸ್ತಕಗಳು ಒಂದೇ ಸೂರಿನಡಿ ಸಿಗುವಂತಾಗಬೇಕೆಂಬ ಕಾರಣಕ್ಕೆ ವೀರಲೋಕ.ಕಾಮ್ ಎಂಬ ವೆಬ್‌ಸೈಟ್ ಮಾಡಿದ್ದೇವೆ. ಈ ಮೂಲಕ ಒಂದು ಲಕ್ಷ ಪುಸ್ತಕಗಳನ್ನು ಕನ್ನಡಿಗರಿಗೆ ಒಂದೇ ಕಡೆ ದೊರಕುವಂತೆ ಮಾಡುವ ಯೋಜನೆ ನಮ್ಮದು. ಈಗಾಗಲೇ ಹಲವಾರು ಪ್ರಕಾಶನಗಳ ಎರಡು ಸಾವಿರ ಪುಸ್ತಕಗಳನ್ನು ವೆಬ್‌ಸೈಟ್‌ಗೆ ಸೇರಿಸಿದ್ದೇವೆ. ಇದು ಖಂಡಿತವಾಗಿಯೂ ಕನ್ನಡ ಪುಸ್ತಕಗಳ ಪಾಲಿನ ಫ್ಲಿಪ್‌ಕಾರ್ಟ್, ಅಮೇಜಾನ್ ಆಗಲಿದೆ ಎಂಬ ನಂಬಿಕೆ ನಮ್ಮದು.

ವೀರಲೋಕದ ಇಷ್ಟೆಲ್ಲಾ ಪ್ರಯತ್ನಗಳನ್ನು ಮಾಡುತ್ತಿರುವಾಗ ಓದುಗ ದೊರೆಗಳ ಜೊತೆ ಅದನ್ನು ಹಂಚಿಕೊಳ್ಳದೆ ಇರುವುದಾದರೂ ಹೇಗೆ? ಹಾಗಾಗಿ ವಿವರಿಸಬೇಕಾಯಿತು. ಇಲ್ಲಿಂದಾಚೆ, ಕೆ.ಎಸ್. ರಮಾಸುಂದರಿ ಅವರ 'ಸತ್ಯದ ಅನಾವರಣ' ಕೃತಿಯು 'ವೀರಲೋಕದ ಮೊದಲನೇ ವಾರ್ಷಿಕೋತ್ಸವ'ದಲ್ಲಿ ಬಿಡುಗಡೆಗೊಳ್ಳುತ್ತಿರುವುದು ಸಂತಸದ ಸಂಗತಿಯಾಗಿದೆ. ಈ ಜಗತ್ತು ನಡೆಯುತ್ತಿರುವುದೇ ಜೀವ ವಿಕಸನದಿಂದ. ಸೃಷ್ಟಿಯ ಮುಖ್ಯ ಉದ್ದೇಶವೇ ಜೀವ ವಿಕಸನ.

ಜೀವ ಸಂಕುಲದಲ್ಲಿ ಅತ್ಯುನ್ನತ ಸ್ಥಾನದಲ್ಲಿರುವ ಮಾನವನ ಬುದ್ಧಿಮತ್ತೆ ಸೃಷ್ಟಿಗೇ ಸಡ್ಡು ಹೊಡೆಯುವುದರಲ್ಲಿ ಸದಾ ನಿರತವಾಗಿರುತ್ತದೆ. ಜೀವ ವಿಕಸನದ ಕಾರ್ಯಕ್ಕೆ ಪ್ರಕೃತಿ ಸ್ತ್ರೀ ಪುರುಷರ ಸಮಾಗಮದ ಒಂದೇ ಒಂದು ಮಾರ್ಗ ಅನುಸರಿಸಿದರೆ ಬುದ್ಧಿವಂತ ಮಾನವ ಅನೇಕ ಮಾರ್ಗಗಳನ್ನು ಕಂಡುಹಿಡಿದಿದ್ದಾನೆ, ಕಂಡುಹಿಡಿಯುತ್ತಿದ್ದಾನೆ. ಇಂದಿನ ಸಮಾಜದ ರೀತಿನೀತಿಗಳಲ್ಲಿ ಆ ಮಾರ್ಗದಲ್ಲಿ ವಿಕಸಿತಗೊಂಡ ಜೀವಿಗಳ ಸಂಬಂಧ ಎಷ್ಟು ನವಿರಾಗಿರುತ್ತದೆ ಎಂಬುದನ್ನು ಬಿಂಬಿಸುವುದೇ ಈ 'ಸತ್ಯದ ಅನಾವರಣ' ಕೃತಿಯ ಉದ್ದೇಶ.

ಓದುಗ ಯಜಮಾನರಿಗೆ ಋಣಿ.

ನಿಮ್ಮ

–ವೀರಕಪುತ್ರ ಶ್ರೀನಿವಾಸ

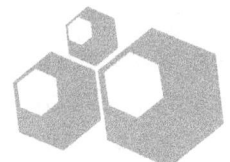

ಸತ್ಯದ ಅನಾವರಣ

ಬಹಳ ಲೇಟ್ ಆಯಿತೆಂದು ಓಡು ನಡಿಗೆಯಲ್ಲಿ ಹೋಗುತ್ತಿದ್ದಳು ಜ್ಯೋತಿ. ಮೊದಲೇ ಆ ಪ್ರೊಫೆಸರ್‌ಗೆ ಮೂಗಿನ ಮೇಲೆ ಕೋಪ. ಅದರ ಜೊತೆಗೆ ಈ ದಿನ ಇಂಟರ್‌ನಲ್ಸ್ ಬೇರೆ! ಧಾವಂತದಿಂದ ಹೆಜ್ಜೆ ಹಾಕುತ್ತಿದ್ದವಳ ಪಕ್ಕದಲ್ಲೆ ಒಂದು ಬೈಕ್ ಬಂದು ನಿಂತಿತು. ಪಕ್ಕಕ್ಕೆ ನೋಡಿದವಳಿಗೆ ಕಂಡಿದ್ದು ಕಾಲೇಜಿನ ಅತ್ಯಂತ ಪ್ರತಿಭಾಶಾಲಿ, ಬುದ್ಧಿವಂತ ವಿದ್ಯಾರ್ಥಿ, ಪ್ರಕಾಶ್!

"ಲೇಟ್ ಆಗಿದೆ ಅನ್ಸುತ್ತೆ. ಬನ್ನಿ, ಕ್ಲಾಸ್ ತನಕ ಬಿಡ್ತೇನೆ..." ಎಂದು ಕರೆದನು.

ಇವಳು ಮರುಮಾತನಾಡದೆ ಬೈಕ್ ಹತ್ತಿ ಕುಳಿತಳು. ನಡೆದುಕೊಂಡೇ ಬಂದಿದ್ದರೆ ಹಾಸ್ಟೆಲ್‌ನಿಂದ 4–5 ನಿಮಿಷ ಬೇಕಾಗುತ್ತಿದ್ದ ಹಾದಿ ಬೈಕ್‌ನಲ್ಲಿ ಕೇವಲ ನಿಮಿಷದೊಳಗೆ ಕ್ರಮಿಸಿ ಕ್ಲಾಸ್ ಬಾಗಿಲಲ್ಲಿದ್ದಳು. ಬೈಕ್ ಇಳಿದ ಕೂಡಲೇ, 'ಥ್ಯಾಂಕ್ಸ್' ಎಂದು ಹೇಳಿ ತಿರುಗಿಯೂ ನೋಡದೆ ಒಳಗೆ ಹೋಗಿಬಿಟ್ಟಳು.

ಮುಂದೆ ಒಂದೆರಡು ದಿನಗಳ ನಂತರ ಜ್ಯೋತಿ ಕಾಲೇಜಿನ ಲೈಬ್ರರಿಯಲ್ಲಿದ್ದಾಗ ಪ್ರಕಾಶ ಅಲ್ಲಿಗೆ ಬಂದನು. ಅವನನ್ನು ಕಂಡ ತಕ್ಷಣ ಎದ್ದು ಅವನ ಬಳಿ ಹೋಗಿ, "ಹಲೋ, ಆವತ್ತು ಪ್ರೊ. ಜನಾರ್ಧನರ ಕ್ಲಾಸ್ ಇತ್ತು.

ಅದಕ್ಕೆ ಥ್ಯಾಂಕ್ಸ್ ಕೂಡ ಹೇಳದೆ ಓಡಿಹೋದೆ. ಥ್ಯಾಂಕ್ಸ್ ಫಾರ್ ದಿ ಡ್ರಾಪ್, ನನ್ನ ಹೆಸರು ಜ್ಯೋತಿ ಅಂತ. ನಾನು ರಾಮನಗರದಿಂದ ಬಂದಿದ್ದೇನೆ" ಎಂದು ಪಟಪಟನೆ ಹೇಳಿದಳು.

ಪ್ರಕಾಶ ಮುಗುಳ್ನಕ್ಕು, "ಪರ್ವಾಗಿಲ್ಲ. ಆ ಪ್ರೊಫೆಸರ್ ಎಷ್ಟು ಸ್ಟ್ರಿಕ್ಟ್ ಅಂತ ನನಗ್ಗೊತ್ತು. ಹಾಗೇ ನಿಮ್ಮ ಹೆಸರೂ ನನಗ್ಗೊತ್ತು. ನಿಮ್ಮ ಪರಿಚಯವಿಲ್ಲದಿರುವವರು ಈ ಕಾಲೇಜಿನಲ್ಲಿ ತುಂಬಾ ಕಮ್ಮಿ ಜನ ಇದ್ದಾರೆ" ಎಂದನು.

ಅದು ನಿಜವೂ ಆಗಿತ್ತು. 1980ನೇ ವರ್ಷದ ಪಿ.ಯು.ಸಿ. ಪರೀಕ್ಷೆಯಲ್ಲಿ 5ನೇ ರ್‍ಯಾಂಕ್ ಪಡೆದು ಬೆಂಗಳೂರು ಮೆಡಿಕಲ್ ಕಾಲೇಜಿಗೆ ಸೇರಿದ ಒಂದು ವರ್ಷದೊಳಗೆ ಜ್ಯೋತಿ ಪ್ರತಿಯೊಂದು ರಂಗದಲ್ಲಿಯೂ ಹೆಸರುವಾಸಿಯಾಗಿದ್ದಳು. ಓದಿನಲ್ಲಿ, ಕ್ರೀಡೆಗಳಲ್ಲಿ, ಸಾಂಸ್ಕೃತಿಕ ಕಾರ್ಯಕ್ರಮಗಳಲ್ಲಿ ಹೀಗೆ ಪ್ರತಿಯೊಂದರಲ್ಲೂ ಮುಂದಾಗಿದ್ದಳು. ಇದರ ಜೊತೆಗೆ ಬಹಳ ರೂಪವತಿ ಬೇರೆ. ನಾಲ್ಕು ಜನರ ಮಧ್ಯೆ ಎದ್ದು ಕಾಣುವ ರೂಪ, ಎತ್ತರ, ಅದಕ್ಕೆ ತಕ್ಕಂತೆ ಸದಭಿರುಚಿಯ ಅಲಂಕಾರ. ಹೀಗೆ ಎಲ್ಲದರಲ್ಲಿಯೂ ತನ್ನದೇ ಆದ ವೈಶಿಷ್ಟ್ಯತೆಯಿಂದ ಎಲ್ಲರಿಗೂ ಪರಿಚಿತಳಾಗಿದ್ದಳು.

ಪ್ರಕಾಶನ ಮಾತು ಕೇಳಿ ನಾಚಿಕೆಯಿಂದ ಮುಗುಳ್ನಕ್ಕಳು.

ಅವನು ಮಾತು ಮುಂದುವರೆಸುತ್ತಾ, "ನನ್ನ ಹೆಸರು ಪ್ರಕಾಶ್, ಫೈನಲ್ ಇಯರ್" ಎಂದನು.

ಈ ಬಾರಿ ಜ್ಯೋತಿ ನಗುತ್ತಾ, "ನಿಮ್ಮ ಪರಿಚಯದ ಅವಶ್ಯಕತೆಯೂ ಇಲ್ಲ. ನಿಮ್ಮನ್ನು ಅರಿಯದವರು ಇಲ್ಲಿ ಯಾರು ಇಲ್ಲ. ಗೋಲ್ಡ್ ಮೆಡಲಿಸ್ಟ್, ಬ್ರೈಟೆಸ್ಟ್ ಸ್ಟೂಡೆಂಟ್, ಪುಸ್ತಕದ ಬದನೆಕಾಯಿ..." ಅವಳ ಮಾತಿಗೆ ಪ್ರಕಾಶ ಗಂಭೀರವಾಗಿ ಮುಗುಳ್ನಕ್ಕು ಹೊರಟು ಹೋದನು.

ಅವನು ಹಾಗೆ ಹೊರಟುಹೋಗಿದ್ದರಿಂದ ಜ್ಯೋತಿಗೆ ಮುಜುಗರವಾಯಿತು. 'ಛೇ, ಹಾಗೆಲ್ಲ ಮಾತನಾಡಬಾರದಿತ್ತು. ಅವನು ತುಂಬಾ ಗಂಭೀರ ಮನುಷ್ಯ. ಅವನಂತಹ ನಂಬರ್ ಒನ್ ವಿದ್ಯಾರ್ಥಿ ತನಗೆ ಪರಿಚಯವಾದದ್ದು ತನ್ನ ಪುಣ್ಯ ಎಂದುಕೊಳ್ಳದೆ ಬೇರೆಯವರ ಹತ್ತಿರ ಮಾಡೋ ಹಾಗೆ ತಲೆಹರಟೆ ಮಾಡಿದರೆ ಹೇಗೆ? ಛೇ, ಪುನಃ ಅವನು ನನ್ನನ್ನು ಮಾತನಾಡಿಸುತ್ತಾನೋ ಇಲ್ಲವೋ, ಹೇಗಾದರೂ ಆಗಲಿ, ಅವನು ಸಿಕ್ಕಾಗ ಸಾರಿ ಹೇಳಬೇಕು' ಎಂದುಕೊಂಡಳು.

ಅದಾದ ಸುಮಾರು ದಿನಗಳ ನಂತರ ಜ್ಯೋತಿ ಲೈಬ್ರರಿಯಲ್ಲಿ ಯಾವುದೋ ಪುಸ್ತಕ ಹುಡುಕುತ್ತಿದ್ದಳು. ಅದು ಮೇಲಿನ ಶೆಲ್ಫ್‌ನಲ್ಲಿತ್ತು. ಸ್ಟೂಲಿಗಾಗಿ ಅತ್ತಿತ್ತ ಹುಡುಕಾಡುತ್ತಿದ್ದಾಗ, "ಮೇ ಐ ಹೆಲ್ಪ್ ಯೂ?" ಎಂಬ ಮಾತು ಕೇಳಿ ಆ ಕಡೆ ತಿರುಗಿದಳು. ಅಲ್ಲಿ ಪ್ರಕಾಶ ನಿಂತಿದ್ದ.

ಇವಳು, "ಓಹ್, ಥ್ಯಾಂಕ್ಯೂ... ಅದು ತುಂಬಾ ಎತ್ತರದಲ್ಲಿದೆ..." ಎಂದು ರಾಗವೆಳೆದಳು. ಇವಳಿಗಿಂತ ಸುಮಾರು ಐದು ಇಂಚು ಎತ್ತರವಿರುವ ಪ್ರಕಾಶ ಸುಲಭವಾಗಿ ಆ ಪುಸ್ತಕವನ್ನು ತೆಗೆದುಕೊಟ್ಟನು.

ಜ್ಯೋತಿ ಅದನ್ನು ತೆಗೆದುಕೊಳ್ಳುತ್ತಾ, "ಆ ದಿನ ಹಾಗೆ ಹೇಳಿದ್ದಕ್ಕೆ ಸಾರಿ" ಎಂದಳು.

ಅವನು ಪ್ರಶ್ನಾರ್ಥಕವಾಗಿ ಅವಳ ಕಡೆ ನೋಡಿದನು.

"ಅದೇ...   ಪುಸ್ತಕದ   ಬದನೆಕಾಯಿ...   ಅಂತ   ಹೇಳಿದೆನಲ್ಲಾ... ಬೇಜಾರಾಯ್ತೇನೋ..."

"ಓ ಅದಾ... ಅದೆಲ್ಲಾ ನನಗೆ ಮರೆತೇ ಹೋಗಿದೆ. ಬೇಜಾರ್ಯಾಕೆ? ತುಂಬಾ ಜನ ನನಗೆ ಹಾಗೇ ಹೇಳ್ತಾರೆ. ಅದರಲ್ಲೇನು?" ಎಂದು ನಗುತ್ತಾ ಹೇಳಿದನು.

ಅದರಿಂದ ಸಮಾಧಾನ ಹೊಂದಿದ ಜ್ಯೋತಿ,

"ಕೆಲವು ಡೌಟ್ಸ್ ಇದೆ. ನಿಮಗೆ ಪುರುಸೊತ್ತಿದ್ದರೆ ಕ್ಲಿಯರ್ ಮಾಡ್ತೀರಾ... ಪ್ಲೀಸ್" ಎಂದಳು.

ಅವನು ಆಗಲಿ ಎಂದು ಒಪ್ಪಿಕೊಂಡು ಅಲ್ಲೇ ಒಂದೆಡೆ ಕುಳಿತು ಅವಳಿಗೆ ಸಹಾಯ ಮಾಡಿದನು.

* * *

ದಿನೇ ದಿನೇ ಪ್ರಕಾಶ ಮತ್ತು ಜ್ಯೋತಿಯ ಸ್ನೇಹ ವೃದ್ಧಿಯಾಗತೊಡಗಿತು. ಕೇವಲ ಒಂದೆರಡು ತಿಂಗಳಲ್ಲಿ ಅವರಿಬ್ಬರೂ ಏಕವಚನದಲ್ಲಿ ಮಾತನಾಡುವಷ್ಟು ಹತ್ತಿರವಾದರು. ಅವರಿಬ್ಬರ ಸ್ನೇಹ ಕಂಡು ಎಷ್ಟೋ ಜನ ಕರುಬತೊಡಗಿದರು. ಪ್ರಕಾಶನಂತಹ ಸ್ಫುರದ್ರೂಪಿ, ಬುದ್ಧಿವಂತನ ಸ್ನೇಹಕ್ಕಾಗಿ ಹಾತೊರೆಯುತ್ತಿದ್ದ ಹುಡುಗಿಯರೆಲ್ಲ ಜ್ಯೋತಿಯ ಅದೃಷ್ಟವನ್ನು ಕಂಡು ಕರುಬುತ್ತಿದ್ದರು. ಅವರ್ಯಾರಿಗೂ ಈ ಅತೀ ಗಂಭೀರ ಸ್ವಭಾವದ ಪ್ರಕಾಶನನ್ನು ಗೆಳೆತನದ ಪರಧಿಗಿಂತ ಆಚೆ ಎಳೆದೊಯ್ಯಲು ಸಾಧ್ಯವಾಗಿರಲಿಲ್ಲ.

ಹಾಗೆಯೇ ಜ್ಯೋತಿಯ ವಿಚಾರದಲ್ಲೂ! ಅವಳ ಸೌಂದರ್ಯ, ಬುದ್ಧಿವಂತಿಕೆ, ಧೈರ್ಯ, ಮುಂದಾಳತ್ವ, ಮಾತಿನ ಚತುರತೆ ಇದೆಲ್ಲ ಎಷ್ಟೋ ಹುಡುಗರನ್ನು ಆಕರ್ಷಿಸಿತ್ತು. ಅವಳು ಮಾತ್ರ ಎಲ್ಲರೊಂದಿಗೂ ಒಂದೇ ರೀತಿ ವರ್ತಿಸುತ್ತಿದ್ದಳೇ ವಿನಾ ಅತಿಯಾದ ಸ್ನೇಹಕ್ಕೆ ಯಾರಿಗೂ ಅವಕಾಶ ಮಾಡಿಕೊಟ್ಟಿರಲಿಲ್ಲ. ಆದರೆ ಪ್ರಕಾಶನಲ್ಲಿ ಮಾತ್ರ ಎಲ್ಲರಿಗಿಂತ ಹೆಚ್ಚಿನ ಸಲುಗೆಯಿಂದಿದ್ದಳು. ಇವರಿಬ್ಬರ ಜೋಡಿಯನ್ನು ಮೆಚ್ಚಿಕೊಂಡವರೂ ಆ ಕಾಲೇಜಿನಲ್ಲಿ ಅನೇಕರಿದ್ದರು. ಒಟ್ಟಿನಲ್ಲಿ ಬಹುತೇಕ ಎಲ್ಲರ ಅಭಿಪ್ರಾಯವೂ ಇದು ಕಾಲೇಜಿನಿಂದ ಹೊರಡುವ ಮತ್ತೊಂದು ಯಶಸ್ವಿ ಜೋಡಿ ಎಂದೇ ಆಗಿತ್ತು.

ಆ ಮಧ್ಯೆ ಜ್ಯೋತಿ ಪ್ರಕಾಶನ ಮನೆಗೂ ಒಂದೆರಡು ಬಾರಿ ಹೋಗಿದ್ದಳು. ಮೊದಲ ಬಾರಿ ಹೋದಾಗಲೇ ಅವನ ತಾಯಿ ಇವಳ ಸರಳ ಸ್ವಭಾವವನ್ನು ಮೆಚ್ಚಿಕೊಂಡಿದ್ದರು. ಯಾರೊಂದಿಗೂ ಬೆರೆಯದ, ಗೆಳೆಯರೇ ಇಲ್ಲದ ಪ್ರಕಾಶ ಇಂತಹ ಸರಳ, ಬುದ್ಧಿವಂತೆಯ ಸ್ನೇಹ ಬೆಳೆಸಿದ್ದು, ಅವನ ತಂದೆತಾಯಿಯರಿಗೆ ಸಂತೋಷ ತರುವಂಥ ವಿಚಾರವೇ ಆಗಿತ್ತು.

* * *

ಅದೊಂದು ದಿನ ಜ್ಯೋತಿ ಪ್ರಕಾಶನ ಬಳಿ ಬಂದು, "ನಾಳಿದ್ದು ಸೋಮವಾರ ರಾತ್ರಿ ನೀನು ನಮ್ಮೊಡನೆ ಡಿನ್ನರ್‌ಗೆ ಬರಬೇಕು. ಅಪ್ಪ ಅಮ್ಮನೂ ಬರ್ತಾರೆ" ಎಂದಳು.

"ಸೋಮವಾರ ರಾತ್ರೀನಾ? ಅದ್ಯಾಕೆ?"

"ಹೀಗೇ... ಸುಮ್ಮನೆ" ಎಂದು ತಮಾಷೆ ಮಾಡಿದಳು.

"ಹೀಗೇ... ಸುಮ್ಮನೆ... ಅಂದ್ರೆ ನಾನು ಬಂದು ಬಿಡ್ತೇನೆ ಅಂತ ತಿಳಿದ್ಯಾ? ಅದ್ಯಾಕೇಂತ ಹೇಳು... ಹೋಗ್ಲಿ, ಯಾರ್‍ಯಾರು ಬರ್ತಾರೆ?"

"ನಮ್ಮಮ್ಮ, ಅಪ್ಪ, ನಾನು, ನೀನು ಮತ್ತೆ ಸ್ವಪ್ನ, ಅಶ್ವಿನಿ, ನಂದಿನಿ."

"ಸರಿಸರಿ, ನೀನು, ನಿಮ್ಮಮ್ಮ, ಅಪ್ಪ, ನಿನ್ನ ಕ್ಲಾಸ್‌ಮೇಟ್ಸ್ ಎಲ್ಲಾ ಸರಿ. ಆದ್ರೆ ನಾನ್ಯಾಕೆ?"

"ಯಾಕೇಂದ್ರೆ ನೀನು ಸ್ಪೆಷಲ್ ಗೆಸ್ಟು ಅಂತ."

"ಸುಮ್ಮಸುಮ್ಮನೆ ನಾನ್ಯಾಕೆ ಗೆಸ್ಟ್ ಆಗ್ಲಿ? ಆ ದಿನ ಏನು ವಿಶೇಷ ಅಂತಾನೂ ಹೇಳ್ತಿಲ್ಲ. ನಾನ್ಯಾಕೆ ಬರ್ಬೇಕು ನಿಮ್ಮಗಳ ಜೊತೆ... ಬರೋಲ್ಲ."

"ಸುಮ್ಮಸುಮ್ಮನೆ ಯಾರೂ ಯಾರನ್ನೂ ಗೆಸ್ಟ್ ಆಗಿ ಕರೆಯೋಲ್ಲ. ಸ್ವಲ್ಪ ತಲೆ ಉಪಯೋಗಿಸಿ ಯೋಚಿಸು... ಆ ದಿನ ಏನು ವಿಶೇಷ ಇರಬಹುದು ಅಂತ. ಅದು ಬಿಟ್ಟು ಬರೀ ಚರ್ಚೆನೇ ಆಯ್ತು..." ಎಂದು ಮುಖ ಊದಿಸಿಕೊಂಡಳು.

ಅವನು ಸ್ವಲ್ಪ ಹೊತ್ತು ಯೋಚಿಸಿ, "ಓಹೋ, ಅಮ್ಮಾವರ ಬರ್ತಡೇ ನಾ?" ಎಂದು ನಗುತ್ತಾ ಕೇಳಿದನು.

"ಅಬ್ಬಾ! ಸಧ್ಯ! ಇಷ್ಟು ಮಟ್ಟಿಗೆ ಕಾಮನ್ ಸೆನ್ಸ್ ಇದೆಯಲ್ಲಾ. ಬದುಕಿಕೊಂಡೆ ನಾನು! ಬರೀ ಬರ್ತಡೇ ಅಲ್ಲ. ಹದಿನೆಂಟನೆ ವರ್ಷದ ಬರ್ತಡೇ, ಗೊತ್ತಾ" ಎಂದು ಹಂಗಿಸಿದಳು.

ಅವನು ನಗುತ್ತಾ, "ನೀವು ನೀವು ಹುಡುಗಿಯರ ಮಧ್ಯೆ ನಾನ್ಯಾಕೆ? ನಾನು ಬರೋಲ್ಲ" ಎಂದನು. ಜ್ಯೋತಿಯ ಮುಖ ಸಪ್ಪಗಾಯಿತು.

"ಒಬ್ಬನೇ ಬರೊಕ್ಕೆ ಆಗೊಲ್ಲ ಅಂದ್ರೆ ಬೇರೆ ಹುಡುಗರನ್ನು ಕರೀತೇನೆ. ಆಗ್ಲಾದ್ರೂ ಬರ್ತೀಯಾ?" ಎಂದು ಕೇಳಿದಳು.

“ಅದು ಹಾಗಲ್ಲ... ನನಗೇ ಒಂಥರಾ ಎಲ್ರ ಜೊತೆ ಬರೊಕ್ಕೆ. ಅದಕ್ಕೇ ಬರ್ರೋಲ್ಲ. ನಾನು ನಿನಗೆ ಬೆಳಗ್ಗೇನೇ ವಿಶ್ ಮಾಡಿ ಬಿಡ್ತೇನೆ.”

“ನಿನ್ನ ವಿಶ್ ಯಾರಿಗೆ ಬೇಕು? ಏನೋ ತುಂಬಾ ಜಂಭ ಮಾಡ್ತಾನೆ. ಹೋಗ್ಲಿ... ನಿಮ್ಮಮ್ಮನಿಗೆ ನಾನೇ ಹೇಳಿ ಪರ್ಮಿಶನ್ ತಗೊಳ್ತೇನೆ. ಆಗ್ಲಾದ್ರೂ ಬರ್ತೀಯಾ?” ಎಂದು ಬೇಜಾರಿನಿಂದ ಹೇಳಿದಳು.

“ಬೇಡಮ್ಮಾ ಬೇಡ. ಅವ್ರಿಗೇನೂ ಹೇಳೋದು ಬೇಡ” ಎಂದು ಹೇಳಿದನು.

“ಯಾಕೆ? ನಿಮ್ಮಮ್ಮನ ಹತ್ರ ಏನಾದ್ರೂ ಜಗಳ, ಗಿಗಳ ಆಡಿದ್ದೀಯಾ? ಏನು ಕಥೆ?” ಎಂದು ರೇಗಿಸಿದಳು.

“ನನ್ನಮ್ಮನ ಜೊತೆ ಜಗಳ ಆಡೋಷ್ಟು ಭಾಗ್ಯ ನಾನು ಪಡೆದಿಲ್ಲ” ಎಂದು ಮೆಲ್ಲಗೆ ನೊಂದ ಧ್ವನಿಯಲ್ಲಿ ಹೇಳಿದನು.

ಜ್ಯೋತಿ ಅಚ್ಚರಿಯಿಂದ ಅವನ ಮುಖ ನೋಡುತ್ತಾ, “ಅಂದರೆ... ಅರ್ಥವಾಗಲಿಲ್ಲ. ಯಾಕೆ? ನಿಮ್ಮಮ್ಮ ಅಷ್ಟೊಂದು ಸಾಧು ಸ್ವಭಾವದವರೇನು? ಜಗಳ ಆಡೋಲ್ಲಾಂದ್ರೆ ಆಯ್ತು... ಆದರೆ ಅದಕ್ಕಾಗಿ ಅದೃಷ್ಟದ ಮಾತೇಕೆ?” ಎಂದು ಕೇಳಿದಳು.

ಪ್ರಕಾಶ ತಕ್ಷಣ ಪ್ರತಿಕ್ರಿಯಿಸಲಿಲ್ಲ. ದೂರದಲ್ಲೆಲ್ಲೋ ನೋಟ ನೆಟ್ಟು ಕುಳಿತಿದ್ದನು.

ಸ್ವಲ್ಪ ಹೊತ್ತಾದ ನಂತರ ತಗ್ಗಿದ ಧ್ವನಿಯಲ್ಲಿ, “ಜ್ಯೋತಿ,... ನಾನು ನಿನಗೊಂದು ವಿಚಾರ ಹೇಳ್ಬೇಕೂಂತ ತುಂಬಾ ದಿನಗಳಿಂದ ಪ್ರಯತ್ನಿಸುತ್ತಿದ್ದೇನೆ. ಆದರೆ ಅದನ್ನು ತಿಳಿದುಕೊಂಡು ನೀನೆಲ್ಲಿ ನನ್ನಿಂದ ದೂರ ಹೋಗ್ತಿಯೋ ಅನ್ನೋ ಭಯಕ್ಕೆ ಹಿಂದೆ ಮುಂದೆ ನೋಡ್ತಾ ಇದ್ದೇನೆ. ಆದ್ರೆ ನಾಳಿದ್ದು ನಿನ್ನ ಪಾರ್ಟಿಗೆ ಬಂದು ನಿನ್ನ ತಂದೆ ತಾಯಿಯನ್ನು ಭೇಟಿಯಾಗುವ ಮೊದಲು ನಿನಗೆ ನಿಜ ವಿಚಾರ ತಿಳಿಸಿಬಿಡಬೇಕು. ವಿಚಾರ ತಿಳಿದ ನಂತರವೂ ನೀನು ನನ್ನ ಸ್ನೇಹವನ್ನು ಮುಂದುವರೆಸುವ ಇಚ್ಛೆ ತೋರಿಸಿದರೆ ಮಾತ್ರ ನಾನು ನಿನ್ನ ತಂದೆತಾಯಿಯನ್ನು ಭೇಟಿಯಾಗುವುದರಲ್ಲಿ ಅರ್ಥವಿದೆ. ಯಾಕೆಂದ್ರೆ ಈಗ ನಾವಿಬ್ಬರೂ ಬರೀ ಸ್ನೇಹಿತರಾಗೇ ಉಳಿದಿಲ್ಲ. ಬಹುಶಃ ಅದಕ್ಕಿಂತಲೂ ಒಂದು ಹೆಜ್ಜೆ ಮುಂದೆ ಹೋಗಿದ್ದೇವೆ. ಹುಡುಗರಲ್ಲಿ ಬರೀ ನನ್ನೊಬ್ಬನನ್ನೇ ಕರೆದರೆ ಸಹಜವಾಗಿಯೇ ನಿಮ್ಮ ತಂದೆ ತಾಯಿ ನಮ್ಮ ಬಗ್ಗೆ ಸರಿಯಾಗೇ ಊಹಿಸಬಹುದು. ನನ್ನ ತಂದೆತಾಯಿಯೂ ಹಾಗೆಯೇ ಭಾವಿಸಿದ್ದಾರೆ. ಅದಕ್ಕೆ... ನಿನಗೆ ನನ್ನ ನಿಜ ಸಂಗತಿ ತಿಳಿಸಿಬಿಡಬೇಕು. ನಿಜ ತಿಳಿದ ನಂತರವೂ ನಿನಗೆ ನನ್ನ ಬಗೆಗಿನ ಭಾವನೆಗಳು ಬದಲಾಗದೆ ಇದ್ದಲ್ಲಿ ಮಾತ್ರ ನಾನು ನಾಳಿದ್ದು ಬರುತ್ತೇನೆ. ಇಲ್ಲವಾದರೆ...” ಎಂದನು.

ಜ್ಯೋತಿಗೆ ಗಲಿಬಿಲಿಯಾಯಿತು. ಇವನ್ಯಾಕೆ ಹೀಗೆ ಏನೇನೋ ಹೇಳ್ತಾನೆ? ಅದೇನದು ನಮ್ಮ ಸಂಬಂಧಕ್ಕೆ ಧಕ್ಕೆ ತರುವಂಥಾ ವಿಚಾರ? ಎಂದು ಯೋಚಿಸಿದಳು.

ಅವನು ಮಾತು ಮುಂದುವರೆಸದ ಕಾರಣ, "ಅದೇನು ಹೇಳು. ಯಾಕೆ ಸುಮ್ಮನಾದೆ" ಎಂದು ಅವಳೇ ಕೇಳಿದಳು.

ಪ್ರಕಾಶ ಮುಖ ಕೆಳಗೆ ಹಾಕಿ, "ಜ್ಯೋತಿ... ನೀನಂದುಕೊಂಡಿರುವಂತೆ ನಾನು ನನ್ನ ತಂದೆ ತಾಯಿಯ ನಿಜವಾದ ಮಗನಲ್ಲ" ಎಂದನು.

ಜ್ಯೋತಿ ಆಶ್ಚರ್ಯದಿಂದ ಅವನನ್ನು ನೋಡುತ್ತಾ, "ಇದೇನು ಹೇಳ್ತಿದ್ದೀಯಾ? ಅಂದ್ರೆ... ನೀನು...?"

"ಹೌದು... ನಾನು ಅವರ ದತ್ತುಪುತ್ರ. ಅವರಿಗೆ ಮಕ್ಕಳಾಗದ ಕಾರಣ ನನ್ನನ್ನು ಒಂದು ಅನಾಥಾಶ್ರಮದಿಂದ ದತ್ತು ಪಡೆದರಂತೆ. ಆಗ ನನಗೆ ಕೇವಲ ಮೂರು ತಿಂಗಳಾಗಿತ್ತಂತೆ. ಈಗ ಗೊತ್ತಾಯ್ತಾ... ನಾನು ತಬ್ಬಲಿ. ಇವರು ನನಗೆ ಆಶ್ರಯವಿತ್ತು ಸಾಕುತ್ತಿದ್ದಾರೆ...:" ಎನ್ನುತ್ತ ಬಿಕ್ಕಿ ಬಿಕ್ಕಿ ಅಳತೊಡಗಿದನು.

ಜ್ಯೋತಿಗೆ ಅವನ ಅಳುವನ್ನು ನೋಡಿ ಅಪಾರ ವೇದನೆಯಾಯಿತು. ಅವನ ಹೆಗಲ ಮೇಲೆ ಕೈಯ್ಯಿರಿಸಿ ಅದುಮುತ್ತಾ, "ಏಯ್ ಪ್ರಕಾಶ! ಸುಮ್ಮನಿರು! ಏನಿದು! ಇಷ್ಟು ಸಾಮಾನ್ಯ ವಿಚಾರಕ್ಕೆ ಹೀಗೆ ಇಷ್ಟೊಂದು ದುಃಖಪಡಬೇಕಾ? ಸುಮ್ಮನಿರು" ಎಂದು ಸಮಾಧಾನಪಡಿಸಿದಳು.

"ಏನು? ಇದು ಸಾಮಾನ್ಯ ವಿಚಾರಾನಾ?"

"ಮತ್ತಿನ್ನೇನು? ಇದ್ರಲ್ಲಿ ದುಃಖಿಸುವಂತಹ ವಿಚಾರ ಏನಿದೆ? ಅವರಿಗೆ ಮಗು ಬೇಕಾಗಿತ್ತು ಮತ್ತು ನಿನಗೆ ಅಪ್ಪ, ಅಮ್ಮ. ಅದಕ್ಕಾಗಿ ಅವರು ಶಾಸ್ತ್ರೋಕ್ತವಾಗಿ ನ್ಯಾಯಸಮ್ಮತವಾಗಿ ನಿನ್ನನ್ನು ಸ್ವೀಕರಿಸಿದ್ದಾರೆ. ಒಂದು ಚೂರೂ ಲೋಪವಾಗದಂತೆ ನಿನ್ನನ್ನು ಸಾಕಿ ಸಲಹುತ್ತಿದ್ದಾರೆ. ಇದಕ್ಕಿಂತ ಬೇರೇನು ಬೇಕು?"

"ಆದರೂ... ಹೆತ್ತವರು ಯಾರೆಂದೇ ತಿಳಿಯದ ನತದೃಷ್ಟ ನಾನು."

"ಆದರೇನು? ಹೆತ್ತವರಿಗಿಂತ ಹೆಚ್ಚಾಗಿ ನೋಡಿಕೊಳ್ಳುವ ತಂದೆ ತಾಯಿ ಇದ್ದಾರಲ್ಲಾ! ಅದಕ್ಕಿಂತ ಬೇಕೇ?"

"ಆದರೂ..."

"ಅಂದರೆ ನಿನ್ನ ಲೆಕ್ಕದಲ್ಲಿ ಇಷ್ಟು ಚೆನ್ನಾಗಿ ಸಾಕಿ ಸಲಹುತ್ತಿರುವ ತಂದೆತಾಯಿಗಳು ಏನೇನೂ ಅಲ್ವಾ? ಹೆತ್ತವರು ಮಾತ್ರಾನೇ ತಾಯಿತಂದೆಯರಾ? ಅಲ್ಲ ಕಣೋ, ಹೆತ್ತ ಬಳಿಕ ದೂರವಾದ ತಾಯ್ತಂದೆಗಳಿಗಿಂತ ಹುಟ್ಟಿದಾಗಿನಿಂದ ನೋಡಿಕೊಂಡಿರುವ ಈ ತಂದೆತಾಯಿಗಳೇ ಮಿಗಿಲು. ಅದನ್ನು ಅರ್ಥಮಾಡಿಕೋ."

"ಅದು ಸರಿ ಜ್ಯೋತಿ. ಅದು ನನಗೂ ಗೊತ್ತು. ನಾನು ಇವರಿಗೆ ಎಷ್ಟು ಋಣಿಯಾದರೂ ಸಾಲದು. ಆದರೂ ಸಮಾಜ ನನ್ನನ್ನು ಸಾಕುಮಗ ಎಂದೇ ಗುರುತಿಸುತ್ತದೆಯೇ ಹೊರತು ಹುಟ್ಟಿದ ಮಗ ಎಂದು ಗುರುತಿಸುವುದಿಲ್ಲ."

"ಸಮಾಜ! ಅಯ್ಯೋ ಹುಚ್ಚಪ್ಪಾ! ಸಮಾಜದ ಸಾವಿರ ಅನಿಸಿಕೆಗಳಿಗೆ ನೀನ್ಯಾಕೆ ಬೆಲೆ ಕೊಡಬೇಕು? ನೋಡು... ಹುಟ್ಟು ಸಾವಿಗೆ ಯಾರೂ ಕಾರಣರಲ್ಲ. ನಮ್ಮ ನಮ್ಮ ನಡುವಳಿಕೆಗಳಿಗೆ ಮಾತ್ರ ನಾವು ಕಾರಣರಾಗ್ತೇವೆ. ನಿನ್ನನ್ನು ಹುಟ್ಟಿಸಿದವರು ಕೂಡ ಇಷ್ಟು ಪ್ರೀತಿಯಿಂದ, ಅಕ್ಕರೆಯಿಂದ ನಿನ್ನನ್ನು ಬೆಳೆಸುತ್ತಿರಲಿಲ್ಲವೇನೋ? ಅಷ್ಟು ಚೆನ್ನಾಗಿ ನಿನ್ನನ್ನು ನೋಡಿಕೊಳ್ತಿದ್ದಾರೆ ಈ ನಿನ್ನ ತಂದೆ ತಾಯಿ. ಅದಕ್ಕಿಂತ ಹೆಚ್ಚಿನದು ಇನ್ನೇನು ಬೇಕು ನಿನಗೆ? ನಾನು ನಿನ್ನಲ್ಲಿ ಇಷ್ಟಪಟ್ಟಿದ್ದು ನಿನ್ನ ಒಳ್ಳೆಯ ನಡುವಳಿಕೆಯನ್ನು ಅಷ್ಟಲ್ಲದೆ ನಿನ್ನ ಹುಟ್ಟಿನ ಮೂಲವನ್ನಲ್ಲ. ನೀನು ಬೆಳೆದು ಬಂದ ಸಂಸ್ಕಾರವೇ ಅತಿ ಮುಖ್ಯವಾದುದ್ದು. ಅತ್ಯಂತ ಉತ್ತಮ ಸಂಸ್ಕಾರವನ್ನು ಈ ತಂದೆ ತಾಯಿ ನಿನಗೆ ನೀಡಿದ್ದಾರೆ. ನಮ್ಮ ಸ್ನೇಹಕ್ಕೆ ನಿನ್ನ ಸಹೃದಯತೆ, ಸಂಸ್ಕಾರವೇ ಮುಖ್ಯ ಹೊರತು ನಿನ್ನ ಹುಟ್ಟಲ್ಲ, ತಿಳೀತಾ? ನೀನೊಬ್ಬ ದತ್ತುಪುತ್ರ ಎಂದಾಕ್ಷಣ ನಮ್ಮ ಸ್ನೇಹ ಮುರಿಯುತ್ತದೆ ಎಂದೇಕೆ ಅಂದುಕೊಳ್ತೀ? ಹುಚ್ಚಪ್ಪಾ!" ಎಂದಳು.

ಪ್ರಕಾಶ ತಲೆಯಾಡಿಸುತ್ತಾ, "ನಿನಗೆ ಗೊತ್ತಿಲ್ಲ ಜ್ಯೋತೀ... ಈ ಸಮಾಜದಲ್ಲಿ ಅದಕ್ಕೆ ಎಷ್ಟೊಂದು ಪ್ರಾಮುಖ್ಯತೆಯಿದೆ ಅಂತ. ನೀನು ಅದನ್ನು ಅನುಭವಿಸಿಲ್ಲ. ಅದಕ್ಕೆ ಗೊತ್ತಿಲ್ಲ. ನೀನೊಬ್ಬಳು ಮುಗ್ಧ ಮನಸ್ಸಿನ ಹುಡುಗಿ. ಅದಕ್ಕೇ ಅಷ್ಟು ಸುಲಭವಾಗಿ ನನ್ನ ಪರಿಸ್ಥಿತಿಯನ್ನು ಯಥಾವತ್ತಾಗಿ ಸ್ವೀಕರಿಸಿದೆ. ಆದರೆ ಪಿಯುಸಿಯಲ್ಲಿ ಓದುತ್ತಿದ್ದಾಗ ಈ ವಿಚಾರವಾಗಿ ತುಂಬಾ ಅವಮಾನ ಅನುಭವಿಸಿದ್ದೇನೆ."

"ಅದಕ್ಕೆ ನೀನ್ಯಾಕೆ ಅಷ್ಟು ಕೀಳರಿಮೆಯಿಂದ ಬಳಲಬೇಕು? ನೀನ್ಯಾವ ತಪ್ಪು ಮಾಡಿಲ್ಲವಲ್ಲ? ನಿನ್ನ ದತ್ತು ಸ್ವೀಕರಿಸಿ ನಿನ್ನ ತಂದೆತಾಯೀನೂ ಯಾವ ತಪ್ಪು ಮಾಡಿಲ್ಲ. ಸುಮ್ಮನಿರು, ಅಂತಹ ಕುಸಂಸ್ಕಾರವಂತರಿಂದ ದೂರವಿದ್ರೆ ಆಯ್ತು.'.

"ಅದು ಸರಿ. ನೀನೇನೋ ಹೀಗೆ ಹೇಳ್ತೀಯಾ. ಆದರೆ ನಿನ್ನ ತಂದೆ ತಾಯಿ? ಅವರೇನು ಹೇಳ್ತಾರೋ?"

"ಅವರ ಬಗ್ಗೆ ಅನುಮಾನವೇ ಬೇಡ. ಅವರ ಮಗಳಾದ ನನ್ನನ್ನು ನೋಡಿಯೇ ತಿಳಿದುಕೋ... ಅವರು ಇನ್ನೆಷ್ಟು ವಿಶಾಲ ಹೃದಯಿಗಳಿರಬಹುದು ಎಂದು. ಅಷ್ಟೆಲ್ಲಾ ಯಾಕೆ? ನಾಳಿದ್ದು ನಿನಗೇ ತಿಳಿಯುತ್ತೆ... ಇನ್ನು ಮುಂದೆ ನೀನು ಈ ಕೀಳರಿಮೆಯಿಂದ ಎಂದಿಗೂ ಬಳಲಬಾರದು. ಆಯ್ತಾ..." ಎಂದು ಮುಗುಳ್ನಕ್ಕಳು.

ಪ್ರಕಾಶನಿಗೆ ಎಷ್ಟೋ ಭಾರ ಇಳಿದಂತಾಯಿತು. ಅವನೂ ಮುಗುಳ್ನಕ್ಕು ಅವಳಿಂದ ಬೀಳ್ಕೊಂಡನು.

* * *

ಸೋಮವಾರ ರಾತ್ರಿ ಏಳು ಗಂಟೆಗೆ ಪ್ರಕಾಶ ಜ್ಯೋತಿಯ ತಂದೆತಾಯಿಯನ್ನು ಭೇಟಿಯಾದನು. ಅವರಿಗಂತೂ ಇಂತಹ ಸುರದ್ರೂಪಿ, ಶಿಷ್ಟಾವಂತ ಹುಡುಗ ತಮ್ಮ ಮಗಳ ಆತ್ಮೀಯ ಗೆಳೆಯನೆಂದು ತಿಳಿದು ಬಹಳ ಸಂತೋಷವಾಯಿತು.

ಪ್ರಕಾಶ ತನ್ನ ತಾಯಿಯ ಸಲಹೆಯಂತೆ ಜ್ಯೋತಿಗೆ ಮುತ್ತಿನಿಂದ ತಯಾರಿಸಿದ ಕಲಾತ್ಮಕವಾದ ಒಂದು ಹೇರ್‌ಕ್ಲಿಪ್ ಅನ್ನು ಉಡುಗೊರೆಯಾಗಿ ನೀಡಿದನು. ಜ್ಯೋತಿ ಅದನ್ನು ಅಲ್ಲಿಯೇ ತಲೆಯಲ್ಲಿ ಧರಿಸಿದಳು. ಮಿರಮಿರ ಮಿಂಚುವ ದಟ್ಟವಾದ ಕಪ್ಪುಕೂದಲಿಗೆ ಅದು ಬಹಳ ಚೆನ್ನಾಗಿ ಹೊಂದಿಕೊಂಡಿತು.

ಜ್ಯೋತಿಯ ಗೆಳತಿಯರೆಲ್ಲಾ ಬಂದ ಮೇಲೆ ಎಲ್ಲರೂ ಕೂಡಿ ಹೋಟೆಲಿಗೆ ಹೋಗಿ ಊಟ ಮಾಡಿದರು.

ಊಟದ ಮಧ್ಯೆ ಜ್ಯೋತಿಯ ತಂದೆ ಪ್ರಕಾಶನನ್ನು ಅವನ ಮನೆಯ ಬಗ್ಗೆ ಸೂಕ್ಷ್ಮವಾಗಿ ವಿಚಾರಿಸಿ ತಿಳಿದುಕೊಂಡರು. ಇದನ್ನು ನಿರೀಕ್ಷಿಸಿಯೇ ಇದ್ದ ಪ್ರಕಾಶ ಆಗಾಗ ಜ್ಯೋತಿಯ ಕಡೆ ನೋಡಿ ಅರ್ಥಗರ್ಭಿತವಾಗಿ ನಗುತ್ತ ಅವರು ಕೇಳಿದ ಪ್ರಶ್ನೆಗಳಿಗೆಲ್ಲ ಉತ್ತರಿಸಿದನು. ಅವರನ್ನು ತನ್ನ ಮನೆಗೆ ಆಹ್ವಾನಿಸಿದನು. ಮುಂದಿನ ಬಾರಿ ಬಂದಾಗ ತಪ್ಪದೆ ಬರುತ್ತೇವೆಂದು ಅವರು ತಿಳಿಸಿದರು. ನಂತರ ತಮ್ಮ ಕಾರಿನಲ್ಲೇ ಅವನನ್ನು ಅವನ ಮನೆ ತನಕ ಬಿಟ್ಟು, ಬಳಿಕ ಹುಡುಗಿಯರನ್ನು ಅವರ ಹಾಸ್ಟೆಲ್ಲಿಗೆ ಕರೆದೊಯ್ದರು.

ಅಲ್ಲಿಂದ ಹೊರಡುವ ಮೊದಲು ಅನುರಾಧ, "ಈ ಭಾನುವಾರ ಇಲ್ಲೇ ಒಂದು ಮದುವೆಯಿದೆ. ನೀನೂ ಬಾ ಮದುವೆಗೆ. ಏನೇನೋ ಕಾರಣ ಹೇಳಿ ತಪ್ಪಿಸ್ಕೋಬೇಡ" ಎಂದು ಮಗಳಿಗೆ ಹೇಳಿದರು.

ಜ್ಯೋತಿ ನಗುತ್ತಾ, "ಏನೇನೋ ಕಾರಣ ಹೇಳೋಲ್ಲ. ಹಾಕ್ಕೊಳೋಕ್ಕೆ ಸರಿಯಾದ ಬಟ್ಟೆಯಿಲ್ಲ. ಅದಕ್ಕೆ ಬರೋಲ್ಲ" ಎಂದಳು.

"ಯಾಕೇ?...ಬರ್ತಡೇಗೆ ಅಂತ ತಗೊಂಡಿರೋ ಈ ಡ್ರೆಸ್ಸೇ ಹಾಕ್ಕೋ. ಚೆನ್ನಾಗಿ ಕಾಣತ್ತೆ" ಎಂದರು.

"ಓಹೋ! ಸಧ್ಯ, ಎಲ್ಲಿ ಸೀರೆ ಉಟ್ಕೋಂತ ಹೇಳ್ತೀಯೋ ಅಂತ ಅಂದ್ಕೊಂಡೆ. ಚೂಡಿದಾರ್ ಆದ್ರೆ ಸರಿ ಬರ್ತೇನೆ."

"ನನಗೆ ಗೊತ್ತು ಕಣೇ... ಸೀರೆ ಉಟ್ಕೋಂತ ಹೇಳಿದ್ರೆ ಬರಲ್ಲಾಂತ. ಅದಕ್ಕೆ ಡ್ರೆಸ್ಸೇ ಸಾಕು ಅಂದಿದ್ದು... ಎಷ್ಟಾದ್ರೂ ನೀನು ನನ್ನ ಮಗಳಲ್ವಾ? ನಿನ್ನ ಬುದ್ಧಿ ನನ್ಗೆ ಗೊತ್ತಿಲ್ವಾ?"

ಮಧ್ಯೆ ಬಾಯಿ ಹಾಕಿದ ಮೂರ್ತಿಗಳು, "ಸರಿ ಸರಿ, ಅವಳು ನನ್ನ ಮಗಳು ತಿಳೀತಾ... ಅದಕ್ಕೇ ನೀನು ಹೇಳಿದ್ದಕ್ಕೆ ಇಲ್ಲಾಂತ ಹೇಳ್ದೆ ಬರೋಕ್ಕೆ ಒಪ್ಕೊಂಡಿದ್ದಾಳೆ. ಈಗ ನಡಿ, ಹೊತ್ತಾಯ್ತು, ಹೋಗೋಣ" ಎಂದರು.

* * *

ಮುಂದಿನ ಭಾನುವಾರ ಜ್ಯೋತಿ ಸಿದ್ಧಳಾಗುವ ವೇಳೆಗೆ ಅನುರಾಧ ಬಂದರು. ಮೂರ್ತಿಗಳಿಗೆ ಅರ್ಜೆಂಟ್ ಕೆಲಸವಿದ್ದುದರಿಂದ ಅವರು ಬಂದಿರಲಿಲ್ಲ. ತಾಯಿ ಮಗಳು ಇಬ್ಬರೂ ಆಟೋ ಹತ್ತಿ ಮದುವೆ ಮನೆಗೆ ಹೋದರು. ಅದು ಮೂರ್ತಿಗಳ ಪ್ರಮುಖ ಕಸ್ಟಮರ್ ಒಬ್ಬರ ಮಗಳ ಮದುವೆ. ಅವರಿರುವುದೂ ರಾಮನಗರದಲ್ಲೇ. ಆದರೆ ಗಂಡಿನ ಕಡೆಯವರು ಬೆಂಗಳೂರಿನವರು. ಅವರಿಚ್ಛೆಯಂತೆ ಮದುವೆಯನ್ನು ಬೆಂಗಳೂರಲ್ಲೇ ಏರ್ಪಡಿಸಿದ್ದರು. ಹುಡುಗಿಯ ಮನೆಯವರನ್ನು ಬಿಟ್ಟರೆ ಬೇರೆ ಯಾರೂ ಪರಿಚಯದವರು ಕಾಣಸಿಗಲಿಲ್ಲ. ಇಬ್ಬರೂ ಒಂದು ಕಡೆ ಸುಮ್ಮನೆ ಕುಳಿತರು.

ಜ್ಯೋತಿಗೆ ಬೇಜಾರಾಗತೊಡಗಿತು. ಆ ಕಡೆ ಈ ಕಡೆ ನೋಡತೊಡಗಿದಳು. ಅನುರಾಧರ ಪರಿಸ್ಥಿತಿಯೂ ಅದೇ ಆಗಿತ್ತು. ಆಗ ಎಲ್ಲರನ್ನೂ ಮಾತನಾಡಿಸುತ್ತಾ ಬರುತ್ತಿದ್ದ ಒಬ್ಬ ವೃದ್ಧೆ ಇವರ ಬಳಿ ಬಂದಾಗ ಕಣ್ಣು ಕಿರಿದಾಗಿಸುತ್ತಾ ಅನುರಾಧರನ್ನು ನೋಡಿ, "ನಿಮ್ಮನ್ನು ಎಲ್ಲೋ ನೋಡಿದ ಹಾಗಿದೆಯಲ್ಲಾ? ಆದರೆ ನೆನಪಿಗೆ ಬರ್ತಾ ಇಲ್ಲ" ಎಂದರು.

ಅನುರಾಧಾನೂ ಆಕೆಯನ್ನು ಸರಿಯಾಗಿ ನೋಡಿ, ಗುರುತು ಹತ್ತಿದ ಸಂಭ್ರಮದ ಧ್ವನಿಯಲ್ಲಿ, "ನೀವು ಸಾವಿತ್ರಮ್ಮ ಅಲ್ವೆ? ನಾನು ಅನುರಾಧ. ನಿಮ್ಮ ಮನೆ ಹಿಂದಿನ ಮನೇಲಿದ್ವಿ" ಎಂದು ನೆನಪಿಸಿದರು.

"ಓಹೋ! ಈಗ ಜ್ಞಾಪ್ಕ ಬಂತು. ಎಷ್ಟು ವರ್ಷಗಳಾದವು ನೋಡಿ..."

"ಅದೇನು? ನೀವು ಇಲ್ಲಿ..." ಎಂದು ಅನುರಾಧ ರಾಗವೆಳೆದರು.

"ನನ್ನ ಮೊಮ್ಮಗನ ಮದುವೆ. ಅದು ಸರಿ, ನೀನೇನು ಇಲ್ಲಿ. ಈಗ ನೀವು ಎಲ್ಲಿದ್ದೀರಿ?' ಎಂದು ಪ್ರಶ್ನಿಸಿದರು.

"ನಾವು ಈಗ ಇರುವುದು ರಾಮನಗರದಲ್ಲಿ. ಹುಡುಗಿಯ ಕಡೆಯವರು ನಮಗೆ ತುಂಬಾ ಬೇಕಾದವರು" ಅನುರಾಧ ನುಡಿದರು.

ಅಷ್ಟರಲ್ಲಿ ಜ್ಯೋತಿಯ ಕಣ್ಣಿಗೆ ರಾಮನಗರದ ಗೆಳತಿಯೊಬ್ಬಳು ಕಾಣಿಸಿದಳು. "ಹಾಯ್ ಅಪರ್ಣಾ" ಎಂದು ಕೂಗಿದಳು.

ಆ ಹುಡುಗಿ ಕೈ ಆಡಿಸಿದಳು.

ಜ್ಯೋತಿ ಎದ್ದು, "ಅಮ್ಮ, ಅಲ್ಲಿ ಅಪರ್ಣಾ ಇದ್ದಾಳೆ. ಹೋಗಿ ಮಾತಾಡಿಸ್ಕೊಂಡು ಬರ್ತೇನೆ" ಎಂದಳು.

ಆ ವೃದ್ಧೆ ಇವಳನ್ನೇ ದಿಟ್ಟಿಸಿ ನೋಡುತ್ತಾ, "ಯಾರಿವಳು?" ಎಂದರು.

"ನನ್ನ ಮಗಳು ಜ್ಯೋತಿ" ಎಂದು ಅನುರಾಧ ಪರಿಚಯಿಸಿದರು.

ಆಕೆ ಜ್ಯೋತಿಯನ್ನೇ ಮಿಕಮಿಕ ನೋಡತೊಡಗಿದರು. ಜ್ಯೋತಿ ಶಿಷ್ಟಾಚಾರದ ಮುಗುಳ್ನಕ್ಕು ಅಲ್ಲಿಂದ ಕಾಲ್ತೆಗೆದಳು. ಆದರೂ ಆಕೆ ತನ್ನ ನೋಟವನ್ನು ಬದಲಿಸಲಿಲ್ಲ.

"ಇವಳು ಅದೇ ಮಗುವಲ್ಲಾ? ನಿನ್ನ ಸವತಿಯ ಹೊಟ್ಟೆಯಲ್ಲಿ ಹುಟ್ಟಿದ್ದು..." ಆಕೆಯ ಈ ಮಾತು ಕೇಳಿ ಜ್ಯೋತಿಯ ಕಾಲುಗಳು ತಟಸ್ಥವಾದವು. ಅವಳಿಗೆ ಬೆನ್ನು ಹಾಕಿ ಕುಳಿತಿದ್ದ ಅನುರಾಧರಿಗೆ ಅವಳು ನಿಂತಿದ್ದು ಗೊತ್ತಾಗಲಿಲ್ಲ. ಮೆಲುದನಿಯಲ್ಲಿ ಆಕೆ ಏನು ಹೇಳಿದರೋ ಜ್ಯೋತಿಗೆ ಕೇಳಿಸಲಿಲ್ಲ. ಆದರೆ ಆ ವೃದ್ಧೆ, "ಸರಿ ಬಿಡು, ಬರೀ ಕುತೂಹಲಕ್ಕಾಗಿ ಕೇಳಿದೆ. ಅಷ್ಟೇ. ಈಗ ಅದನ್ನೆಲ್ಲಾ ಕಟ್ಟಿಕೊಂಡು ನನ್ಗೇನಾಗಬೇಕು? ಇಬ್ರೂನು ಖಂಡಿತ ಊಟಮಾಡಿಕೊಂಡು ತಾಂಬೂಲ ತೆಗೆದುಕೊಂಡು ಹೋಗಬೇಕು ತಿಳೀತಾ..." ಎಂದದ್ದು ಕೇಳಿಸಿತು.

ಜ್ಯೋತಿ ನಿಂತಲ್ಲೇ ನಿಂತಿದ್ದಳು. ಅವಳಿಗೆ ದಿಗ್ಭ್ರಮೆಯಾಗಿತ್ತು. ತಲೆಯಲ್ಲಿ ಆಲೋಚನೆಗಳೆಲ್ಲ ಅಲ್ಲೋಲ ಕಲ್ಲೋಲವಾಗಿದ್ದವು. ಹೇಗೋ ಕಷ್ಟಪಟ್ಟು ಕಾಲೆಳೆಯುತ್ತಾ ತನ್ನನ್ನೇ ಕೂಗುತ್ತಿದ್ದ ಅಪರ್ಣಾ ಬಳಿ ಹೋದಳು. ಆದರೆ ಅಲ್ಲಿ ಹೆಚ್ಚು ಹೊತ್ತು ಕೂರಲಾಗಲಿಲ್ಲ. ಕುಳಿತಲ್ಲಿಂದಲೇ ತಾಯಿಯನ್ನು ನೋಡಿದಳು. ಆಕೆ ಒಬ್ಬರೇ ಸುಮ್ಮನೆ ಕುಳಿತಿದ್ದರು.

'ಅದೇನಮ್ಮಾ, ಆಕೆ ಕೇಳಿದ್ದು?' ಎಂದು ತಾಯಿಯನ್ನೇ ಕೇಳೋಣ ಎಂದುಕೊಂಡು ಎದ್ದು ತಾಯಿಯ ಬಳಿ ಬಂದಳು.

ಇವಳನ್ನು ಕಂಡಕೂಡಲೇ ಅನುರಾಧ ಸಹಜ ಧ್ವನಿಯಲ್ಲಿ,

"ಆಯ್ತಾ ಮಾತುಕತೆ ಎಲ್ಲಾ? ಬಾ, ಬೇಗ ಊಟ ಮುಗಿಸಿ ಹೊರಡೋಣ. ಇನ್ನೂ ನಾನು ನಿನ್ನನ್ನು ಹಾಸ್ಟೆಲ್ ಬಳಿ ಬಿಟ್ಟು ಊರಿಗೆ ಹೋಗಬೇಕು."

ಆಕೆಯ ಆ ಸಹಜವಾದ ನಡವಳಿಕೆ ಜ್ಯೋತಿಯ ಪ್ರಶ್ನೆಯನ್ನು ಗಂಟಲಲ್ಲಿಯೇ ಉಳಿಯುವಂತೆ ಮಾಡಿತು. ತಾಯಿಯನ್ನೇ ಆ ರೀತಿ ಪ್ರಶ್ನಿಸಲು ಜ್ಯೋತಿಗೆ ಧೈರ್ಯವಾಗಲಿಲ್ಲ. ತನ್ನ ತಾಯಿಗೆ ಸವತಿಯೊಬ್ಬಳು ಇದ್ದಳೇ? ಹಾಗಾದರೆ ಆ ವಿಚಾರ ನನಗ್ಯಾಕೆ ಇದುವರೆಗೂ ತಿಳಿಯಲಿಲ್ಲ? ಈ ಪ್ರಶ್ನೆ ಅವಳನ್ನು ಕಾಡತೊಡಗಿತು. ತಾಯಿಯನ್ನು ಕೇಳುವ ಧೈರ್ಯವಾಗದೆ ಹಾಗೇ ತೊಳಲಾಡುತ್ತಿದ್ದಳು.

ಊಟದ ನಂತರ ತಾಂಬೂಲ ಸ್ವೀಕರಿಸಿ ಅಲ್ಲಿಂದ ಹೊರಟರು. ಅನುರಾಧ ಹಾಸ್ಟೆಲ್ ಬಳಿ ಮಗಳನ್ನು ಇಳಿಸಿ ಅದೇ ಆಟೋದಲ್ಲಿ ಬಸ್ ಸ್ಟ್ಯಾಂಡಿಗೆ ಹೋದರು.

ರೂಮಿಗೆ ಹೋದ ಜ್ಯೋತಿಗೆ ಅಲ್ಲಿರಲಾಗಲೇ ಇಲ್ಲ. ಏನಾದರಾಗಲಿ, ನನ್ನ ಪ್ರಶ್ನೆಗೆ ಉತ್ತರ ಕಂಡುಹಿಡಿಯಲೇಬೇಕೆಂದು ನಿಶ್ಚಯಿಸಿದಳು. ಆ ಹೆಂಗಸನ್ನೇ ಕೇಳಿದರೆ ಹೇಗೆ ಎಂದು ಅನಿಸುತ್ತಲೇ ಪರ್ಸ್ ತೆಗೆದುಕೊಂಡು ಹೊರಟುಬಿಟ್ಟಳು. ಒಂದು ಆಟೋ ಹತ್ತಿ ಅದೇ ಛತ್ರದ ಬಳಿ ಬಂದಳು. ಒಳಗೆ ಹೋಗುವ ಮೊದಲು ತಾನು ಮಾಡುತ್ತಿರುವುದು ಸರಿಯೋ ತಪ್ಪು ಎಂಬ ಜಿಜ್ಞಾಸೆಗೆ ಬಿದ್ದಳು. ತಾನು ತಿಳಿದಿರಬೇಕಾದ ವಿಷಯವಾಗಿದ್ದರೆ ತನ್ನ ತಂದೆ ತಾಯಿ ಅವರಾಗಿಯೇ ತಿಳಿಸಿರುತ್ತಿದ್ದರು. ಇದುವರೆವಿಗೂ ನನ್ನಿಂದ ಏನನ್ನೂ ಮುಚ್ಚಿಟ್ಟಿಲ್ಲ. ಆದರೆ ಇದು ನಾನು ತಿಳಿಯಬೇಕಾಗಿಲ್ಲವೆಂದು ಅವರು ಭಾವಿಸಿದ್ದಾರೋ ಏನೋ, ಅದಕ್ಕೆ ನನಗೆ ತಿಳಿಸಿಲ್ಲ, ಈಗ ನಾನು ಹೋಗಿ ಅವರನ್ನೇ ನೇರವಾಗಿ ಕೇಳಿದರೂ ಹೇಳಲಾರರು. ಆದರೆ ತಾನು ಈ ವಿಷಯ ತಿಳಿದುಕೊಳ್ಳಲೇ ಬೇಕು. ಅದಕ್ಕಿರುವ ಮಾರ್ಗ ಇದೊಂದೇ ಎಂದು ತರ್ಕಿಸಿ ಛತ್ರದೊಳಗೆ ಹೋದಳು.

ಆ ವಯಸ್ಸಾದವರು ಯಾರ ಜೊತೆಯೋ ಒಂದು ಮೂಲೆಯಲ್ಲಿ ಕುಳಿತು ಮಾತನಾಡುತ್ತಿದ್ದರು. ಜ್ಯೋತಿ ಅಲ್ಲೇ ಇದ್ದ ಇನ್ನೊಂದು ಕುರ್ಚಿಯ ಮೇಲೆ ಆರಾಮವಾಗಿ ಕುಳಿತು,

"ಏನಜ್ಜಿ? ಊಟ ಆಯ್ತಾ?" ಎಂದಳು.

ಆಕೆ ಇವಳತ್ತ ತಿರುಗಿ ನೋಡಿ,

"ಹ್ಞ, ಆಯ್ತು... ನಿನ್ನದಾಯ್ತಾ?... ನೀನು ಯಾರೋ ಗೊತ್ತಾಗಲಿಲ್ಲ" ಎಂದರು.

"ಅದೇ ಅಜ್ಜಿ! ನಾನು ಜ್ಯೋತಿ. ಅದೇ ಅನುರಾಧಾಳ ಮಗಳು."

"ಓಹೋ, ಈಗ ಗೊತ್ತಾಯ್ತು, ಎಲ್ಲಿ ನಿಮ್ಮಮ್ಮ? ಕಾಣಿಸ್ತಾನೇ ಇಲ್ಲ? ಊಟ ಮುಗಿಸಿ ಬರ್ತೇನೆಂತ ಹೇಳಿ ಬರ್ಲೇ ಇಲ್ಲ ಇನ್ನೂ?" ಎನ್ನುತ್ತಾ ಸುತ್ತಮುತ್ತ ನೋಡಿದರು.

"ಅಮ್ಮ ಆಗ್ಲೇ ಹೊರಟುಹೋದ್ರು, ನಾನು ನನ್ನ ಫ್ರೆಂಡ್ ಅಪರ್ಣಾಗಾಗಿ ಕಾಯ್ತಾ ಇದ್ದೇನೆ. ಇಲ್ಲೇ ಇರು ಬರ್ತೇನೆಂತ ಹೇಳಿ ಹೋದ್ಲು. ಅವಳು ಬರೋತನಕ ನಿಮ್ಮ ಜೊತೆ ಮಾತಾಡೋಣಾಂತ ಬಂದೆ. ಇಲ್ಲಿ ನನ್ಗೆ ಬೇರೆ ಯಾರು ಗುರ್ತಿಲ್ವಲ್ಲಾ?" ಎಂದು ತುಂಬಾ ಆತ್ಮವಿಶ್ವಾಸದಿಂದ ಹೇಳಿದಳು.

"ಅದಕ್ಕೇನಂತೇ, ಬಾ ಕೂತ್ಕೋ."

"ಇಲ್ಲಿ ಬೇಡ, ಬನ್ನಿ ಆ ಫ್ಯಾನ್ ಕೆಳಗೆ ಕೂತ್ಕೊಳ್ಳೋಣ" ಎಂದು ಆಕೆಯನ್ನು ಕೈಹಿಡಿದು ಎಬ್ಬಿಸಿದಳು. ಆಕೆಯ ಜೊತೆಯಲ್ಲಿದ್ದವರೆಲ್ಲಾ ತಮ್ಮ ತಮ್ಮ ಮಾತುಕತೆಯಲ್ಲಿ ಮುಳುಗಿದ್ದರು. ಆಕೆ ಎದ್ದು ಇವಳು ಕರೆದೆಡೆಗೆ ಬಂದು ಕುಳಿತರು.

ಪಕ್ಕದ ಕುರ್ಚಿಯ ಮೇಲಿದ್ದ ತಾಂಬೂಲದ ತಟ್ಟೆಯಿಂದ ಎಲೆ, ಅಡಿಕೆ ಹಾಗೂ ಸುಣ್ಣವನ್ನು ತೆಗೆದುಕೊಂಡು ಹೊಂದಿಸಿ, ತಾಂಬೂಲ ಸಿದ್ಧಪಡಿಸಿ ಆಕೆಯ ಕೈಗೆ ಕೊಟ್ಟಳು.

ಆಕೆ ಸಂತೋಷದಿಂದ ಅದನ್ನು ತೆಗೆದುಕೊಂಡು, "ಅಯ್ಯೋ ತಾಯೀ, ಬಾಯಲ್ಲಿ ಸರಿಯಾಗಿ ಹಲ್ಲುಗಳೇ ಇಲ್ಲ ಇದನ್ನು ತಿನ್ನಲು. ಎಷ್ಟು ಹದವಾಗಿ ಮಾಡಿದ್ದೀಯೇ! ತಾಯಿ ಏನೆಲ್ಲ ಕಲಿಸಿದ್ದಾರೆ ನಿನಗೆ! ಈಗಿನ ಕಾಲದ ಹುಡುಗಿಯರು ಇವುಗಳ ಕಡೆ ತಿರುಗಿ ಸಹಾ ನೋಡೋಲ್ಲ..." ಎಂದರು.

"ಹೀ... ಹೀ... ಹೀಗೇ, ಅಮ್ಮಾ ತುಂಬಾ ಸ್ಟ್ರಿಕ್ಟ್... ಎಲ್ಲಾ ಕಲಿಸ್ತಾರೆ. ಎಲ್ಲಾ ಕಲೀಬೇಕು ಅಂತ ಬಲವಂತ ಮಾಡ್ತಾರೆ. ಅದಕ್ಕೆ ಕಲಿತಿರೋದು" ಎಂದಳು.

"ನಿಮ್ಮಮ್ಮ ಸ್ಟ್ರಿಕ್ಟಾ? ನಂಬೋಕ್ಕಾಗೊಲ್ಲಾ... ಅಥವಾ... ಯಾರ ಬಗ್ಗೆ ನೀನು ಹೇಳ್ತಿರೋದು ಅನುರಾಧಾನಾ ಅಥವಾ..." ಎಂದು ರಾಗ ಎಳೆದರು.

ಈ ವಿಚಾರವಾಗಿ ಹೇಗೆ ಮಾತು ಆರಂಭಿಸಬೇಕೆಂದು ಯೋಚಿಸುತ್ತಿದ್ದವಳಿಗೆ ಆಕೆಯ ಮಾತು ಕೇಳಿ ಒಂದು ಎಳೆ ಸಿಕ್ಕಂತಾಯಿತು.

ಆಕೆಯ ಮಾತಿನ ದಾಟಿಯಲ್ಲೇ, "ಏ ಅನುರಾಧಾನೇ? ನನಗೆ ಬೇರೆ ಯಾವ ತಾಯಿ ಇದ್ದಾರೆ?" ಎಂದಳು.

"ಅದೇ... ನಿನ್ನ ಹೆತ್ತಮ್ಮ. ಹಾಗಾದ್ರೆ ನೀನು ಅವಳ ಹತ್ರ ಇಲ್ವಾ?" ಎಂದು ರಾಗ ಎಳೆದರು. ಜ್ಯೋತಿಯ ಎದೆ ಜೋರಾಗಿ ಬಡಿದುಕೊಳ್ಳತೊಡಗಿತು.

ಹೇಗೋ ಉದ್ವೇಗವನ್ನು ಹತ್ತಿಕ್ಕಿ, "ಅದು ಬಿಡಿ ಅಜ್ಜಿ, ಹಾಗಾದ್ರೆ ಈ ಅನುರಾಧ ತುಂಬಾ ಒಳ್ಳೆಯವರಾ? ನೀವು ತುಂಬಾ ಒಳ್ಳೆಯವರು ಅಂತ ಆಗಾಗ ಹೇಳ್ತಾನೇ ಇರ್ತಾರೆ" ಎಂದು ಒಂದು ಮಾತಿನ ಕಲ್ಲು ಎಸೆದಳು. ಆಕೆ ಆ ಮಾತು ಕೇಳಿ ಉಬ್ಬಿ ಹೋದರು.

'ಅಯ್ಯೋ... ನನ್ನಲ್ಲಿ ಏನು ಒಳ್ಳೆತನ ಕಂಡ್ಲೋ ನಿಮ್ಮಮ್ಮ! ಅವಳ ಗುಣದ ಮುಂದೆ ನಮ್ಮದೇನಿದೆ ಮಹಾ! ಏನೋ, ನೆರೆಹೊರೆಯವರು ಅಂದ್ರೆ ಅಷ್ಟೂ ಮಾಡ್ದೆ ಇರೋಕ್ಕಾಗುತ್ತಾ?" ಎಂದರು.

"ಅದೇನು ಅಂಥಾ ಒಳ್ಳೆತನ ಕಂಡಿರೋರು ನಮ್ಮಮ್ಮನಲ್ಲಿ?" ಜ್ಯೋತಿ ಮುದ್ದುಮುದ್ದಾಗಿ ಕೇಳಿದಳು.

"ಮತ್ತಿನ್ನೇನು? ಸವತಿಯ ಬಸಿರು ಬಾಣಂತನ ಎಲ್ಲವನ್ನೂ ಸ್ವಲ್ಪವೂ ಬೇಜಾರಿಲ್ಲದೆ ಮಾಡಿಲ್ವಾ? ಅದಕ್ಕಿಂತ ಬೇರೆ ಬೇಕಾ?"

"ಹೌದಾ...?"

"ಹ್ನು ಮತ್ತೆ, ನಿಂಗೆ ನಿನ್ನ ಹೆತ್ತಮ್ಮನ ನೆನಪೇ ಇಲ್ವಾ?" ಆಕೆ ಮತ್ತಿನ್ನೇನೋ ಕೇಳುವಷ್ಟರಲ್ಲಿ ಆಕೆಯನ್ನು ಯಾರೋ ಹುಡುಕಿಕೊಂಡು ಬಂದು, "ಅತ್ತೇ, ನೀವು ಇಲ್ಲಿದ್ದೀರಾ? ಬನ್ನಿ, ಅಲ್ಲಿ ಎಲ್ಲಾ ನಿಮಗಾಗಿ ಕಾಯ್ತಾ ಇದ್ದಾರೆ" ಎಂದು ಕೈಹಿಡಿದು ಕರೆದೊಯ್ದರು.

ಜ್ಯೋತಿ ಗರಬಡಿದವಳ ಹಾಗೆ ಅಲ್ಲಿಯೇ ಕುಳಿತೇ ಇದ್ದಳು.

ಎಷ್ಟೋ ಹೊತ್ತಿನ ನಂತರ ಮೈಮೇಲೆ ಎಚ್ಚರ ತಿಳಿದವಳಂತೆ ಬೆಚ್ಚಿ ಬಿದ್ದು ಸುತ್ತ ನೋಡಿದಳು. ಹಸೆಮಣೆಯ ಹತ್ತಿರ ಎಲ್ಲರೂ ನೆರೆದು ಏನೋ ಮಾಡುತ್ತಿದ್ದರು. ಅಲ್ಲಿಂದ ಎದ್ದು ಜ್ಯೋತಿ ಅದು ಹೇಗೋ ಹೊರಗೆ ಬಂದು ಒಂದು ಆಟೋ ಹತ್ತಿ ಕುಳಿತು ಹಾಸ್ಟೆಲಿನ ಅಡ್ರೆಸ್ ತಿಳಿಸಿ ಎರಡೂ ಕೈಗಳಲ್ಲಿ ಮುಖ ಮುಚ್ಚಿಕೊಂಡು ಕುಳಿತಳು.

ಹಾಸ್ಟೆಲಿನ ಮುಂದೆ ಆಟೋ ನಿಲ್ಲುತ್ತಲೇ ಅವನ ಕೈಗೆ ಐವತ್ತರ ನೋಟೊಂದನ್ನು ತುರುಕಿ ಚಿಲ್ಲರೆಗಾಗಿಯೂ ಕಾಯದೆ ದುಡುದುಡು ತನ್ನ ರೂಮಿಗೆ ನಡೆದಳು.

ರೂಮಿನೊಳಗೆ ಹೋಗಿ ಬಾಗಿಲಿಗೆ ಚಿಲಕ ಹಾಕಿ ತನ್ನ ಹಾಸಿಗೆಯ ಮೇಲೆ ಕುಸಿದಳು.

ಅದುವರೆವಿಗೂ ತಡೆದಿಟ್ಟಿದ್ದ ಅಳುವೆಲ್ಲಾ ಜೋರಾಗಿ ಹೊರಹೊಮ್ಮಿತು. ಜೋರಾಗಿ ಅಳತೊಡಗಿದಳು. ಅವಳ ರೂಮ್‌ಮೇಟ್ ಊರಿಗೆ ಹೋಗಿದ್ದರಿಂದ ಅವಳನ್ನು ತಡೆಯುವವರು ಯಾರೂ ಇರಲಿಲ್ಲ. ತುಂಬಾ ಹೊತ್ತಿನವರೆಗೂ ಅಳುತ್ತಲೇ ಇದ್ದಳು.

ತನ್ನ ಹುಟ್ಟು ಇಷ್ಟೊಂದು ರಹಸ್ಯಮಯವಾಗಿತ್ತದೆಂದು ಅವಳೆಂದೂ ಭಾವಿಸಿರಲಿಲ್ಲ. ಆ ಪ್ರಕಾಶನದ್ದಾದರೋ ಒಂದು ಥರ. ಅವನ ನಿಜವಾದ ತಂದೆ ತಾಯಿ ಅವನನ್ನು ತೊರೆದ ಕಾರಣ ಈ ತಂದೆ ತಾಯಿ ಅವನನ್ನು ನ್ಯಾಯ ಸಮ್ಮತವಾಗಿ, ಧರ್ಮಸಮ್ಮತವಾಗಿ ದತ್ತು ಸ್ವೀಕರಿಸಿದ್ದಾರೆ.

ಆದರೆ ತಾನು?! ತನ್ನ ತಂದೆ?... ಛೇ! ಅವರು ಹೀಗೆ ಮಾಡಿರುತ್ತಾರೆ ಎಂದು ಖಂಡಿತಾ ನಂಬಲೇ ಆಗುತ್ತಿಲ್ಲ. ಮತ್ತೆ ತನ್ನ ತಾಯಿ?... ಆಕೆ ತನ್ನ ಮೇಲಿಟ್ಟಿರುವ, ತೋರುವ ಪ್ರೀತಿ, ಮಮತೆ, ಮಮಕಾರ... ಅದೆಲ್ಲಾ ಸುಳ್ಳೇ? ಇಷ್ಟೊಂದು ಗಾಢವಾಗಿ, ಅಗಾಧವಾಗಿ ತನ್ನ ಮಲಮಗಳನ್ನು ಪ್ರೀತಿಸಲು, ಲಾಲಿಸಲು ಯಾರಿಗಾದರೂ ಸಾಧ್ಯವೇ?

ಹಾಗಾದರೆ ನನ್ನ ಹೆತ್ತಮ್ಮ ಯಾರು? ಆಕೆ ಏನಾದಳು? ಈ ತನ್ನ ಅಮ್ಮ ಆಕೆಗೇನಾದರೂ...? ಅಮ್ಮನ ಕುಕೃತ್ಯಕ್ಕೆ ಅಪ್ಪನ ಸಂಪೂರ್ಣ ಒಪ್ಪಿಗೆ,

ಸಹಕಾರವಿತ್ತೇ? ಯಾಕಾಗಿ? ಅಪ್ಪನಿಗೆ ಆ ಹೆಂಗಸಿನ ಮೇಲೆ ಯಾವುದೇ ಭಾವನೆಗಳಿರಲಿಲ್ಲವೇ?

ಅಯ್ಯೋ... ತಲೆ ಚಿಟ್ಟು ಹಿಡಿಯುತ್ತಿದೆ! ಈ ಅಪ್ಪ ಅಮ್ಮ ನೋಡಿದರೆ ಅಂಥಾ ಸಾತ್ವಿಕ ಜೀವಿಗಳು. ನಾನೇ ಕಣ್ಣಾರ ನೋಡಿಲ್ಲವೇನು ಅವರ ಪರೋಪಕಾರ ಬುದ್ಧಿಯನ್ನು, ಅವರ ಒಳ್ಳೆಯತನವನ್ನು? ಇಂತಹ ಮನುಷ್ಯರು ಒಂದು ಹೆಣ್ಣಿಗೆ, ಅದೂ ಒಂದು ಮಗುವನ್ನು ಹೆತ್ತಾಕೆಗೆ ಅನ್ಯಾಯ ಮಾಡಬಲ್ಲರೇ? ಈ ಅಜ್ಜಿ ಹೇಳಿದ ಪ್ರಕಾರ ಈ ಮೂವರೂ ಒಬ್ಬರಿಗೊಬ್ಬರು ಹೊಂದಿಕೊಂಡೇ ಇದ್ದರು. ಆದರೆ ನಂತರ ಏನಾಯಿತು?

ಅಮ್ಮನಾದರೂ ಯಾಕೆ ಆ ಹೆಂಗಸಿನ ವಿಚಾರ ನನಗೆ ತಿಳಿಸಲೇ ಇಲ್ಲ. ನನ್ನಿಂದ ಏನೊಂದೂ ಮುಚ್ಚಿಡದ ಇವರು ಇಂತಹ ಮುಖ್ಯ ವಿಚಾರವನ್ನೇಕೆ ಮುಚ್ಚಿಟ್ಟಿದ್ದಾರೆ?

ಇಂತಹ ಸಾತ್ವಿಕ ಅಪ್ಪ ಅಮ್ಮನಿಗೆ ಇನ್ನೊಂದು ವಿಕಾರ ವ್ಯಕ್ತಿತ್ವವಿದೆಯೇ? ಈ ಸಾತ್ವಿಕತೆ ಎಲ್ಲಾ ಸೋಗೇ? ಇದರಲ್ಲಿ ಅಪ್ಪನದು ತಪ್ಪೊ? ಅಥವಾ ಅಮ್ಮನದೋ?

ಏನೋ ರಹಸ್ಯವಿಲ್ಲದಿದ್ದರೆ ಇಷ್ಟು ಹೊತ್ತಿಗೆ ನನಗೆ ಈ ವಿಚಾರವೆಲ್ಲಾ ತಿಳಿಸಲೇ ಬೇಕಾಗಿತ್ತು. ಅದಿಲ್ಲದಿದ್ದರೆ ಹೀಗೆ ನಾನು ಹುಟ್ಟಿದ ಸ್ವಲ್ಪ ದಿನಕ್ಕೆ ಊರು ಬಿಟ್ಟು ಬೇರೆ ಕಡೆ ಹೋಗಬೇಕಾಗಿತ್ತೇ?

ಛೇ... ನನಗೆ ಈ ವಿಚಾರವೇ ತಿಳಿಯದೆ ಇದ್ದಿದ್ದರೆ ಎಷ್ಟೋ ಚೆನ್ನಾಗಿತ್ತು. ಈಗ ಈ ಅಪ್ಪ ಅಮ್ಮ ನನ್ನ ಹೆತ್ತಮ್ಮನನ್ನು ನನ್ನಿಂದ ದೂರ ಮಾಡಿದ್ದೂ ಅಲ್ಲದೆ ಹೀಗೆ ಇಷ್ಟು ವರ್ಷಗಳೂ ನಾಟಕವಾಡುತ್ತಾ ಸತ್ಯವನ್ನು ಮುಚ್ಚಿಟ್ಟಿದ್ದಾರಲ್ಲಾ... ಥೂ... ಇವರನ್ನು ಅಪ್ಪ, ಅಮ್ಮ ಅಂತ ಅನ್ನಲೂ ಅಸಹ್ಯವಾಗುತ್ತಿದೆ. ಅಷ್ಟಕ್ಕೆ ಬೇಕಾದರೆ ನನ್ನನ್ನು ದತ್ತು ಪಡೆಯಬಹುದಾಗಿತ್ತಲ್ಲಾ... ಆ ಪ್ರಕಾಶನ ತಂದೆ ತಾಯಿಯ ಹಾಗೆ!

ಆದರೆ ಆ ಅಜ್ಜಿ ಹೇಳಿದ ಪ್ರಕಾರ ನಾನು ನನ್ನ ತಂದೆಗೇ ಹುಟ್ಟಿದ್ದು... ಆದರೆ ಬೇರೆ ಹೆಂಗಸಿನ ಹೊಟ್ಟೆಯಲ್ಲಿ! ಅದಕ್ಕೆ ಅಮ್ಮನ ಸಂಪೂರ್ಣ ಸಹಕಾರ! ಹಾಗಾದರೆ ಆ ಹೆಂಗಸು, ನನ್ನನ್ನು ಹೆತ್ತವಳು ಏನಾದಳು? ಆಕೆ ಸತ್ತೇ ಹೋಗಿದ್ದರೆ ಅದನ್ನಾದರೂ ನನಗೆ ತಿಳಿಸಬಹುದಲ್ಲಾ? ಆಕೆಯ ವಿಚಾರವೇ ಎಲ್ಲೂ ಸುಳಿಯದಂತೆ ನನ್ನೊಂದಿಗೆ ವ್ಯವಹರಿಸುತ್ತಾರಲ್ಲಾ... ಆಕೆಯನ್ನು ಏನು ಮಾಡಿದರು ಇವರಿಬ್ಬರೂ? ಆ ಹೆಂಗಸಿನ ಹೊಟ್ಟೆಯಲ್ಲಿ ಹುಟ್ಟಿದ ನಾನು ಬೇಕು ಇವರಿಗೆ, ಆಕೆ ಬೇಡವಾದಳೇ? ಇದು ಅಮ್ಮನ ಕುತಂತ್ರವೋ? ಅಪ್ಪನದ್ದೋ?

ಒಟ್ಟಿನಲ್ಲಿ ಅನ್ಯಾಯವಾಗಿರುವುದು ನನಗೆ, ಅದಕ್ಕಿಂತ ಹೆಚ್ಚಾಗಿ ಆ ಹೆತ್ತ ತಾಯಿಗೆ.

ಛೇ, ಇದೊಂದು ವಿಚಾರ ನನಗೆ ತಿಳಿಯದೆ ಇದ್ದಿದ್ದರೆ ಎಷ್ಟು ಚೆನ್ನಾಗಿರುತ್ತಿತ್ತು? ಈಗ ಯಾವ ಮುಖ ಹೊತ್ತು ನಾನು ಜನರೊಂದಿಗೆ ಬೆರೆಯಲಿ? ಆ ಪ್ರಕಾಶನನ್ನು ಹೇಗೆ ಮಾತನಾಡಿಸಲಿ? ಅವರ ವಿಚಾರದಲ್ಲಿ ಯಾರಿಗೂ ಏನೂ ಅನ್ಯಾಯವಾಗಿಲ್ಲ. ಅವನನ್ನು ಹೆತ್ತವರಾಗಲೀ, ಸಾಕಿದವರಾಗಲೀ ಯಾರಿಗೂ ಏನೂ ಅನ್ಯಾಯ ಮಾಡಿಲ್ಲ. ಆದರೂ ಅವನು ಎಷ್ಟು ಕೀಳರಿಮೆಯಿಂದ ಬಳಲುತ್ತಾನೆ. ಈಗ ನನಗೆ ಅವನ ತಳಮಳ ಸಂಪೂರ್ಣ ಅರ್ಥವಾಗುತ್ತಿದೆ. ನನ್ನ ವಿಚಾರ ಅವನದ್ದಕ್ಕಿಂತ ಹೀನಾಯವಾದದ್ದು. ಸಾತ್ವಿಕತೆಯ ಸೋಗು ಹಾಕಿಕೊಂಡು ವ್ಯವಹರಿಸುವ ನನ್ನ ತಂದೆ ತಾಯಿಗಳು ನನ್ನ ಹೆತ್ತಮ್ಮನಿಗೆ ಎಷ್ಟೊಂದು ಅನ್ಯಾಯ ಮಾಡಿದ್ದಾರೆ! ಇಂತಹವರ ಮಗಳೆಂದು ಹೇಳಿಕೊಳ್ಳಲು ನನಗೆ ಹೇಸಿಗೆಯಾಗುತ್ತಿದೆ!

ಮಧ್ಯಾಹ್ನ ಆ ಅಜ್ಜಿ ಹಾಗೆ ಕೇಳಿದ ನಂತರವಾದರೂ ಅಮ್ಮ ನನಗೆ ಏನಾದರು ಈ ವಿಚಾರವಾಗಿ ತಿಳಿಸಬಹುದಿತ್ತಲ್ಲಾ? ತಿಳಿಸಲು ಏನೂ ವಿಚಾರವೇ ಅಲ್ಲಿಲ್ಲ ಅನ್ನುವ ರೀತಿ ಆರಾಮವಾಗಿ ಹೊರಟುಬಿಟ್ಟರಲ್ಲಾ... ಯಾಕೆ?...

'ಅಮ್ಮಾ ನೀನ್ಯಾಕೆ ನನಗೆ ಹೀಗೆ ಮೋಸ ಮಾಡುತ್ತಿರುವೆ?... ಅಪ್ಪಾ... ನೀನ್ಯಾಕೆ ಹೀಗೆ ಎಲ್ಲಾ ನನ್ನಿಂದ ಮುಚ್ಚಿಟ್ಟಿರುವೆ?... ನನ್ನ ಹೆತ್ತಾಕೆಗೆ ಏನು ಮಾಡಿದಿರಿ? ಆಕೆ ಯಾರು? ಈಗ ಎಲ್ಲಿದ್ದಾಳೆ? ಅಯ್ಯೋ... ಒಂಥರಾ ವಿಚಿತ್ರ ಸಂಕಟವಾಗುತ್ತಿದೆ... ಅಯ್ಯೋ...' ಎನ್ನುತ್ತಾ ಎರಡು ಕೈಯಲ್ಲಿ ಹೊಟ್ಟೆ ಹಿಡಿದುಕೊಂಡು ಹಾಸಿಗೆಯಲ್ಲಿ ಉರುಳಾಡುತ್ತಾ ಭೋರೆಂದು ಅತ್ತಳು. ಅಯ್ಯೋ... ಈ ಸಂಕಟ, ಯಾತನೆ ಯಾವ ಶತ್ರುವಿಗೂ ಬೇಡ... ಯಾರನ್ನು ನನ್ನ ತಂದೆತಾಯಿಗಳು ಎಂದು ಭಾವಿಸಿದ್ದೆನೋ ಅವರೇ ನನಗೆ ಹೀಗೆ, ಈ ಮಟ್ಟದಲ್ಲಿ ಮೋಸಮಾಡಿದರೆ ನಾನು ಎಲ್ಲಿ ಹೋಗಲಿ? ದೇವರೇ, ಈ ಸತ್ಯವನ್ನು ನನಗೆ ತಿಳಿಸುವ ಬದಲು ನನ್ನ ಪ್ರಾಣವನ್ನು ಕಿತ್ತುಕೊಂಡಿದ್ದರೆ ಎಷ್ಟೋ ಚೆನ್ನಾಗಿತ್ತು... ಈಗ ನಾನೇನು ಮಾಡಲಿ?... ಎಂದು ಬಹಳ ಹಲುಬಿದಳು.

ಅತ್ತು, ಅತ್ತು ಸುಸ್ತಾಗಿ ಕೆಲ ಹೊತ್ತು ಹಾಗೇ ಮಲಗಿದ್ದಳು. ಸ್ವಲ್ಪ ಹೊತ್ತಿಗೇ ಇದೇ ಆಲೋಚನೆಗಳು ಪುನಃ ಅವಳನ್ನು ಆವರಿಸುತ್ತಿದ್ದವು. ಪುನಃ ಅಳು ಒತ್ತರಿಸಿ ಬರುತ್ತಿತ್ತು. ಹೀಗೇ ಇಡೀ ರಾತ್ರಿ ಕಳೆದಳು. ರಾತ್ರಿ ಊಟಕ್ಕೂ ಹೋಗಲಿಲ್ಲ. ದೀಪ ಕೂಡ ಹಾಕಿರದ ಕಾರಣ ಇವಳು ವಾಪಸ್ಸು ಬಂದು ರೂಮಿನಲ್ಲಿರುವುದು ಯಾರಿಗೂ ತಿಳಿಯಲೇ ಇಲ್ಲ.

* * *

ಬೆಳಗಾಗುವ ಹೊತ್ತಿಗೆ ಬಾಗಿಲು ಬಡಿದ ಶಬ್ದವಾಗಿ ನಿಧಾನವಾಗಿ ಎದ್ದು ಬಾಗಿಲು ತೆಗೆದಳು. ಹೊರಗಡೆ ಇವಳ ರೂಮ್‌ಮೇಟ್ ಸ್ವಪ್ನಾ ನಿಂತಿದ್ದಳು. ಆಗ ತಾನೆ ಊರಿನಿಂದ ಹಿಂತಿರುಗಿದ್ದಳು.

ಇವಳ ಮುಖ ಕಂಡ ಕೂಡಲೇ ಗಾಬರಿಯಿಂದ, "ಇದೇನೇ ಹೀಗಿದ್ದೀಯಾ? ಏನಾಯಿತೇ?" ಎಂದು ಕೇಳಿ ಕೈ ಹಿಡಿದಳು. ಕೈ ಸುಡುತ್ತಿತ್ತು. ಹಣೆ ಮುಟ್ಟಿ ನೋಡಿದಳು. ವಿಪರೀತ ಜ್ವರವಿತ್ತು. ಅವಳ ಕೈ ಹಿಡಿದು ಕರೆತಂದು ಮಂಚದ ಮೇಲೆ ಮಲಗಿಸಿ ಓಡಿ ಹೋಗಿ ವಾರ್ಡನ್‌ನನ್ನು ಕರೆತಂದಳು. ಆಕೆ ಬರುವಷ್ಟರಲ್ಲಿ ಜ್ಯೋತಿಗೆ ಜ್ವರದ ತಾಪ ಹೆಚ್ಚಾಗಿ ಅರೆಪ್ರಜ್ಞಾವಸ್ಥೆ ತಲುಪಿದ್ದಳು. ವಾರ್ಡನ್ ಬಂದವರೇ ಒಂದು ಟವೆಲ್ ನೆನೆಸಿ ಹಣೆಗೆ ಹಾಕಿದರು.

ಸ್ವಲ್ಪ ಹೊತ್ತಿಗೆ ಕಣ್ಣು ತೆರೆದ ಜ್ಯೋತಿಯನ್ನು ಕುರಿತು, "ಏನಮ್ಮಾ, ಇಷ್ಟೊಂದು ಜ್ವರ ಇದೆ! ಯಾವಾಗ್ಲಿಂದ? ನಿನ್ನ ತಂದೆ ತಾಯೀನ ಕರೆಸ್ತೇನೆ. ಅವರ ಜೊತೆ ಊರಿಗೆ ಹೋಗು ಆಯ್ತಾ..." ಎಂದರು. ತಕ್ಷಣ ಜ್ಯೋತಿ, ಇದ್ದಬದ್ದ ಶಕ್ತಿಯನ್ನೆಲ್ಲಾ ಒಟ್ಟುಗೂಡಿಸಿ,

"ಖಂಡಿತ ಬೇಡ. ನನ್ನಾಣೆಗೂ ಅವರನ್ನು ಕರೆಸಬೇಡಿ... ದಯವಿಟ್ಟು" ಎಂದು ಕೂಗುತ್ತಾ ಹಾಗೇ ಪ್ರಜ್ಞೆ ತಪ್ಪಿದಳು.

ವಾರ್ಡನ್ನಿಗೆ ಗಾಬರಿಯಾಗಿ ತಕ್ಷಣ ಅವಳನ್ನು ಆಸ್ಪತ್ರೆಗೆ ಸೇರಿಸುವ ವ್ಯವಸ್ಥೆ ಮಾಡಿದರು. ಅಲ್ಲಿ ಗ್ಲೂಕೋಸ್ ಡ್ರಿಪ್ಸ್ ಕೊಟ್ಟರು. ಸುಮಾರು ಹತ್ತುಗಂಟೆ ಹೊತ್ತಿಗೆ ಸ್ವಲ್ಪ ಚೇತರಿಸಿಕೊಂಡಳು.

ಅಲ್ಲಿಗೆ ಬಂದ ವಾರ್ಡನ್, "ನಿಮ್ಮ ತಂದೆ ತಾಯಿಗೆ ಫೋನ್..." ಇನ್ನು ಮಾತು ಮುಗಿಯುವಷ್ಟರಲ್ಲಿ ಜ್ಯೋತಿ ಎರಡೂ ಕೈ ಮುಗಿಯುತ್ತ ಕ್ಷೀಣ ಧ್ವನಿಯಲ್ಲಿ "ನಿಮಗೆ ಕೈ ಮುಗೀತೇನೆ. ಅವರಿಗೆ ತಿಳಿಸ್ಬೇಡಿ. ನಾನೇ ಸರಿ ಹೋಗ್ತೇನೆ. ಅವರು ತುಂಬಾ ಗಾಬರಿಯಾಗ್ತಾರೆ. ದಯವಿಟ್ಟು ತಿಳಿಸ್ಬೇಡಿ..." ಎಂದು ಬೇಡಿಕೊಂಡಳು. ವಾರ್ಡನ್‌ಗೆ ತುಂಬಾ ಆಶ್ಚರ್ಯವಾಯಿತು. ಆದರೂ ಸರಿಯೆಂದು ಒಪ್ಪಿಕೊಂಡು ಹೊರಗೆ ಹೋದರು.

ಸುದ್ದಿ ತಿಳಿದ ಪ್ರಕಾಶ ಓಡೋಡಿ ಬಂದನು. ಅವನನ್ನು ಕಂಡ ಕೂಡಲೇ ಜ್ಯೋತಿಗೆ ಅಳು ಪುನಃ ಒತ್ತರಿಸಿಕೊಂಡು ಬಂದಿತು. ಅವಳು ಆ ರೀತಿ ಅಳುವುದನ್ನು ನೋಡಿ ಅವನು ಗಾಬರಿಯಾದನು. "ಏನಾಯ್ತು ಜ್ಯೋತಿ?... ಯಾಕೆ ಹೀಗೆ ಅಳ್ತಿದ್ದೀಯಾ? ಹೇಳು... ಹೇಳು!" ಎಂದು ಒತ್ತಾಯಿಸಿದನು.

ಆದರೂ ಅವಳು ಅಳು ನಿಲ್ಲಿಸಲಿಲ್ಲ. ಅವಳು ಹೀಗೆ ಅಳುತ್ತಿರುವುದನ್ನು ನಿಲ್ಲಿಸಲು ಛೇಡಿಸುವ ಧ್ವನಿಯಲ್ಲಿ, "ಸರಿ ಹೋಯ್ತು... ಒಂದು ಸಣ್ಣ ಜ್ವರಕ್ಕೆ ಹೀಗೆ ಹೆದರ್ತಾರಾ? ನಿನ್ನ ತಂದೆ ತಾಯಿ ನೋಡಿದರೆ ನೀನು ಮಹಾ ಧೈರ್ಯಸ್ಥೆ ಎಂದು ಹೊಗಳ್ತಾರೆ! ನೀನು ನೋಡಿದ್ರೆ ಹೀಗೆ..."

ಅಳುವಿನ ಮಧ್ಯದಲ್ಲೇ ಜ್ಯೋತಿ, "ಪ್ರಕಾಶ್, ದಯವಿಟ್ಟು ನನ್ನ ಪಾಡಿಗೆ ನನ್ನ ಬಿಟ್ಟುಬಿಡು ಪ್ಲೀಸ್..." ಎಂದಳು.

ಅವನಿಗೆ ತುಂಬ ಆಶ್ಚರ್ಯವಾಯಿತು. ಅವಳೆಂದೂ ಹೀಗೆ ಅವನ ಜೊತೆ ಒರಟಾಗಿ ಮಾತನಾಡಿರಲಿಲ್ಲ. ಬಹುಶಃ ಜ್ವರದ ಪ್ರಭಾವವಿರಬಹುದು ಎಂದುಕೊಂಡ.

"ಸರಿಬಿಡು, ನಾನು ಹೋಗ್ತೇನೆ. ಆದ್ರೆ ನಿಮ್ಮ ತಂದೆ ತಾಯಿಗಾದ್ರೂ ಫೋನ್ ಮಾಡಿ ತಿಳಿಸ್ಲಾ?" ಎಂದನು.

ಕೂಡಲೇ, "ಬೇಡ, ಖಂಡಿತ ಬೇಡ, ಅದೊಂದು ಮಾತ್ರ ಮಾಡ್ಬೇಡ. ಅದರ ಬದಲು ನನ್ನ ಸಾಯಿಸ್ಬಿಡು. ಆದ್ರೆ ಖಂಡಿತ, ನನ್ನಾಣೆಗೂ, ಅವರಿಗೆ ತಿಳಿಸಿ ಕರೆಸ್ಬೇಡ" ಎಂದು ಅಳತೊಡಗಿದಳು.

ಪ್ರಕಾಶನಿಗೆ ಅವಳ ವರ್ತನೆ ತುಂಬಾ ವಿಚಿತ್ರವಾಗಿ ಕಂಡಿತು. ಮೊದಲು ಜ್ವರ ನಿಲ್ಲಲಿ, ನಂತರ ವಿಚಾರಿಸಿದರೆ ಆಯಿತು. ಈಗ ಅವಳ ಪರಿಸ್ಥಿತಿ ಸೂಕ್ಷ್ಮವಾಗಿದೆ ಎಂದುಕೊಂಡು ಅಲ್ಲಿಂದ ಹೊರಗೆ ಬಂದುಬಿಟ್ಟನು.

ಸಂಜೆ ವೇಳೆಗೆ ಜ್ವರ ಇಳಿಮುಖವಾಯಿತು. ಅವಳು ತನ್ನ ರೂಮಿಗೆ ಬಂದುಬಿಟ್ಟಳು. ರಾತ್ರಿಗೆ ಬರೀ ಅನ್ನ, ಸಾರು ಊಟ ಮಾಡಿದಳು. ಪ್ರಕಾಶ ಸ್ವಪ್ನಳ ಕೈಯಲ್ಲಿ ಸೇಬು, ಮೊಸಂಬಿ, ಬ್ರೆಡ್ ಕಳುಹಿಸಿದ್ದನು. ಅವಳು ಅದ್ಯಾವುದನ್ನು ಮುಟ್ಟಲಿಲ್ಲ. ಮಾತ್ರೆಗಳ ಪ್ರಭಾವಕ್ಕೆ ಏನೋ ರಾತ್ರಿ ಚೆನ್ನಾಗಿ ನಿದ್ದೆ ಬಂದಿತು.

ಆದರೆ ಬೆಳಗ್ಗೆ ಮೇಲೇಳಲೂ ತ್ರಾಣವಿರಲಿಲ್ಲ. ಹಾಗೂ ಹೀಗೂ ಮುಖ ತೊಳೆದು ಬರುವಷ್ಟರಲ್ಲಿ ಸ್ವಪ್ನ ಅವಳಿಗಾಗಿ ಕಾಫಿ ತಂದಿದ್ದಳು. ಕಾಫಿ ಜೊತೆ ಸ್ವಪ್ನಳ ಬಲವಂತಕ್ಕಾಗಿ ಒಂದೆರಡು ಸ್ಲೈಸ್ ಬ್ರೆಡ್ ತಿಂದಳು. ಸ್ವಪ್ನ ಕಾಲೇಜಿಗೆ ಹೋದಳು.

ಇವಳ ಮುಂದಿದ್ದ ಪ್ರಶ್ನೆ ಒಂದೇ – ಹಾಗಾದರೆ ನನ್ನ ನಿಜವಾದ ತಾಯಿ ಯಾರು? ಅನುರಾಧಳನ್ನು ತಾಯಿ ಅಲ್ಲ ಅನ್ನಲು ಮನಸ್ಸು ಒಪ್ಪಲಿಲ್ಲ. ಆದರೆ ತನ್ನನ್ನು ಹೆತ್ತಾಕೆ, ತನ್ನನ್ನು ಒಂಭತ್ತು ತಿಂಗಳು ಹೊಟ್ಟೆಯಲ್ಲಿಟ್ಟುಕೊಂಡು ತನಗೆ ಜನ್ಮ ನೀಡಿದಾಕೆ ಯಾರು? ಈಗ ಆಕೆ ಎಲ್ಲಿದ್ದಾರೆ? ತನ್ನನ್ನು ಆಕೆಯಿಂದ ಬೇರ್ಪಡಿಸಿದಾಗ ಆಕೆ ಅದೆಷ್ಟು ನೋವು, ದುಃಖ ಅನುಭವಿಸಿರಬೇಕು?! ಅದರ ಕಲ್ಪನೆಯಿಂದಲೇ ಅವಳಿಗೆ ಬಹಳ ವೇದನೆಯಾಗಿ 'ಅಮ್ಮಾ...' ಎನ್ನುತ್ತಾ ಬಿಕ್ಕಿ ಬಿಕ್ಕಿ ಅತ್ತಳು. ತನ್ನ ತಂದೆ ತಾಯಿ ಹೀಗೇಕೆ ಮಾಡಿದರು? ಈ ಪ್ರಶ್ನೆಗಂತೂ ಅವಳಲ್ಲಿ ಉತ್ತರವೇ ಇರಲಿಲ್ಲ. ಅವರು ಇಷ್ಟೊಂದು ಕಟುಕರೇ? 'ಇಲ್ಲ... ಇಲ್ಲ' ಎಂದು ಮನಸ್ಸು ಚೀರಿ ಚೀರಿ ಹೇಳುತ್ತಿತ್ತು. ಆದರೆ ವಾಸ್ತವಿಕತೆಯ ಎದುರು ಈ ನಂಬಿಕೆಗಳೆಲ್ಲಾ ಅಲುಗಾಡತೊಡಗಿದವು.

ಆಗ ಅವಳಿಗೆ ಪ್ರಕಾಶ ಸುಮಾರು ವರ್ಷಗಳಿಂದ ಅನುಭವಿಸುತ್ತಿರುವ ನೋವಿನ ಆಳ ಅರಿವಾಗತೊಡಗಿತು. ಜೊತೆಗೆ ಮತ್ತೊಂದು ಪ್ರಶ್ನೆ ಉದ್ಭವವಾಯಿತು. ಅವನಿಗೇನಾದರೂ ನನ್ನ ಹುಟ್ಟಿನ ಸತ್ಯದ ಅರಿವಾದರೆ ಬೇರೆಲ್ಲಾ ಹೋಗಲಿ, ಬಹುಶಃ ನನ್ನ ಗೆಳೆತನವನ್ನೂ ಸಹ ಅವನು ಒಪ್ಪಲಾರನು. ಈ ವಿಚಾರದಲ್ಲಿ ಅವನು ತುಂಬಾ ಸೂಕ್ಷ್ಮ. ತನ್ನ ಹುಟ್ಟಿನ ಬಗ್ಗೆಯೇ ಅಷ್ಟೊಂದು ಕೀಳರಿಮೆ ಇಟ್ಟುಕೊಂಡಿರುವವನು. ಈಗ ಏಕಾಏಕಿ ನನ್ನ ಈ ಹೀನ ಹುಟ್ಟಿನ ಬಗ್ಗೆ ತಿಳಿದರೆ ನನ್ನ ಬಗ್ಗೆಯಾಗಲಿ ನನ್ನ ತಂದೆ ತಾಯಿಯರ ಬಗ್ಗೆಯಾಗಲಿ ಕಿಂಚಿತ್ತೂ ಗೌರವ, ಆದರ ಉಳಿಸಿಕೊಳ್ಳುವುದಿಲ್ಲ. ಅವನ ವಿಚಾರ ಹಾಗಿರಲಿ, ನನ್ನ ಬಗ್ಗೆ, ನನ್ನ ತಂದೆ ತಾಯಿ ಬಗ್ಗೆ ನನಗೇ ಅಸಹ್ಯವಾಗುತ್ತಿದೆ. ಇಂತಹುದರಲ್ಲಿ ಅವನು ನಮ್ಮ ಬಗ್ಗೆ ಅಸಹ್ಯ ಪಟ್ಟುಕೊಂಡರೆ ಆಶ್ಚರ್ಯವೇನೂ ಇಲ್ಲ. ಹೀಗಿರುವಾಗ ಅವನು ನನ್ನ ವಿಚಾರ ತಿಳಿದು ನಮ್ಮಿಂದ ದೂರ ಹೋಗುವ ಬದಲು ಇದ್ಯಾವುದನ್ನೂ ಅವನಿಗೆ ತಿಳಿಸದೆ ನಾನೇ ದೂರ ಸರಿಯುವುದು ಉತ್ತಮ ಎನಿಸಿತು.

ಸಂಜೆ ವೇಳೆಗೆ ತಲೆ ತುಂಬಾ ನೋಯತೊಡಗಿತು. ಆದರೆ ಸ್ವಪ್ನಳ ಉಪಚಾರದಿಂದ ಹಾಗೂ ಮಾತ್ರೆಗಳ ಪ್ರಭಾವದಿಂದ ರಾತ್ರಿ ಚೆನ್ನಾಗಿ ನಿದ್ದೆ ಮಾಡಿದಳು.

ಬೆಳಗ್ಗೆ ಎದ್ದಾಗ ಮೈಕೈಯೆಲ್ಲಾ ಬಹಳ ನೋಯುತ್ತಿತ್ತು. ವಿಪರೀತ ನಿಶ್ಯಕ್ತಿ ಇತ್ತು. ಆದರೂ ಕಾಲೇಜಿಗೇನೋ ಹೋಗಲು ನಿರ್ಧರಿಸಿದಳು. ನಿಜಸ್ಥಿತಿ ತಿಳಿದ ಮೇಲೂ ಅವರ ಹಂಗಿನಲ್ಲಿ ಕಾಲೇಜಿಗೆ ಹೋಗಿ ಓದಬೇಕಾ ಅಂತ ಅನ್ನಿಸಿತು. ಆದರೆ ಸದ್ಯದ ಪರಿಸ್ಥಿತಿಯಲ್ಲಿ ಏನೂ ಮಾಡುವ ಹಾಗಿರಲಿಲ್ಲ. ಅವರು ಹೇಗೆ ಸತ್ಯವನ್ನು ಮುಚ್ಚಿಟ್ಟು ನಾಟಕವಾಡುತ್ತಿದ್ದಾರೋ ಹಾಗೆಯೇ ನಾನು ಏನೂ ತಿಳಿಯದವಳ ಹಾಗೆ ನಾಟಕವಾಡಬೇಕು. ಆದರೆ ಏನಾದರೂ ಮಾಡಿ ಸತ್ಯವನ್ನು ಅವರ ಬಾಯಿಂದಲೇ ಹೊರಬರುವ ಹಾಗೆ ಮಾಡಬೇಕು ಎಂದು ನಿರ್ಧರಿಸಿದಳು. ಆದರೆ ಅದು ಅಷ್ಟು ಸುಲಭದ ವಿಚಾರವಲ್ಲ ಎಂಬುದು ಅವಳಿಗೆ ತಿಳಿದಿತ್ತು.

* * *

ಕಾಲೇಜಿಗೇನೋ ಹೋಗತೊಡಗಿದಳು. ಆದರೆ ಅವಳಿಗೆ ಈಗ ಯಾವುದರಲ್ಲಿಯೂ ಆಸಕ್ತಿ ಇರಲಿಲ್ಲ. ಯಾರೊಂದಿಗೂ ಬೆರೆಯಲು ಇಷ್ಟಪಡುತ್ತಿರಲಿಲ್ಲ. ಸದಾ ತಾನಾಯಿತು, ತನ್ನ ಓದಾಯಿತು ಎಂದು ಇದ್ದು ಬಿಟ್ಟಳು. ಅವಳ ಮನಸ್ಸಿನಲ್ಲಿ ಸದಾ ಕೊರೆಯುತ್ತಿದ್ದುದು ಒಂದೇ ಪ್ರಶ್ನೆ – ಹಾಗಾದರೆ ನನ್ನ ನಿಜವಾದ ತಾಯಿ ಯಾರು? ಇಷ್ಟು ದಿನ ನನ್ನ ತಾಯಿಯೆಂದು

ಭಾವಿಸಿದಾಕೆ ನನ್ನ ತಾಯಿಯಲ್ಲವೇ? ನನ್ನ ತಂದೆ ತಾಯಿ ಈ ರೀತಿ ಒಂದು ಕೃತ್ಯವೆಸಗಲು ಸಾಧ್ಯವೇ?

ಸದಾ ಉತ್ಸಾಹದ ಚಿಲುಮೆಯಾಗಿದ್ದ ಜ್ಯೋತಿಯ ಈ ಉದಾಸೀನತೆ ಕಾಲೇಜಿನಲ್ಲಿ ಬಹುಬೇಗ ಎಲ್ಲರ ಗಮನ ಸೆಳೆಯಿತು. ಬಹಳ ಜನ ಅವಳ ಮತ್ತು ಪ್ರಕಾಶನ ಸ್ನೇಹದಲ್ಲಿ ಏನೋ ಎಡವಟ್ಟಾಗಿದೆ ಎಂದು ಭಾವಿಸಿದರು. ಅದಕ್ಕೆ ಸರಿಯಾಗಿ ಇವಳು ಪ್ರಕಾಶನನ್ನು ತಪ್ಪಿಸಿಕೊಂಡು ಓಡಾಡತೊಡಗಿದಳು. ಪ್ರಕಾಶನಿಗೂ ಇವಳ ವರ್ತನೆ ಸ್ವಲ್ಪವೂ ಅರ್ಥವಾಗಲಿಲ್ಲ. ಪ್ರತಿದಿನ ಅವಳನ್ನು ಮಾತನಾಡಿಸಲು ಪ್ರಯತ್ನಿಸಿ ಸೋತನು. ಆದರೆ ದಿನೇ ದಿನೇ ಕೃಶವಾಗುತ್ತಿದ್ದ, ಕಾಂತಿಹೀನಳಾಗುತ್ತಿದ್ದ ಜ್ಯೋತಿಯನ್ನು ಕಂಡು ಅವನ ಕರುಳು ಚುರ್‌ರೆನ್ನುತ್ತಿತ್ತು.

* * *

ಈ ಮಧ್ಯೆ ಜ್ಯೋತಿಯ ತಂದೆ ತಾಯಿಗಳು ಫೋನ್ ಮೂಲಕ ಅವಳನ್ನು ಸಂಪರ್ಕಿಸಿದಾಗಲೂ ಅತ್ಯಂತ ಚುಟುಕಾಗಿ ಮಾತನಾಡಿ ಫೋನ್ ಇಟ್ಟುಬಿಡುತ್ತಿದ್ದಳು. ಅವಳ ಇಂತಹ ವರ್ತನೆ ಅವರಿಗೆ ವಿಚಿತ್ರವಾಗಿ ತೋರಿತು. ಓದಿನ ಒತ್ತಡವಿರಬಹುದು ಎಂದುಕೊಂಡರು. ಫೋನ್ ಬಂದ ದಿನಗಳಂತೂ ಜ್ಯೋತಿ ಇನ್ನೂ ಹೆಚ್ಚು ಮಂಕಾಗುತ್ತಿದ್ದಳು. ಮತ್ತಷ್ಟು ಅಂತರ್ಮುಖಿಯಾಗುತ್ತಿದ್ದಳು.

ಹೀಗೇ ಸುಮಾರು ಒಂದು ತಿಂಗಳು ಕಳೆದಿರಬಹುದು. ಒಂದು ಭಾನುವಾರ ಪ್ರಕಾಶ ಮನೆಯಲ್ಲೇ ಕುಳಿತು ಓದಲು ಪ್ರಯತ್ನಿಸುತ್ತಿದ್ದನು. ಪರೀಕ್ಷೆಗಿನ್ನು ಕೇವಲ ಒಂದು ತಿಂಗಳಿತ್ತು. ಜ್ಯೋತಿಯ ಈ ಒಗಟಿನ ನಡವಳಿಕೆ ಅವನನ್ನು ಬಹಳ ಗೊಂದಲಕ್ಕೆ ಕೆಡವಿತ್ತು. ಓದಿನಲ್ಲಿ ಮನಸ್ಸು ನಿಲ್ಲದೆ ಪದೇ ಪದೇ ಅವಳನ್ನೇ ಕುರಿತು ಯೋಚಿಸುತ್ತಿತ್ತು. ಹೋಗಲಿ, ಮಾತಿಗಾದರೂ ಸಿಗುತ್ತಾಳ ಎಂದರೆ ಅದೂ ಕೂಡಾ ಇಲ್ಲ. ತನ್ನ ರೂಮ್ ಬಿಟ್ಟು ಹೊರಗೆ ಬರುವುದೇ ಇಲ್ಲ. ಕಾಲೇಜಿನಲ್ಲಿ ಸಿಕ್ಕಿದರೂ ತಪ್ಪಿಸಿಕೊಂಡು ಓಡಾಡುತ್ತಾಳೆ. ಯಾರೂ ಗೆಳೆಯರೇ ಇಲ್ಲದೆ ಒಂಟಿಯಾಗಿದ್ದ ನನಗೆ ಜೀವನೋತ್ಸಾಹ ತುಂಬಿ ಒತ್ತಾಸೆಯಾಗಿ ನಿಂತಿದ್ದವಳು ಈಗ ಏಕಾಏಕಿ ಹೀಗೆ ಮಾಡುತ್ತಿದ್ದಾಳೆಂದರೆ ಏನೆಂದು ಅರ್ಥೈಸುವುದು? ನನ್ನಿಂದ ಏನಾದರೂ ತಪ್ಪಾಯಿತೇ? ಹಾಗಿದ್ದಲ್ಲಿ ಹೇಳಬಹುದಲ್ಲಾ? ಎಲ್ಲವನ್ನೂ ನೇರವಾಗಿ ಹೇಳಿಬಿಡುವ ಸ್ವಭಾವ ಅವಳದು. ಅದಕ್ಕೆ ಅಲ್ಲವೇ ಅವಳು ನನಗೆ ಇಷ್ಟು ಇಷ್ಟವಾಗಿದ್ದು? ಅಥವಾ ನನ್ನಿಂದ ಏನು ತಪ್ಪಾಗಿದೆ? ನನ್ನನ್ನೇಕೆ ಹೀಗೆ ಶಿಕ್ಷಿಸುತ್ತಿದ್ದಾಳೆ? ಒಂದು ಪತ್ರವನ್ನಾದರೂ ಬರೆಯಲೇ? ಎಂದು ಯೋಚಿಸುತ್ತಾ ಕುಳಿತನು.

ಆಗ ಕೆಳಗಿನಿಂದ ಅವನ ತಾಯಿ ಅವನನ್ನು ಕರೆಯುವುದು ಕೇಳಿಸಿ ಕೆಳಗಿಳಿದು ಹೋದನು. ಹಾಲಿನಲ್ಲಿ ಜ್ಯೋತಿಯ ತಂದೆ ತಾಯಿ ಕುಳಿತಿರುವುದು ಕಾಣಿಸಿತು.

ಅವನನ್ನು ಕಂಡ ಕೂಡಲೇ ಪ್ರಕಾಶನ ತಾಯಿ, "ನೋಡೋ, ಜ್ಯೋತಿಯ ತಂದೆ ತಾಯಿ ಬಂದಿದ್ದಾರೆ. ಮಾತಾಡಿಸ್ತಾ ಇರು. ಕಾಫಿ ತರ್ತೇನೆ..." ಎಂದು ಒಳಗೆ ಹೋದರು.

ಪ್ರಕಾಶ ಕೂಡಲೇ, "ಕಾಫಿ ಕುಡಿದು ಹೊರಗೆ ಎಲ್ಲಾದರೂ ಹೋಗೋಣ. ಅಲ್ಲಿ ಮಾತಾಡೋಣ" ಎಂದನು.

ಮೂರ್ತಿಗಳು ಸರಿ ಎಂದರು.

ಪ್ರಕಾಶನ ತಾಯಿ ವಿಮಲ ಕಾಫಿ ತರುವ ವೇಳೆಗೆ ಪ್ರಕಾಶ ಹೋಗಿ ಬೇರೆ ಬಟ್ಟೆ ಧರಿಸಿ ಸಿದ್ಧನಾಗಿ ಬಂದನು.

ಎಲ್ಲರೂ ಕಾಫಿ ಕುಡಿಯುತ್ತಾ ಲೋಕಾಭಿರಾಮವಾಗಿ ಮಾತನಾಡಿದರು.

ನಂತರ ಮೂರ್ತಿ ದಂಪತಿಗಳು ಹೊರಡುವೆನೆಂದಾಗ ವಿಮಲ ಅನುರಾಧಾಗೆ ಕುಂಕುಮ, ತಾಂಬೂಲ ಕೊಡುತ್ತಾ, "ನಿಮ್ಮ ಮಗಳಂತೂ ತುಂಬಾ ಚೂಟಿ! ಮನುಷ್ಯ ಸಂಗವೇ ಬೇಡವೆಂದು ಕುಳಿತಿದ್ದ ಇವನನ್ನು ಹೇಗೆ ತಿದ್ದಿಬಿಟ್ಟಳು ನೋಡಿ! ನನಗಂತೂ ಅವಳೆಂದರೆ ಬಹಳ ಇಷ್ಟ. ಅವಳೂ ಬಂದಿದ್ದರೆ ಚೆನ್ನಾಗಿತ್ತು" ಎಂದರು.

ಅದಕ್ಕುತ್ತರವಾಗಿ ಪ್ರಕಾಶನೇ, "ಅವಳಿಗೆ ಈಗ ಪ್ರಾಕ್ಟಿಕಲ್ಸ್ ನಡೀತಾ ಇದೆ. ಪರೀಕ್ಷೆ ಮುಗಿದ ಮೇಲೆ ಬರ್ತಾಳೆ ಬಿಡು... ಈಗ ನಾನು ಇವರ ಜೊತೆ ಸ್ವಲ್ಪ ಹೊತ್ತು ಹೋಗಿ ಬರ್ತೇನೆ" ಎಂದನು.

"ಸರಿ ಆದ್ರೆ ಊಟಕ್ಕೆ ಬರ್ತೀಯ ತಾನೇ?"

"ಹ್ಞೂ ಬರ್ತೇನೆ" ಎನ್ನುತ್ತಾ ಅವರ ಜೊತೆ ಹೊರಗೆ ನಡೆದನು. ಅವರು ಕಾರಿನಲ್ಲೇ ಬಂದಿದ್ದರು. ಕಾರಿನಲ್ಲಿ ಕುಳಿತ ಕೂಡಲೇ, ಅನುರಾಧರ ದುಃಖದ ಕಟ್ಟೆ ಒಡೆಯಿತು.

"ಪ್ರಕಾಶ್, ಜ್ಯೋತೀನ ನೋಡಿದ್ಯಾ? ಹೇಗಿದ್ದವಳು ಹೇಗಾಗಿದ್ದಾಳೆ! ಏನಾಗಿದೆ ಅವಳಿಗೆ? ನಿನ್ನೆ ವಾರ್ಡನ್ ಊರಿಗೆ ಫೋನ್ ಮಾಡಿ, 'ಯಾಕೆ ಜ್ಯೋತೀನ ನೋಡೋಕ್ಕೆ ಬಂದೇ ಇಲ್ಲ, ಜ್ವರ ಬಂದಾಗಿನಿಂದ ತುಂಬಾ ವೀಕಾಗಿದ್ದಾಳೆ, ಮಂಕಾಗಿದ್ದಾಳೆ' ಎಂದು ಹೇಳಿದಾಗಲೇ ಅವಳು ಹೀಗಾಗಿರುವುದು ತಿಳಿಯಿತು. ಜ್ವರ ಬಂದಿದ್ದಾಗಲೀ, ಇಷ್ಟು ಇಳಿದು ಹೋಗಿರುವುದಾಗಲೀ ನಮಗೆ ಗೊತ್ತೇ ಆಗಲಿಲ್ಲ. ಕಡೆಗೆ ನೀನಾದರೂ ತಿಳಿಸಬಹುದಿತ್ತಲ್ಲಾ? ನಿಮ್ಮಿಬ್ಬರ ಮಧ್ಯೆ ಏನಾದರೂ ಮನಸ್ತಾಪ ಬಂದಿದೆಯಾ? ಅವಳು ನಮಗೆ ಮುಖ ಕೊಟ್ಟೇ ಮಾತಾಡ್ಲಿಲ್ಲ. ನೀನಾದ್ರೂ ಹೇಳು..." ಎಂದು ಕೇಳಿದರು.

"ನನಗೂ ಏನೂ ಗೊತ್ತಾಗ್ತಾ ಇಲ್ಲ ಆಂಟೀ... ಅವಳು ನನ್ನೊಂದಿಗೂ ಮಾತೇ ಆಡ್ತಾ ಇಲ್ಲ. ಏನೂ ಕೇಳ್ಬೇಡ, ಮಾತಾಡಿಸ್ಬೇಡ ಅಂತ ಅಂದಳು. ನನ್ನೊಂದಿಗೂ ಮಾತಾಡ್ತಾ ಇಲ್ಲ. ನನಗೂ ಒಂದೂ ಅರ್ಥವಾಗ್ತಾ ಇಲ್ಲ" ಎಂದು ಖಿನ್ನನಾಗಿ ಹೇಳಿದನು.

"ಹೀಗೆ ಹೇಳಿದ್ರೆ ಹೇಗೆ ಪ್ರಕಾಶ್? ಜಗಳ ಗಿಗಳ ಇಲ್ಲಾಂದ್ರೆ ನೀನು ಸ್ವಲ್ಪ ವಿಚಾರಿಸ್ಕೋಬಹುದಿತ್ತಲ್ಲಾ? ನೀನೂ ಹೀಗೆ ನಿರ್ಲಕ್ಷ್ಯ ತೋರಿದರೆ ಹೇಗೆ? ಅವಳಿಗೇನಾದರೂ ಆದ್ರೆ ನಾನು ಬದುಕಿರಲ್ಲ..." ಎಂದು ಪುನಃ ಅಳತೊಡಗಿದರು.

ಮೂರ್ತಿಗಳು ಅಸಹನೆಯಿಂದ ಹೆಂಡತಿಗೆ, "ನೀನು ಸ್ವಲ್ಪ ಸುಮ್ಮನಿರ್ತೀಯಾ? ಅಂಥದ್ದೇನೂ ಆಗೋಲ್ಲ..." ಎನ್ನುತ್ತ, ಪ್ರಕಾಶನ ಕಡೆ ತಿರುಗಿ, "ನಾವು ಬೆಳಗ್ಗೆ ಬಂದಾಗ ಅವಳು ರೂಮಿನಿಂದ ಹೊರಗೆ ಬರಲೇ ಇಲ್ಲ. ಕಡೆಗೆ ಇವಳೇ ಅವಳ ರೂಮಿಗೆ ಹೋದಳು. ಅವಳು ಮಂಚದ ಮೇಲೆ ಸುಮ್ಮನೆ ಮಲಗಿದ್ದಳಂತೆ, ಇವಳು ಬಲವಂತದಿಂದ ಅವಳನ್ನು ಹೊರಗೆ ಕರೆತಂದಳು. ಯಾವುದಕ್ಕೂ ಹೆಚ್ಚು ಮಾತಿಲ್ಲ. ಕಡೆಗೆ, 'ಏನಮ್ಮ, ಜ್ವರ ಬಂದಿದ್ದನ್ನಾದರೂ ತಿಳಿಸಬಹುದಿತ್ತಲ್ಲಾ' ಎಂದಾಗ 'ನೀವು ತುಂಬಾ ಬಿಜಿಯಾಗಿರ್ತೀರ ಯಾಕೆ ಸುಮ್ನೆ ಡಿಸ್ಟರ್ಬ್ ಮಾಡೋದೂಂತ ಹೇಳ್ಲಿಲ್ಲ. ಈಗ ನಾನು ತುಂಬ ಬಿಜಿ. ಪರೀಕ್ಷೆ ಹತ್ರ ಬರ್ತಿದೆ. ಈಗ ನೀವು ಊರಿಗೆ ಹೊರಡಿ... ಪರೀಕ್ಷೆ ಮುಗಿದ ಮೇಲೆ ನಾನೇ ಬರ್ತೇನೆ' ಎಂದು ಒಂದು ನಿಮಿಷ ಕೂಡ ಕೂರದೇ ಹೊರಟೇ ಹೋದಳು. ನಮಗೇನೂ ತೋಚದೆ ನೀನಾದರೂ ಏನಾದ್ರೂ ಹೇಳ್ತೀಯೇನೋ ಅಂತ ಇಲ್ಲಿಗೆ ಬಂದೆವು" ಎಂದು ನಿಟ್ಟುಸಿರಿಟ್ಟರು.

"ಅಂಕಲ್ ನನ್ಗೂ ಏನೂ ಗೊತ್ತಿಲ್ಲ. ಹೋದ ತಿಂಗಳು ಅವಳ ಬರ್ತ್‌ಡೆ ಆದ ಸ್ವಲ್ಪ ದಿನಕ್ಕೇ ಒಂದು ದಿನ ಅವಳಿಗೆ ವಿಪರೀತ ಜ್ವರ ಬಂತು. ಆಸ್ಪತ್ರೆಗೆ ಸೇರಿಸಿ ಡ್ರಿಪ್ಸ್ ಕೊಟ್ಟರು. ಅಷ್ಟು ವೀಕಾಗಿದ್ದಳು. ನಿಮಗಾದ್ರೂ ಫೋನ್ ಮಾಡ್ತೇನೇಂತ ಹೇಳಿದ್ರೆ ಖಂಡಿತ ಬೇಡ ಅಂತ ಆಣೆ ಪ್ರಮಾಣ ಮಾಡಿಸಿಕೊಂಡಳು. ಆಮೇಲೆ ಯಾವತ್ತೂ ಮಾತಿಗೆ ಸಿಗಲೇ ಇಲ್ಲ. ತಪ್ಪಿಸಿಕೊಂಡೇ ಓಡಾಡ್ತಾಳೆ. ನನ್ನೊಂದಿಗೇ ಅಲ್ಲ, ಯಾರೊಂದಿಗೂ ಬೆರೆಯುತ್ತಿಲ್ಲ, ಮಾತೂ ಆಡ್ತಾ ಇಲ್ಲ. ಸದಾ ಮಂಕಾಗಿ ಕೂತಿರ್ತಾಳೆ ಅಂತ ಸ್ವಪ್ನ ಕೂಡ ಹೇಳಿದಳು. ಏನಾಗಿರಬಹುದು ಅವಳಿಗೆ?" ಎಂದು ಮರುಪ್ರಶ್ನಿಸಿದ.

"ನಮಗೇನೂ ತಿಳಿಯುತ್ತಿಲ್ಲವಪ್ಪ! ಆದರೆ ಅವಳನ್ನು ಈ ರೀತಿ ನೋಡಲು ನಮ್ಮ ಕೈಲಿ ಸಾಧ್ಯವಿಲ್ಲ. ಏನಾದ್ರೂ ಮಾಡಿ ಅವಳನ್ನು ಮೊದಲಿನ ಹಾಗೆ ಮಾಡಬೇಕು. ಅವಳ್ಯಾಕೆ ಹೀಗಾದಳು ಅಂತ ತಿಳ್ಕೋಬೇಕು. ನಾವು ಅವಳಲ್ಲಿ

ಪ್ರಾಣಾನೇ ಇಟ್ಟಿದ್ದೇವೆ. ದಯವಿಟ್ಟು ನೀನು ನಮಗೆ ಸಹಾಯ ಮಾಡು. ಹೇಗಾದ್ರೂ ಸರಿ, ಅವಳ ಈ ಸ್ಥಿತಿಗೆ ಕಾರಣ ತಿಳಿದುಕೋ" ಎಂದು ಗೋಗರೆದರು. ಅನುರಾಧ ಅಳುತ್ತಿದ್ದರು. ಮೂರ್ತಿಗಳ ಕಣ್ಣು ತೇವವಾಗಿದ್ದವು.

ಅವರಿಬ್ಬರ ಈ ಸ್ಥಿತಿ ಕಂಡು ಪ್ರಕಾಶನಿಗೂ ದುಃಖವಾಯಿತು.

ಮೂರ್ತಿಗಳು ಮಾತು ಮುಂದುವರೆಸಿದರು, "ನಾವೇನೋ ನಿಮ್ಮಿಬ್ಬರ ನಡುವೆ ಏನೋ ನಡೆದಿದೆ, ಅದಕ್ಕೆ ಹೀಗಾಗಿದೆ ಅಂತ ಅಂದುಕೊಂಡೆವು. ಆದರೆ ಅದಲ್ಲ ಕಾರಣ ಎಂದು ನೀನೇ ಹೇಳಿದೆ. ಹಾಗಾದರೆ ಎಲ್ಲಿ ಏನಾಯಿತು? ನಾವಿಬ್ಬರಂತೂ ಅವಳನ್ನು ಒಂದು ದಿನವೂ ಯಾವುದೇ ಕಾರಣಕ್ಕೂ ನೋಯಿಸಿದವರಲ್ಲ. ಅವಳ ಬೇಕು-ಬೇಡಗಳನ್ನು ನಿರ್ಲಕ್ಷಿಸಿಲ್ಲ. ಇಷ್ಟಾದ್ರೂ ಅವಳ್ಯಾಕೆ ಹೀಗಾದಳು... ಅದೂ ಕೇವಲ ಒಂದು ತಿಂಗಳಲ್ಲಿ? ನಮಗೆ ಮೊದಲಿನ ಜ್ಯೋತಿ ಬೇಕು. ನೀನೇ ಸಹಾಯ ಮಾಡಬೇಕು, ಪ್ಲೀಸ್..." ಎಂದು ಬೇಡಿಕೊಂಡರು.

ಪ್ರಕಾಶ ನಿಧಾನವಾಗಿ ನುಡಿದ, "ಅಂಕಲ್, ನನಗೆ ಬೇಕಾದ್ದೂ ಅದೇ. ನನಗೂ ಮೊದಲಿನ ಜ್ಯೋತೀನೇ ಬೇಕು. ಏನಾದ್ರೂ ಆಗ್ಲಿ, ಒಂದೆರಡು ದಿನಗಳಲ್ಲೇ ಅವಳ ಈ ಪರಿಸ್ಥಿತಿಗೆ ಕಾರಣ ಕಂಡು ಹಿಡೀತೇನೆ. ನೀವೀಗ ಊರಿಗೆ ಹೋಗಿ, ನಾನು ತಿಳಿದುಕೊಂಡು ನಿಮಗೆ ತಿಳಿಸ್ತೇನೆ."

ತಕ್ಷಣ ಅನುರಾಧ, "ಇಲ್ಲ, ಇಲ್ಲ, ಊರಿಗೆ ಹೋಗಲ್ಲ. ಅವಳನ್ನು ಈ ಸ್ಥಿತೀಲಿ ಬಿಟ್ಟು ಊರಿಗೆ ಹೋಗೋದೇ? ಕಾರಣ ತಿಳಿದು, ಅವಳು ಸರಿಯಾಗುವ ತನಕ ಇಲ್ಲೇ ಹೋಟೆಲ್‌ನಲ್ಲಿ ರೂಮ್ ಮಾಡಿಕೊಂಡು ಇರ್ತೇವೆ. ಏನ್ರೀ, ಏನು ಹೇಳ್ತೀರಾ...?" ಎಂದು ಗಂಡನ ಕಡೆ ತಿರುಗಿದರು.

"ಸರಿ ಕಣೇ, ಇಲ್ಲೇ ಹೋಟೆಲ್‌ನಲ್ಲಿ ಇರೋಣ, ಕಡೆ ಪಕ್ಷ ಕಾರಣ ತಿಳಿಯೋವರೆಗೂ..." ಎಂದರು.

"ನಾನು ಆದಷ್ಟೂ ಬೇಗ ಕಾರಣ ತಿಳ್ಕೊಂಡು ನಿಮಗೆ ತಿಳಿಸ್ತೇನೆ. ನೀವು ಇರುವ ಹೋಟೆಲಿನ ವಿಳಾಸ, ಫೋನ್ ನಂಬರ್ ನನಗೆ ಕೊಡಿ" ಎಂದನು.

ಮೂರ್ತಿಗಳು ಅವನನ್ನು ಅವನ ಮನೆಯ ಬಳಿ ಇಳಿಸಿ ಹೊರಟು ಹೋದರು. ನಂತರ ಸ್ವಲ್ಪ ಹೊತ್ತಿಗೆ ಅವನಿಗೆ ಫೋನ್ ಮಾಡಿ ತಾವು ಇಳಿದುಕೊಂಡ ಹೋಟೆಲಿನ ವಿಳಾಸ ಮತ್ತು ಫೋನ್ ನಂಬರ್ ತಿಳಿಸಿದರು.

* * *

ಅಂದೇ ಸಂಜೆ ಪ್ರಕಾಶ ಜ್ಯೋತಿಯ ಹಾಸ್ಟೆಲಿನ ಬಳಿ ಹೋದನು. ಈ ದಿನ ಹೇಗಾದ್ರೂ ಮಾಡಿ ಜ್ಯೋತಿಯನ್ನು ಮಾತಾಡಿಸಲೇಬೇಕೆಂದು ನಿರ್ಧರಿಸಿದ್ದನು. ಆದರೆ ತನ್ನ ಹೆಸರು ಕೇಳಿದರೆ ಅವಳು ರೂಮಿನಿಂದಲೇ

ಹೊರಬರುವುದಿಲ್ಲವೆಂದು ಅವನಿಗೆ ಅನುಭವವಾಗಿತ್ತು. ಏನು ಮಾಡಲಿ ಎಂದು ಯೋಚಿಸುತ್ತಾ ನಿಂತಿರುವಾಗ ಅದೃಷ್ಟವಶಾತ್ ಅಲ್ಲಿ ಸ್ವಪ್ನ ಕಾಣಿಸಿದಳು. ಇವನಿಗೊಂದು ಉಪಾಯ ಹೊಳೆಯಿತು. ಅವಳನ್ನು ಕರೆದನು. ಅವಳು ಆಶ್ಚರ್ಯದಿಂದ ಇವನ ಬಳಿ ಬಂದಳು.

"ಸ್ವಪ್ನ, ಪ್ಲೀಸ್... ನನಗೆ ಹೆಲ್ಪ್ ಮಾಡ್ತೀರಾ? ನಾನು ಬಂದು ಕರೀತಿದ್ದೇನೆಂದರೆ ಜ್ಯೋತಿ ರೂಮಿನಿಂದಲೇ ಹೊರಬರೋಲ್ಲ. ಆದ್ದರಿಂದ ಯಾರೋ ಬಂದಿದ್ದಾರೆ ಎಂದು ಅವಳಿಗೆ ಹೇಳಿ. ನಿಜ ಹೇಳ್ಬೇಕೆಂದರೆ ನನಗೂ, ಅವಳಿಗೂ ಏನೂ ಮನಸ್ತಾಪವಿಲ್ಲ. ಆದರೂ ಯಾಕೋ ಏನೋ ಅವಳು ನನ್ನ ಜೊತೆ ಮಾತು ಸಂಪೂರ್ಣ ಬಿಟ್ಟಿದ್ದಾಳೆ. ಪ್ಲೀಸ್ ಹೆಲ್ಪ್ ಮೀ. ಅವಳ್ಯಾಕೆ ಹೀಗಾಡ್ತಾ ಇದ್ದಾಳೆ ಅಂತಾನಾದ್ರೂ ತಿಳ್ಕೋಬೇಕಾಗಿದೆ" ಎಂದನು.

ಅದನ್ನು ಕೇಳಿ ಸ್ವಪ್ನ. "ಅವಳು ಬರೀ ನಿಮ್ಮ ಜೊತೆ ಅಷ್ಟೇ ಅಲ್ಲ, ನಮ್ಮೊಂದಿಗೂ ಸರಿಯಾಗಿ ಮಾತೇ ಆಡ್ತಿಲ್ಲ. ಮೂರು ಹೊತ್ತೂ ಏನೋ ಯೋಚಿಸುತ್ತಾ ಇರ್ತಾಳೆ. ಒಮ್ಮೊಮ್ಮೆ ಮಧ್ಯರಾತ್ರಿ ಎದ್ದು ಕುಳಿತು ಅಳ್ತಾ ಇರ್ತಾಳೆ. 'ಯಾಕೇ ಅಳ್ತಿದ್ದೀಯಾ? ಏನಾಯಿತೇ?' ಎಂದು ಕೇಳಿದಾಗ ಮುಸುಕು ಹಾಕಿಕೊಂಡು ಮಲಗಿಬಿಡ್ತಾಳೆ. ಮಾತೇ ಆಡುವುದಿಲ್ಲ. ನೀವಾದ್ರೂ ಏನಾದ್ರೂ ಮಾಡಿ ಅವಳ ದುಃಖಕ್ಕೆ ಕಾರಣ ತಿಳಿದುಕೊಳ್ಳಿ. ಇರಿ... ಹೋಗಿ ಕರೀತೇನೆ" ಎಂದು ಹೋದಳು.

ರೂಮಿನ ಬಳಿ ಹೋದ ಸ್ವಪ್ನ, ಬಾಗಿಲಿನಿಂದ ಒಳಗೆ ಇಣುಕಿ,

"ಜ್ಯೋತೀ, ಯಾರೋ ನಿನ್ನನ್ನು ಹುಡುಕಿಕೊಂಡು ಬಂದಿದ್ದಾರೆ" ಎಂದು ಮಾತ್ರ ಹೇಳಿ ಅಲ್ಲಿಂದ ಹೊರಟು ಹೋದಳು.

ಜ್ಯೋತಿಗೆ ಆಶ್ಚರ್ಯವಾಯಿತು. ತನ್ನನ್ನು ಹುಡುಕಿಕೊಂಡು ಯಾರು ಬಂದಿರಬಹುದು?

ತನ್ನ ತಂದೆ ತಾಯಿಯೋ, ಪ್ರಕಾಶನೋ ಆಗಿದ್ದರೆ, ಅವರೆಲ್ಲಾ ಸ್ವಪ್ನಳಿಗೆ ಪರಿಚಯವಿದ್ದಾರೆ. ಅವಳು ತಿಳಿಸುತ್ತಿದ್ದಳು. ಈಗ ಬಂದಿರುವವರು ಯಾರು? ಯಾರಾದರಾಗಲಿ, ನಾನ್ಯಾಕೆ ಹೋಗಿ ನೋಡಬೇಕು? ಎಂದುಕೊಂಡು ಹಾಗೆಯೇ ಕುಳಿತಳು. ಆದರೆ ಮರುಕ್ಷಣವೇ, 'ಹೋಗಿ ನೋಡೋದ್ರಲ್ಲಿ ತಪ್ಪೇನು? ಪಾಪ! ಬಂದವರು ನನಗಾಗಿ ಕಾಯ್ತಾ ಕುಳಿತೇ ಇರ್ತಾರೆ' ಎಂದುಕೊಂಡು ವಿಸಿಟರ್ಸ್ ರೂಮಿಗೆ ಬಂದಳು.

ಅವಳು ವಿಸಿಟರ್ಸ್ ರೂಮಿನ ಒಳಗೆ ಕಾಲಿಡುತ್ತಿದ್ದಂತೆ ಪ್ರಕಾಶ, "ಜ್ಯೋತೀ..." ಎಂದು ಕರೆದನು. ಅವನನ್ನು ಕಂಡ ತಕ್ಷಣ ಜ್ಯೋತಿ ಹಿಂದಕ್ಕೆ ಹೋಗಲು ಪ್ರಯತ್ನಿಸಿದಳು.

ಕೂಡಲೇ ಪ್ರಕಾಶ ಅವಳ ದಾರಿಗಡ್ಡವಾಗಿ ನಿಂತು,

"ಜ್ಯೋತಿ, ದಯವಿಟ್ಟು ನನ್ನ ಮಾತು ಕೇಳು, ನನ್ನ ಜೊತೆ ದಯವಿಟ್ಟು ಬಾ. ಇಲ್ಲವಾದರೆ ಹೀಗೇಯೇ ನಿನ್ನ ಕೈಹಿಡಿದು ಎಳೆದುಕೊಂಡು ಹೋಗುವೆ" ಎಂದು ಗಂಭೀರವಾಗಿ ಇಂಗ್ಲೀಷಿನಲ್ಲಿ ಹೇಳಿದನು.

ಅವನ ಧ್ವನಿಗೆ ಅಲ್ಲಿದ್ದವರು ಇವರೆಡೆ ನೋಡಿದರು. ಜ್ಯೋತಿಗೆ ಮುಜುಗರವಾಯಿತು. ಕ್ಷಣಕಾಲ ಯೋಚಿಸಿ. "ಸರಿ ದಾರಿ ಬಿಡು. ನಾನು ಬೇರೆ ಬಟ್ಟೆ ಹಾಕಿಕೊಂಡು ಬರುತ್ತೇನೆ" ಎಂದಳು.

"ಖಂಡಿತಾ ಬರ್ತೀಯಾ ತಾನೇ? ಇನ್ನು ಐದು ನಿಮಿಷದಲ್ಲಿ ಬರ್ಲಿಲ್ಲಾಂದ್ರೆ ನಾನೇ ನಿನ್ನ ರೂಮಿಗೆ ಬಂದುಬಿಡ್ತೇನೆ. ನನಗೆ ಏನು ಪನಿಷ್‌ಮೆಂಟ್ ಆದ್ರೂ ಚಿಂತೆಯಿಲ್ಲ."

"ಇಲ್ಲ ಹಾಗೆ ಮಾಡೋಲ್ಲ. ಖಂಡಿತ ಬರ್ತೇನೆ" ಎಂದು ಅವನನ್ನು ದಾಟಿ ತನ್ನ ರೂಮಿಗೆ ಹೋದಳು.

ತಲೆ ಬಾಚಿ, ಮುಖ ತೊಳೆದು, ಬಟ್ಟೆ ಬದಲಿಸುವಾಗ ಹೋಗದಿದ್ದರೆ ಏನಾಗುತ್ತೆ? ಎಂದು ಯೋಚಿಸಿದಳು. ಆದರೆ ಅವಳಿಗೇ ಈ ವಿಷಯವಾಗಿ ಪ್ರಕಾಶನಿಗೆ ಅಲ್ಪಸ್ವಲ್ಪವಾದರೂ ತಿಳಿಸಿ, ಅವನಿಂದ ದೂರ ಹೋಗುತ್ತಿರುವುದರಲ್ಲಿ ಅವನದ್ದೇನೂ ತಪ್ಪಿಲ್ಲ ಎಂದು ಮನವರಿಕೆ ಮಾಡಿಕೊಡುವುದು ಒಳ್ಳೆಯದು ಎಂದು ಅನಿಸಿತು. ಹಾಗಾಗಿ ಕೆಳಗೆ ಬಂದಳು.

ಅವಳ ದಾರಿಯನ್ನೇ ಕಾಯುತ್ತಿದ್ದ ಪ್ರಕಾಶ ಅವಳು ಬಂದು ಕುಳಿತ ಕೂಡಲೇ ಬೈಕ್ ಚಲಾಯಿಸಿದನು. ಮುಂದೆ ಸಾಗುತ್ತಾ, "ಹೋಟೆಲ್ ಮಧುವನಕ್ಕೆ ಹೋಗೋಣ್ವಾ?" ಎಂದು ಕೇಳಿದನು. ಅದು ಅವಳ ಪ್ರಿಯವಾದ ಹೋಟೆಲಾಗಿತ್ತು. ಆದರೆ ಅವಳು, "ಬೇಡ, ನನಗೆ ಹೋಟೆಲ್ಲಿಗೆ ಹೋಗೋ ಮೂಡಿಲ್ಲ. ತಿನ್ನೋಕ್ಕೂ, ಕುಡಿಯೋಕ್ಕೂ ಮನಸ್ಸಿಲ್ಲ. ಇಲ್ಲೇ ಎಲ್ಲಾದ್ರೂ ಕೂತ್ಕೋಳೋಣ. ನಾನು ನಿನಗೆ ಕೆಲವು ವಿಷಯಗಳನ್ನು ತಿಳಿಸ್ಬೇಕು" ಎಂದಳು.

ಪ್ರಕಾಶ ತಲೆಯಾಡಿಸಿ ಸಮೀಪದಲ್ಲೇ ಇದ್ದ ಪಾರ್ಕ್ ಬಳಿ ಗಾಡಿ ನಿಲ್ಲಿಸಿದನು. ಇಬ್ಬರು ಇಳಿದು ಪಾರ್ಕಿನೊಳಗೆ ಹೋದರು. ಅಲ್ಲಿ ಒಂದು ಕಲ್ಲುಬೆಂಚಿನ ಮೇಲೆ ಕುಳಿತರು. ಕೆಲಹೊತ್ತು ಇಬ್ಬರೂ ಮೌನವಾಗಿ ಕುಳಿತಿದ್ದರು.

ಕಡೆಗೆ ಪ್ರಕಾಶನೇ, "ಈಗ ಹೇಳು, ಏನಾಗಿದೆ ನಿನಗೆ? ಯಾಕೆ ಹೀಗೆ ಬಿಹೇವ್ ಮಾಡ್ತಾ ಇದ್ದೀಯಾ?" ಎಂದು ಪ್ರಶ್ನಿಸಿದನು.

ಜ್ಯೋತಿ ಸ್ವಲ್ಪ ಹೊತ್ತು ಏನೂ ಮಾತನಾಡಲಿಲ್ಲ. ನಂತರ ಹೇಳಿದಳು, "ನೋಡು ನನಗೆ ಏನಾಗಿದೆ? ನಾನ್ಯಾಕೆ ಹೀಗೆ ಆಡ್ತಾ ಇದ್ದೇನೆ ಅದೆಲ್ಲ ಹೇಳೋಕ್ಕಾಗೋಲ್ಲ. ನೀನು ಇಷ್ಟು ಮಾತ್ರ ತಿಳಿದುಕೋ. ನಾವು ನಮ್ಮಿಬ್ಬರ ಸಂಬಂಧವನ್ನು ಈ ಗೆಳೆತನದ ಮಟ್ಟಕ್ಕೆ ನಿಲ್ಲಿಸಿಕೊಂಡು ಬಿಡೋಣ. ಮುಂದೆ ಏನೂ ಬೇಡ. ಆಯ್ತು?" ಎಂದು ನಿಟ್ಟುಸಿರಿಟ್ಟಳು.

ಅವಳ ಮಾತು ಅವನಿಗೆ ವಿಚಿತ್ರವಾಗಿ ಕಂಡಿತು. ನಾವಿಬ್ಬರೂ ಗೆಳೆತನಕ್ಕಿಂತ ಮುಂದೆ ಹೋಗುವುದು ಬೇಡ ಅಂದರೆ ಏನರ್ಥ? ಮುಕ್ತವಾಗಿ ಆ ಬಗ್ಗೆ ಮಾತಾಡದೆ ಇರಬಹುದು, ಆದರೆ ಇಬ್ಬರೂ ಹೆಚ್ಚು ಕಡಿಮೆ ಒಂದೇ ನಿರ್ಧಾರ ಕೈಗೊಂಡಾಗಿದೆ. ಇಬ್ಬರದ್ದೂ ವಿದ್ಯಾಭ್ಯಾಸ ಮುಗಿದ ಮೇಲೆ ಮದುವೆಯಾಗೋಣ ಎಂದು ನಿರ್ಧರಿಸಿ ಆಗಿದೆ. ಹೀಗಿರುವಾಗ ಇವಳು ಹೇಳುತ್ತಿರುವುದೇನು? ಇವಳ ತಂದೆ ತಾಯಿ ಬಂದು ಹೋದ ಮೇಲೂ ಕೆಲ ದಿವಸ ಸರಿಯಿದ್ದಳು. ಆಮೇಲೇನಾದರೂ ಅವರು ಇವಳಿಗೆ ಬೇರೆ ರೀತಿ ಬೋಧನೆ ಮಾಡಿದರೆ? ಹಾಗಿರಲಾರದು. ಇಲ್ಲದಿದ್ದರೆ ಅವರು ಇಂದು ಬೆಳಗ್ಗೆ ನನ್ನ ಬಳಿ ಆ ರೀತಿ ಗೋಗರೆಯುತ್ತಿರಲಿಲ್ಲ. ಹಾಗಾದರೆ ಇವಳದ್ದೇ ನಿರ್ಧಾರ ಇದು, ಯಾಕೆ? ಬೇರೇ ಯಾರಾದರೂ?... ಛೇ, ಇಲ್ಲ, ಇವಳು ಯಾರೊಂದಿಗೂ ಬೆರೆಯುತ್ತಿಲ್ಲ. ಹಾಗಾದರೆ ಹೀಗ್ಯಾಕೆ ಮಾತನಾಡುತ್ತಿದ್ದಾಳೆ? ಏನೊಂದೂ ಅರ್ಥವಾಗದೆ ಪ್ರಕಾಶನಿಗೆ ಅವಳ ಮೇಲೆ ಕೋಪ ಬಂದಿತು.

ಜೋರಾಗಿ ಹೇಳಿದ, "ನನಗೆ ಗೊತ್ತಿತ್ತು ಜ್ಯೋತಿ, ಇದು ಹೀಗೇ ಕೊನೆಯಾಗುತ್ತೆ ಅಂತ. ನೀನು ನನ್ನ ಸ್ನೇಹ ಬೆಳೆಸಿದಾಗಲೇ ನಾನು ಎಚ್ಚೆತ್ತುಕೊಳ್ಳಬೇಕಿತ್ತು. ನಿನ್ನ ಡಿಫರೆಂಟ್ ವೇ ಆಫ್ ಥಿಂಕಿಂಗ್ ಕಂಡು ನೀನೊಬ್ಬಳು ಉದಾರ ಮನಸ್ಸಿನವಳು, ಬ್ರಾಡ್ ಮೈಂಡೆಡ್ ಅಂತೆಲ್ಲಾ ಭಾವಿಸಿ ನನ್ನ ಹುಟ್ಟು, ಬೆಳವಣಿಗೆಗಳ ಬಗ್ಗೆ ಒಂದು ಚೂರೂ ಮುಚ್ಚಿಡದೆ ಎಲ್ಲಾ ತಿಳಿಸಿದೆ. ಈಗ ನೋಡು ಏನಾಯ್ತು. ಬದುಕಿನಲ್ಲಿ ಯಾವ ಆಸಕ್ತಿಯೂ ಇಲ್ಲದಿದ್ದ ನನ್ನಲ್ಲಿ ಕನಸುಗಳನ್ನು ಹುಟ್ಟುಹಾಕಿದವಳು ನೀನು, ಅವುಗಳನ್ನು ಪೋಷಿಸಿದವಳೂ ನೀನೇ. ಈಗ ಅವುಗಳನ್ನು ಬುಡಸಮೇತ ನಾಶ ಮಾಡಿ ಹೊರಟಿರುವವಳೂ ನೀನೇ. ಇರಲಿ... ನನಗೆ ನಿನ್ನ ಮೇಲೆ ಸಿಟ್ಟಿಲ್ಲ, ನನ್ನಂಥ ನತದೃಷ್ಟ, ತಬ್ಬಲಿಯನ್ನು ಮದುವೆಯಾಗಿ ಜೀವನ ಪೂರ್ತಿ ಕೊರಗುವುದಕ್ಕಿಂತ ನೀನು ಈ ನಿರ್ಧಾರ ಈಗಲೇ ತೆಗೆದುಕೊಂಡಿರುವುದು ಒಳ್ಳೆಯದೇ ಆಯಿತು. ಆದರೆ ನನಗೆ ಅಷ್ಟು ಸುಲಭವಾಗಿ ಮರೆಯಲು ಸಾಧ್ಯವಿಲ್ಲ. ಹಾಗೆಂದು ನಿನ್ನ ಬಾಳಲ್ಲಿ ಮುಳ್ಳಾಗಿರೋಲ್ಲ. ಸರೀನಾ?"

ಒಂದೇ ಸಮನೆ ಬಡಬಡನೆ ಮಾತುಗಳನ್ನು ಕೇಳಿ ಜ್ಯೋತಿಗೆ ದುಃಖದ ಜೊತೆ ಕೋಪವೂ ಬಂದಿತು.

"ಏಯ್! ನಾನೇನು ಹೇಳ್ತಿದ್ದೇನೆಂತ ಸರಿಯಾಗಿ ಅರ್ಥ ಮಾಡಿಕೋ. ನಿನ್ನ ಹುಟ್ಟಿನ ಬಗ್ಗೆ ಯೋಚಿಸಿ ನಾನು ಹೀಗೆ ಹೇಳಿದ್ದೇನೆಂತ ತಿಳೀಬೇಡ. ನನ್ನ ಹುಟ್ಟು ನಿನ್ನದ್ದಕ್ಕಿಂತ ಹೀನಾಯವಾಗಿದೆ. ಅದಕ್ಕೆ ನಿನ್ನಿಂದ ದೂರ ಹೋಗಬೇಕೆಂದು ನಿರ್ಧರಿಸಿದೆ" ಎಂದು ಹೇಳುತ್ತಾ ಬಿಕ್ಕಿ ಬಿಕ್ಕಿ ಅಳತೊಡಗಿದಳು.

ಪ್ರಕಾಶ ಕಕ್ಕಾಬಿಕ್ಕಿಯಾದನು. ಅವಳು ಏನು ಮಾತನಾಡುತ್ತಿದ್ದಾಳೆ ಎಂದೇ ತಿಳಿಯಲಿಲ್ಲ. ತಲೆ ಏನಾದರೂ ಕೆಟ್ಟಿದೆಯೇ ಎಂದು ಅನುಮಾನಿಸಿದನು.

ಅಳುತ್ತಿರುವ ಜ್ಯೋತಿಯ ಎರಡೂ ಭುಜ ಹಿಡಿದು ತನ್ನ ಕಡೆಗೆ ತಿರುಗಿಸಿಕೊಂಡು, "ಏನಿದು? ಹೀಗೆ ಹುಚ್ಚುಚ್ಚಾಗಿ ಮಾತಾಡ್ತೀಯ?" ಎಂದು ಪ್ರಶ್ನಿಸಿದನು.

ಅವಳು ಅಳುತ್ತಲೇ, "ನಿನಗೆ ಹೇಳ್ಬಾರದು ಅಂತಾನೇ ಇದ್ದೆ. ಆದರೆ ನೀನು ಹೀಗೆ ನಿನ್ನನ್ನೇ ದೋಷಿಯನ್ನಾಗಿ ಮಾಡಿಕೊಂಡು ಮಾತಾಡೋದು ನೋಡಿ ನಿನಗೆ ನಿಜ ತಿಳಿಸಿದ್ರೇನೇ ಒಳ್ಳೇದು ಅಂತ ಅನ್ನಿಸ್ತು. ಆದ್ರೆ ನಾನು ಹೇಳೋ ಸತ್ಯವನ್ನು ನೀನು ಬೇರೆ ಇನ್ನಾರಿಗೂ ಹೇಳ್ಬಾರ್ದು ನನ್ನಾಣೆ, ಅದು ನಿನ್ನಲ್ಲೇ ಉಳೀಬೇಕು" ಎಂದಳು.

"ಆಯ್ತಮ್ಮಾ, ಯಾರಿಗೂ ಹೇಳೋಲ್ಲ. ಬೇಗ ಹೇಳು" ಎಂದು ಒತ್ತಾಯಿಸಿದನು.

"ಹೇಳೋಕ್ಕೆ ಮಾತೇ ಬರ್ತಿಲ್ಲವಲ್ಲಾ ಪ್ರಕಾಶ್! ನಮ್ಮ ತಂದೆ ಹೀಗೆ ಮಾಡ್ತಾರೇಂತ ನನಗೇ ನಂಬೋಕ್ಕಾಗ್ತಿಲ್ಲ. ಆದರೆ ನಡೆದದ್ದು ನಡೆದೇ ಇದೆಯಲ್ಲಾ... ಅದರ ಫಲಿತವಾಗಿ ನಾನಿಲ್ಲಿ ಇದ್ದೀನಲ್ಲಾ..." ಎನ್ನುತ್ತಾ ಮುಖ ಮುಚ್ಚಿಕೊಂಡು ಬಿಕ್ಕಿದಳು. ಪ್ರಕಾಶನಿಗೆ ತುಂಬಾ ಗೊಂದಲವುಂಟಾಗಿ ಹುಬ್ಬೇರಿಸಿದನು.

"ನೀನು ಹೇಳೋದು ಒಂದೂ ನನಗೆ ಅರ್ಥವಾಗ್ತಿಲ್ಲ. ಅದೇನಂತ ಸ್ವಲ್ಪ ಸರಿಯಾಗಿ ಹೇಳ್ತೀಯಾ?"

ಜ್ಯೋತಿ ಕಣ್ಣೀರು ಒರೆಸಿಕೊಂಡು, "ಇಷ್ಟು ಹೇಳಿದವಳಿಗೆ ಉಳಿದ ವಿವರ ಹೇಳೋಕ್ಕೇನೂ ಕಷ್ಟವಿಲ್ಲ" ಎನ್ನುತ್ತಾ ತಾನು, ತನ್ನ ತಾಯಿ ಜೊತೆ ಮದುವೆ ಮನೆಗೆ ಹೋದಾಗಿನಿಂದ ನಡೆದ ವಿಷಯಗಳು, ತಿಳಿದ ಸತ್ಯ ಎಲ್ಲವನ್ನೂ ಅವನಿಗೆ ತಿಳಿಸಿದಳು.

ಅದನ್ನು ಕೇಳಿ ಪ್ರಕಾಶ ದಿಗ್ಭ್ರಾಂತನಾಗಿ ಕುಳಿತುಬಿಟ್ಟನು. ಅವನ ಆಲೋಚನಾ ಶಕ್ತಿಯೇ ಹೊರಟುಹೋಗಿತ್ತು. ಇಬ್ಬರೂ ಕಿಂಚಿತ್ತೂ ಅಲ್ಲಾಡದೆ ಶಿಲಾಪ್ರತಿಮೆಗಳ ಹಾಗೆ ಕುಳಿತೇ ಇದ್ದರು. ಎಷ್ಟೋ ಹೊತ್ತಿನ ನಂತರ ಪ್ರಕಾಶ ಹಕ್ಕಿಗಳ ಕಲರವದಿಂದ ವಾಸ್ತವಿಕೆಗೆ ಮರಳುತ್ತ ನಿಧಾನವಾಗಿ ಯೋಚಿಸಲಾರಂಭಿಸಿದನು. 'ಏನು ಹೇಳ್ತಿದ್ದಾಳೆ ಇವಳು? ಸ್ವಂತ ತಂದೆಯ ಮೇಲೆ ಆಪಾದನೆ ಹೊರೆಸುತ್ತಿದ್ದಾಳಲ್ಲಾ? ಆತ ನೋಡಿದ್ರೆ ಅಂತಹಾ ಸಜ್ಜನರು. ಎಷ್ಟು ಒಳ್ಳೆಯವರಾಗಿ ಕಾಣ್ತಾರೆ. ಅಂತಹ ಮನುಷ್ಯ ಹೀಗೆ ಮಾಡಲು ಸಾಧ್ಯವೇ? ಅನೈತಿಕ ಸಂಬಂಧದಿಂದ ಒಂದು ಮಗುವನ್ನೂ ಪಡೆದು, ಆ ಮಗುವಿನ ತಾಯಿಯನ್ನು ದೂರ ಮಾಡಿ, ಆ ಮಗುವನ್ನು ಮಾತ್ರ ತನ್ನ ಬಳಿ

ಇರಿಸಿಕೊಂಡಿದ್ದಾರೆಯೇ? ಇವಳ ತಾಯಿಯಂತೂ ಇವಳಲ್ಲಿ ಪ್ರಾಣವನ್ನೇ ಇರಿಸಿಕೊಂಡಿದ್ದಾರೆ. ತನ್ನ ಸವತಿಯ ಮಗುವನ್ನು ಇಷ್ಟು ಗಾಢವಾಗಿ ಪ್ರೀತಿಸಲು ಯಾರಿಗಾದ್ರೂ ಸಾಧ್ಯವೇ? ಇದೆಲ್ಲಾ ಏನು? ಇಷ್ಟಕ್ಕೂ ತನ್ನದಲ್ಲದ ತಪ್ಪಿಗೆ ಇವಳ್ಯಾಕೆ ಹೀಗೆ ತನಗೆ ಶಿಕ್ಷೆ ವಿಧಿಸಿಕೊಳ್ಳುತ್ತಿದ್ದಾಳೆ? ನನಗೆ ಮಾತ್ರ ಅಷ್ಟೆಲ್ಲಾ ಬೋಧನೆ ಮಾಡಿದವಳು ಇವಳು ಈಗ ಆ ರೀತಿ ವರ್ತಿಸುತ್ತಿದ್ದಾಳಲ್ಲಾ?' ಎಂದುಕೊಂಡು,

"ಜ್ಯೋತಿ, ನೀನು ಹೇಳ್ತಿರೋದು ನಂಬೋಕ್ಕೇ ಆಗ್ತಿಲ್ಲ. ನಿನಗೆ ಆ ಅಜ್ಜಿ ತುಂಬಾ ಸುಳ್ಳು ಹೇಳಿದ್ದಾರೆ. ಆಕೆಗೆಲ್ಲೋ ಕನ್‌ಫ್ಯೂಸ್ ಆಗಿರಬೇಕು. ನಿನ್ನ ತಂದೆ ತಾಯಿ ಹೀಗೆ ಮಾಡಿರಲು ಸಾಧ್ಯವೇ ಇಲ್ಲ" ಎಂದನು.

"ಆ ಅಜ್ಜಿ ತನ್ನ ಮೇಲೆ, ತನ್ನವರ ಮೇಲೆ ಆಣೆ ಮಾಡಿ ಹೇಳಿರೋದು. ಇದು ಸುಳ್ಳು ಅಂತ ನನ್ಗೆ ಅನ್ನಿಸ್ತಿಲ್ಲ. ನಾನು ಹುಟ್ಟಿದ ನಂತರದ ಜೀವನವನ್ನೆಲ್ಲಾ ನನ್ಗೆ ತಿಳಿಸಿರುವವರು ನನ್ನ ಹುಟ್ಟಿನ ಮುಂಚಿನ ಜೀವನ, ಬದುಕಿನ ಬಗ್ಗೆ ಯಾಕೆ ಒಮ್ಮೆಯೂ ನನ್ನೊಂದಿಗೆ ಮಾತಾಡಿಲ್ಲ? ಊಹೂ, ನನಗೆ ನೆನಪಿದ್ದ ಹಾಗೆ ಒಂದು ಬಾರಿಯೂ ಅವರಿಬ್ಬರೂ ತಮ್ಮ ಮೊದಲಿನ ಬದುಕಿನ ಬಗ್ಗೆ ಮಾತಾಡಿಲ್ಲ. ಯಾಕೆ? ನಾನು ಹುಟ್ಟಿದ ಕೆಲವೇ ತಿಂಗಳಲ್ಲಿ ಊರೇ ಬಿಟ್ಟು ಯಾಕೆ ಹೊರಟು ಹೋಗಿ ಬೇರೆ ಊರಲ್ಲಿ ನೆಲೆಸಿದರು? ಇಲ್ಲ ಪ್ರಕಾಶ್, ಆಕೆ ಹೇಳಿದ್ದೇ ಸರಿ ಅಂತ ಅನ್ನಿಸುತ್ತೆ. ಇವರ ಬದುಕಿನಲ್ಲಿ ಏನೋ ರಹಸ್ಯ ಇದೆ. ಆದರೆ ಎಷ್ಟು ಚೆನ್ನಾಗಿ ಅದನ್ನು ಮುಚ್ಚಿಟ್ಟಿದ್ದಾರೆ? ಈವತ್ತು ಬೆಳಗ್ಗೆ ಅವರಿಬ್ಬರೂ ಬಂದಿದ್ದರು. ಆದ್ರೆ ನನಗೇ ಅವರಿಗೆ ಮುಖಕೊಟ್ಟು ಮಾತನಾಡಲು ಇಷ್ಟವಾಗಲಿಲ್ಲ. ಹಾಗೇ ಕಳುಹಿಸಿಬಿಟ್ಟೆ."

"ಅದ್ರಿಂದ ಅವರಿಗೆ ಎಷ್ಟು ನೋವಾಗಿದೆ ಅಂತ ಯೋಚಿಸಿದ್ದೀಯಾ?" ಪ್ರಕಾಶ ತಟ್ಟನೆ ಕೇಳಿದನು.

"ಆದ್ರೆ ಅವರಿಂದ ನಾನೆಷ್ಟು ನೊಂದಿದ್ದೇನೆ ಅಂತ ಕೇವಲ ಒಂದು ತಿಂಗಳಲ್ಲೇ ನೀನೇ ಕಣ್ಣಾರೆ ನೋಡಿದ್ದೀಯ. ನಾನೊಬ್ಬಳು ಬಾಸ್ಟರ್ಡ್ ಅಂತ ಕಲ್ಪಿಸಿಕೊಳ್ಳಲೂ ಸಾಧ್ಯವಿಲ್ಲ. ಆದರೆ ಈ ಕಟು ಸತ್ಯವನ್ನು ಒಪ್ಪಿಕೊಳ್ಳಲೇಬೇಕಾಗಿದೆ. ಇದರಿಂದ ನನಗೆಷ್ಟು ನೋವಾಗಿದೆ ಗೊತ್ತಾ? ಈ ವಿಚಾರವನ್ನು ಇದುವರೆವಿಗೂ ಎಲ್ಲರಿಂದಲೂ ಬಹಳ ಚೆನ್ನಾಗಿ ಮುಚ್ಚಿಟ್ಟಿದ್ದಾರೆ. ಆದರೆ ಆಕಸ್ಮಾತ್ ಅದೆಂದಾದರೂ ಹೊರಬಿದ್ದರೆ ಆಗ ನನ್ನ ಗತಿ ಏನಾಗಬೇಕು? ಎಲ್ಲಾರೂ ನನ್ನ ಕಡೆ ಬೆರಳು ತೋರಿ ನಗೋಲ್ವೇ? ಹೇಳು ಪ್ರಕಾಶ್, ನೀನೂ ಇಂತಹದ್ದೇ ಪ್ರಶ್ನೆಯಿಂದ ತೊಳಲಾಡುತ್ತಾ ಇದ್ದೀಯಾ. ನನ್ನ ಸ್ಥಿತಿ ನಿನಗಿಂತಲೂ ಹೀನಾಯವಾಗಿದೆ. ಈಗ ನೀನೇ ಹೇಳು ಪ್ರಕಾಶ್, ಯಾರು ಹೆಚ್ಚು ನೊಂದಿರುವವರು ಅಂತ. ಯಾರು ನನ್ನ ಜೀವನದ ಸರ್ವಸ್ವ ಅಂತ

ಭಾವಿಸಿದ್ದೆನೋ ಅವರೇ ಹೀಗೆ ಮಾಡಿದರೆ ನಾನು ಯಾರ ಬಳಿ ಹೋಗಲಿ ನನ್ನ ದುಃಖವನ್ನು, ನನ್ನ ಅನುಮಾನಗಳನ್ನು ಹಂಚಿಕೊಳ್ಳಲು? ಪುಣ್ಯಕ್ಕೆ ಈಗ ನೀನಿದ್ದೀಯ. ಇಂತಹ ಹೇಯ ಸತ್ಯವನ್ನು ತಿಳಿದ ಮೇಲೂ ನೀನು ನನಗೆ ಒತ್ತಾಸೆಯಾಗಿ ನಿಲ್ಲು ಅಂತ ಕೇಳಲು ನನಗೆ ಇಷ್ಟವಿಲ್ಲ. ನನ್ನಂತಹ ಹೀನ ಅದೃಷ್ಟದವಳು ನಿನ್ನ ಬಾಳಿನಲ್ಲಿ ಇರಬಾರದು. ಏಳು, ಹೊರಡೋಣ. ನೀನಾದ್ರೂ ಚೆನ್ನಾಗಿ ಓದು. ನನಗೆ ಈಗಂತೂ ಓದೊಕ್ಕೂ ಸುತರಾಂ ಇಷ್ಟವಿಲ್ಲ. ಅದೂ ಅವರ ಹಂಗಿನಲ್ಲಿಯೇ ಆಗಬೇಕಲ್ವಾ? ಆದರೆ ಓದೋದು ಬಿಟ್ಟು ಈಗ ಸದ್ಯಕ್ಕೆ ನನಗೆ ಏನೂ ಸಾಧ್ಯವಿಲ್ಲ. ಎಲ್ಲಿಯಾದರೂ ಓಡಿಹೋಗೋಣಾಂತ ಅನ್ನಿಸುತ್ತೆ. ಆದರೆ ಎಲ್ಲಿಗೆ ಹೋಗುವುದು? ನೇರವಾಗಿ ಅವರನ್ನೇ ಕೇಳಿಬಿಡ್ಲಾ ಅಂತ ಅನ್ನಿಸುತ್ತೆ. ಆದರೆ ಈಗ ಅವರು ತೃಪ್ತಿಯಿಂದ, ನೆಮ್ಮದಿಯಿಂದ ಬದುಕ್ತಾ ಇದ್ದಾರೆ. ಈ ನಿಜಸಂಗತಿ ನನಗೆ ತಿಳಿದಿಲ್ಲ ಎಂದುಕೊಂಡಿದ್ದಾರೆ. ಅವರನ್ನು ಈ ವಿಚಾರವಾಗಿ ಕೇಳಿ ಅವರ ನೆಮ್ಮದಿಯನ್ನು ನಾನ್ಯಾಕೆ ಕೆಡಿಸಲಿ? ನಾನೊಬ್ಬಳೇ ಅನುಭವಿಸುತ್ತೇನೆ. ನಿನಗೆ ತಿಳಿಸಿಯೇ ನಿನ್ನಿಂದ ದೂರ ಹೋಗಬೇಕೆಂದು ನಿನಗೆ ತಿಳಿಸಿದೆ. ಅಷ್ಟೇ... ನಡಿ ಕತ್ತಲಾಗುತ್ತಿದೆ, ಹೊರಡೋಣ" ಎಂದು ಹೇಳಿದಳು. ಪ್ರಕಾಶನಿಗೆ ಅವಳ ಮಾತು ಕೇಳಿ ಏನೋ ಹೊಳೆಯಿತು.

"ಒಂದ್ನಿಮಿಷ ಇಲ್ಲೇ ಇರು, ಬರ್ತೇನೆ" ಎನ್ನುತ್ತಾ ಅವಳ ಉತ್ತರಕ್ಕೂ ಕಾಯದೆ ಪಾರ್ಕಿನ ಹೊರಗೆ ಬಂದನು.

ಅಲ್ಲೇ ಬದಿಯಲ್ಲಿದ್ದ ಹೋಟೆಲಿನ ಟೆಲಿಫೋನಿನಿಂದ ಮೂರ್ತಿಗಳು ಕೊಟ್ಟಿದ್ದ ನಂಬರ್‌ಗೆ ಫೋನ್ ಮಾಡಿ ಈ ಸ್ಥಳಕ್ಕೆ ಕೂಡಲೇ ಬರಬೇಕೆಂದು ಹೇಳಿದನು.

ಇನ್ನೊಂದು ಹತ್ತು ನಿಮಿಷದಲ್ಲಿ ಅಲ್ಲಿರುವುದಾಗಿ ಮೂರ್ತಿಗಳು ಹೇಳಿದರು.

ನಂತರ ಅವನು ಎರಡು ಐಸ್‌ಕ್ರೀಮ್ ಖರೀದಿಸಿ ಜ್ಯೋತಿಯ ಬಳಿ ಬಂದನು. ಅವಳು ಖಡಾಖಂಡಿತವಾಗಿ ನಿರಾಕರಿಸಿದಳು. ಕಡೆಗೆ ಅವನಿಗೆ ಮತ್ತೇನೂ ಹೇಳಲು ತೋಚದೆ, "ನೋಡು ಜ್ಯೋತಿ ನೀನಿಷ್ಟು ಹಠಮಾರಿ ಅಂತ ತಿಳಿದಿರಲಿಲ್ಲ. ಕಡೇ ಪಕ್ಷ ಇದು ನಾನು ಕೊಡಿಸುತ್ತಿರುವ ಕೊನೆ ಐಸ್‌ಕ್ರೀಮ್ ಅಂತಾನಾದ್ರೂ ತಗೊಬಹುದಲ್ವಾ?" ಎಂದು ಗದ್ಗದ ಸ್ವರದಿಂದ ಕೇಳಿಕೊಂಡನು.

ಜ್ಯೋತಿಗೂ ಅಳು ಬಂತು. ಅಳುತ್ತಲೇ ಐಸ್‌ಕ್ರೀಮ್ ತೆಗೆದುಕೊಂಡು ತಿನ್ನತೊಡಗಿದಳು. ತಿನ್ನುತ್ತಾ ತನಗೆ ತಾನೇ ಹೇಳಿಕೊಳ್ಳುವಂತೆ ಹೇಳಿದಳು.

"ಈ ಸಂಬಂಧಗಳೆಲ್ಲಾ ಎಷ್ಟು ವಿಚಿತ್ರ ಅಲ್ವಾ? ಕೊಡವಿಕೊಂಡು ಹೋಗಬೇಕೆಂದು ಕೊಂಡಷ್ಟೂ ಬಂಧ ಬಿಗಿಯಾಗುತ್ತೆ. ತನ್ನ ಪರಿಸ್ಥಿತಿಯೇ

ಹೀಗಿರುವಾಗ ನನಗೆ ಜನ್ಮ ಕೊಟ್ಟ ತಾಯಿ ನನ್ನಿಂದ ದೂರವಾದಾಗ ಎಷ್ಟು ವೇದನೆ ಅನುಭವಿಸಿರಬೇಡ!" ಎನ್ನುತ್ತಾ ನಿಶ್ಶಬ್ದವಾಗಿ ಅಳತೊಡಗಿದಳು.

ಅವಳ ಮಾತು ಕೇಳಿ ಪ್ರಕಾಶನಿಗೂ ಕಣ್ಣಲ್ಲಿ ನೀರು ಬಂದಿತು.

"ನೀನು ಹೇಳೋದು ಸರಿ, ನನ್ನ ಹೆತ್ತಮ್ಮನೂ ಅದೆಷ್ಟು ದುಃಖಿಸಿದಳೋ, ಅಥವಾ ಈ ಪ್ರಪಂಚದಿಂದಲೇ ಹೊರನಡೆದಿದ್ದರೆ ಪರ್ವಾಗಿಲ್ಲ, ಇಲ್ಲವಾದರೇ..." ಎಂದು ನಿಟ್ಟುಸಿರಿಟ್ಟನು.

ಮುಂದೆ ಇಬ್ಬರೂ ತಮ್ಮ ತಮ್ಮ ಯೋಚನೆಗಳಲ್ಲೇ ಮುಳುಗಿ ನಿಧಾನವಾಗಿ ತಿನ್ನತೊಡಗಿದರು. ಕತ್ತಲು ನಿಧಾನವಾಗಿ ಆವರಿಸಿಕೊಳ್ಳತೊಡಗಿತು. ಜ್ಯೋತಿ ಹೊರಗಡೆ ಏನೇ ಮಾತಾಡಿದ್ದರೂ ಒಳಗೊಳಗೇ ಪ್ರಕಾಶನಿಂದ ದೂರ ಹೋಗುವುದನ್ನು ನೆನೆದೇ ದುಃಖಿಸುತ್ತಿದ್ದಳು. ಒಮ್ಮೆಯಾದರೂ 'ಇಲ್ಲ, ನಿನ್ನಿಂದ ನಾನು ದೂರ ಹೋಗಲಾರೆ. ಹಾಗೆಲ್ಲಾ ಹೇಳಬೇಡ' ಎಂದು ಪ್ರಕಾಶ ಹೇಳಬಾರದೇ ಎಂದು ಒಳ ಮನಸ್ಸು ಬಯಸುತ್ತಿತ್ತು. ಪದೇ ಪದೇ ಅವನ ಕಡೆ ನೋಡುತ್ತಿದ್ದಳು. ಆದರೆ ಅವನು ಒಮ್ಮೆಯಾದರೂ ಅವಳ ಕಡೆ ನೋಡಲಿಲ್ಲ. ಒಂದು ಮಾತೂ ಆಡಲಿಲ್ಲ. ತನ್ನ ಪಾಡಿಗೆ ತಾನು ಐಸ್‌ಕ್ರೀಮ್ ತಿನ್ನುತ್ತಾ ಕುಳಿತುಬಿಟ್ಟನು. ಜ್ಯೋತಿಗೆ ಕ್ಷಣಕ್ಷಣಕ್ಕೂ ದುಃಖ ಹೆಚ್ಚಾಗತೊಡಗಿತು.

ಕಡೆಗೂ ಮನಸ್ಸು ಕಲ್ಲು ಮಾಡಿಕೊಂಡು, "ಏಳು ಪ್ರಕಾಶ್ ಹೋಗೋಣ" ಎನ್ನುತ್ತಾ ಎದ್ದು ನಿಂತು, "ಆಹ್...!" ಎಂದು ಉದ್ಗಾರ ತೆಗೆದಳು.

ಪ್ರಕಾಶ ಅವಳು ನೋಡುತ್ತಿದ್ದ ಕಡೆ ನೋಡಿದನು. ಅಲ್ಲಿ ಪಾರ್ಕಿನ ಹೊರಗಡೆ ಮೂರ್ತಿ ದಂಪತಿಗಳು ಕಾರಿನಿಂದ ಇಳಿಯುತ್ತಿದ್ದರು. ಜ್ಯೋತಿ ಅರ್ಥಗರ್ಭಿತವಾಗಿ ಪ್ರಕಾಶನ ಕಡೆ ನೋಡಿದಳು. "ಹೌದು, ನಾನೇ ಬರಹೇಳಿದೆ. ಒಂದು ಕಡೆ ಅವರು, ಒಂದು ಕಡೆ ನೀನು ಹೀಗೆ ಕೊರಗುವುದರಲ್ಲಿ ಅರ್ಥವಿಲ್ಲ. ಎದುರೆದುರಾಗಿ ಮಾತನಾಡಿ ನಿಜಸಂಗತಿ ತಿಳಿದುಕೊಳ್ಳುವುದು ಎಲ್ಲರಿಗೂ ಒಳ್ಳೆಯದು. ಬೆಳಗ್ಗೆ ನೀನು ಅವರನ್ನು ಕಳುಹಿಸಿದ ಮೇಲೆ ಅವರು ನೇರವಾಗಿ ನನ್ನ ಬಳಿ ಬಂದರು. ನಂತರ ನೀನು ಸರಿಹೋಗುವವರೆಗೂ ಇಲ್ಲೇ ಹೋಟೆಲಿನಲ್ಲಿ ಇರುವುದಾಗಿ ಹೇಳಿದರು. ಅದಕ್ಕೇ ಕರೆಸಿದೆ. ಈಗ ನೇರವಾಗಿ ಅವರಿಂದಲೇ ನಿಜ ತಿಳಿಯಬಹುದಲ್ವಾ?"

"ನಿನಗೆಲ್ಲೋ ಭ್ರಾಂತಿ, ತಿಳಿಸಬೇಕೆಂದು ಅಂದುಕೊಂಡಿದ್ದರೆ ಯಾವಾಗ್ಲೋ ಹೇಳಿರುತ್ತಿದ್ದರು. ಈಗಲೂ ಬರೀ ಮಾತಿನಲ್ಲೇ ಎಲ್ಲಾ ಮರೆಸಿಬಿಡ್ತಾರೆ. ನೋಡು ಬೇಕಾದ್ರೆ" ಎಂದು ಬೇಸರಿಸಿಕೊಂಡಳು.

"ನೋಡೋಣ ನೀನೇನೂ ಹೆಚ್ಚಿಗೆ ಮಾತನಾಡಬೇಡ, ನಾನು ಹೇಳಿದಂತೆ ಕೇಳು" ಎಂದನು. ಅಷ್ಟರಲ್ಲಿ ಮೂರ್ತಿ ದಂಪತಿಗಳು ಇವರಿಬ್ಬರೂ ಕುಳಿತಿದ್ದೆಡೆ ಬಂದರು.

ಮೂರ್ತಿಗಳು ಆದಷ್ಟೂ ಸಹಜ ಧ್ವನಿಯಲ್ಲಿ, “ಹಲೋ ಜ್ಯೋತಿ, ಹಲೋ ಪ್ರಕಾಶ್” ಎಂದರು.

ಆದರೆ ಅನುರಾಧ ಮಾತ್ರ ಗದ್ಗದ ಧ್ವನಿಯಲ್ಲಿ, “ಪುಟ್ಟೀ... ಏನೇ? ಏನಾಗಿದೆ ನಿನಗೆ? ಎಷ್ಟು ಇಳಿದುಹೋಗಿದ್ದೀಯಲ್ಲೇ?” ಎಂದರು.

ಪ್ರಕಾಶ ಅದಕ್ಕುತ್ತರವಾಗಿ, “ಅವಳು ಸರಿಹೋಗ್ಬೇಕಾದ್ರೆ ಅವಳು ಒಂದೆರಡು ವಿಷ್ಯ ತಿಳ್ಕೋಬೇಕಾಗಿದೆ. ಇಲ್ಲೇ ಕೂತ್ಕೊಳೋಣ್ವಾ?... ಆಗ್ಲೇ ಕತ್ತಲೆಯಾಯ್ತು” ಎಂದನು.

ಮೂರ್ತಿಗಳು, “ಇಲ್ಲಿ ಬೇಡ, ಹೋಟೆಲ್ ರೂಮಿಗೇ ಹೋಗೋಣ ಬನ್ನಿ” ಎಂದರು.

“ಹೌದು, ಮೊದಲೇ ಖಾಯಿಲೆ ಬಿದ್ದು ಎದ್ದಿರುವ ಮಗು! ಇಲ್ಲಿ ಕುಳಿತು ಮಾತಾಡೋದೇ? ಬೇಡ, ರೂಮಿಗೇ ಹೋಗೋಣ... ಬಾಮ್ಮಾ” ಎನ್ನುತ್ತಾ ಅನುರಾಧ ಜ್ಯೋತಿಯ ಕೈಹಿಡಿದರು.

ಜ್ಯೋತಿ ಕೈ ಕೊಸರಿಕೊಳ್ಳುತ್ತಾ, “ನೀವು ಹೋಗಿ, ನಾನು ಇವನ ಜೊತೆ ಬರ್ತೇನೆ” ಎಂದು ಪ್ರಕಾಶನ ಕಡೆ ನೋಡಿದಳು.

ಅವರಿಬ್ಬರೂ ಮುಖ ಮುಖ ನೋಡುಕೊಳ್ಳುತ್ತಾ ಕಾರಿನ ಕಡೆ ನಡೆದರು. ಪ್ರಕಾಶ ಮತ್ತು ಜ್ಯೋತಿ ಬೈಕಿನ ಕಡೆ ನಡೆದರು.

ಕಾರಿನೊಳಗೆ ಕುಳಿತ ಅನುರಾಧ ಪುನಃ ಹೊರಗೆ ಬಂದು,

“ಹೋಗ್ಲೀ, ಈ ಶಾಲಾದ್ರೂ ಹೊದ್ದುಕೋ, ಹೀಗೆ ಚಳೀಲ್ಲಿ ಬರಬೇಡ” ಎನ್ನುತ್ತಾ ತಾವು ಹೊದೆದಿದ್ದ ಶಾಲನ್ನು ಅವಳಿಗೆ ನೀಡಿದರು. ಜ್ಯೋತಿ ಶಾಲು ಹೊದೆದುಕೊಂಡು ಪ್ರಕಾಶನ ಹಿಂದೆ ಕುಳಿತಳು.

ಕಾರು ಹೊರಟ ಮೇಲೆ ಪ್ರಕಾಶ ಕೇಳಿದ, “ಈಗ ಏನು ಹೇಳ್ತೀಯಾ? ಈಗ್ಲೂ ಇವರು ಮಾಡ್ತಿರೋದೆಲ್ಲಾ ನಾಟಕ ಅಂತ ಅನ್ನಿಸ್ತಾ ಇದೆಯಾ?”

ಜ್ಯೋತಿ ಏನೂ ಮಾತನಾಡಲಿಲ್ಲ. ಸ್ವಲ್ಪ ದೂರ ಹೋದ ಮೇಲೆ ಹೇಳಿದಳು, “ನನಗೇನೂ ಅರ್ಥವಾಗ್ತಾನೇ ಇಲ್ಲ. ತುಂಬಾ ಕನ್‌ಫ್ಯೂಸ್ ಆಗ್ತಾ ಇದೆ. ಈವತ್ತು ಏನಾದ್ರೂ ಮಾಡಿ ನಿಜ ಏನೂಂತ ತಿಳಿಯೋ ಹಾಗೆ ಮಾಡು, ಪ್ಲೀಸ್.”

“ನೀನೇನೂ ಯೋಚನೆ ಮಾಡಬೇಡ. ನಿಜ ತಿಳಿದೇ ತಿಳಿಯುತ್ತೆ. ಆದ್ರೆ ಅದನ್ನು ಅರಗಿಸಿಕೊಳ್ಳೋ ಶಕ್ತಿ ನಿನಗಿದೆಯೇ?”

“ಖಂಡಿತ, ನಿಜ ಏನೇ ಇದ್ರೂ ಅದನ್ನು ಹಾಗೇ ಒಪ್ಕೋತೇನೆ”.

ರೂಮಿಗೆ ಬಂದ ತಕ್ಷಣ ಮೂರ್ತಿಗಳು ರೂಮ್ ಸರ್ವಿಸ್‌ಗೆ ಫೋನ್ ಮಾಡಿ ನಾಲ್ಕು ಕಾಫಿ ತರಲು ಹೇಳಿದರು.

"ಒಂದ್ನಿಮಿಷ, ಮನೆಗೆ ಫೋನ್ ಮಾಡಿ ಲೇಟಾಗಿ ಬರ್ತೇನೇಂತ ಹೇಳಿ ಬರ್ತೇನೆ" ಎನ್ನುತ್ತಾ ಪ್ರಕಾಶ ರೂಮ್ ಬಾಗಿಲು ತೆರೆದನು.

"ಇಲ್ಲಿಂದಲೇ ಮಾಡು" ಎನ್ನುತ್ತಾ ಮೂರ್ತಿಗಳು ಫೋನಿನ ಕಡೆ ಕೈ ತೋರಿಸಿದರು.

ಫೋನ್ ಮಾಡುತ್ತಾ ಪ್ರಕಾಶ್ ಅಲ್ಲಿಯೇ ಇದ್ದ ಕುರ್ಚಿಯಲ್ಲಿ ಕುಳಿತನು. ಮೂರ್ತಿಗಳು ಮತ್ತೊಂದು ಕುರ್ಚಿಯಲ್ಲಿ ಕುಳಿತರು. ಜ್ಯೋತಿ ಮಂಚದ ಮೇಲೆ ಕುಳಿತುಕೊಳ್ಳಬೇಕಾಯಿತು. ಅನುರಾಧ ಸಹ ಮಂಚದ ಮತ್ತೊಂದು ಕೊನೆಯಲ್ಲಿ ಕುಳಿತರು. ಪ್ರಕಾಶ ಫೋನಿನಲ್ಲಿ ಮಾತನಾಡುವ ತನಕ ಬೇರೆ ಯಾರೂ ಏನೂ ಮಾತಾಡಲಿಲ್ಲ.

ಅಷ್ಟರಲ್ಲಿ ಕಾಫಿ ಬಂದಿತು. ಕಾಫಿ ಕುಡಿಯುತ್ತಾ ಅನುರಾಧ ಕೇಳಿದರು,

"ಈಗ ಹೇಳಮ್ಮ, ಅದೇನು ನೀನು ತಿಳ್ಕೋಬೇಕಾಗಿರುವುದು?"

ಜ್ಯೋತಿ ಪ್ರಕಾಶನ ಕಡೆ ದೃಷ್ಟಿ ಬೀರಿ ತಲೆತಗ್ಗಿಸಿದಳು.

ಪ್ರಕಾಶನೇ ಮಾತನಾಡಿದನು. "ನೋಡಿ, ನನಗೆ ಮುಖ್ಯವಾಗಿರೋದು ಅವಳು, ಅವಳ ಆರೋಗ್ಯ, ಅವಳ ಸಂತೋಷ. ಅದಕ್ಕಾಗಿಯೇ ನಾನು ತಲೆ ತೂರಿಸಬೇಕಾಗಿದೆ."

ಅವನ ಮಾತನ್ನು ಮಧ್ಯದಲ್ಲೇ ತುಂಡರಿಸುತ್ತಾ, "ನಮಗೆ ಬೇಕಾದ್ದೂ ಅದೇ ತಾನೇ? ಆದ್ರೆ ನಾವು ಏನೇ ಮಾಡಿದ್ರೂ ಇವಳು ಹೀಗೆ ಮಾತು ಕೂಡಾ ಆಡೋಕ್ಕೆ ಇಷ್ಟಪಡದೆ ಇದ್ದಾಳೇಂದ್ರೆ... ಕೇಳು ಅದೇನ್ ತಿಳ್ಕೋಬೇಕೋ..." ಎಂದರು ಅನುರಾಧ.

ಜ್ಯೋತಿ ಒಮ್ಮೆ ಪ್ರಕಾಶನ ಕಡೆ ನೋಡಿ ಮತ್ತಷ್ಟು ತಲೆ ತಗ್ಗಿಸಿ ಕುಳಿತಳು.

ಪ್ರಕಾಶನೇ ಮಾತನಾಡಿದ, "ನಾನು ನೇರವಾಗಿಯೇ ಕೇಳಿಬಿಡ್ತೇನೆ. ಇವಳು ಈ ರೀತಿಯ ನಡವಳಿಕೆಗೆ ಕಾರಣ ಇವಳನ್ನು ಕೊರೆಯುತ್ತಿರುವ ಇವಳ ಹುಟ್ಟಿನ ವಿಚಾರ. ಅದರಲ್ಲಿ ರಹಸ್ಯವಿದೆ, ಅದನ್ನು ನೀವು ಅವಳಿಂದ ಮುಚ್ಚಿಟ್ಟಿದ್ದೀರಿ ಅಂತ ಅವಳ ಭಾವನೆ. ಅದನ್ನು ನೀವು ಮಾತ್ರ ವಿವರಿಸಬಹುದು. ಅದನ್ನು ತಿಳಿದುಕೊಳ್ಳುವ ತನಕ ಪರಿಸ್ಥಿತಿ ಸರಿಹೋಗಲಾರದು ಅಂತ ನನಗನ್ನಿಸುತ್ತಿದೆ."

ಅವನ ಮಾತು ಕೇಳಿ ದಂಪತಿಗಳಿಬ್ಬರೂ ದಿಗ್ಭ್ರಾಂತರಾಗಿ ಮುಖ ಮುಖ ನೋಡಿಕೊಂಡರು. ನಂತರ ಮೂರ್ತಿಗಳು ಎದ್ದು ನಿಂತು ಒಮ್ಮೆ ಕೆಮ್ಮಿ ಗಂಟಲು ಸರಿಪಡಿಸಿಕೊಂಡು,

"ಅದ್ರಲ್ಲಿ ತಲೆಕೆಡಿಸಿಕೊಳ್ಳೋಂತಾದ್ದು ಏನಿದೆ? ಇದ್ದೊಳ್ಳೆ ತಮಾಷೆಯಾಯ್ತಲ್ಲಾ..." ಎಂದು ಹಾರಿಕೆಯ ಉತ್ತರ ಕೊಟ್ಟು ಬೆನ್ನ ಹಿಂದೆ ಕೈಕಟ್ಟಿಕೊಂಡು ನಿಂತರು.

ಜ್ಯೋತಿಯ ಮುಖ ಕೋಪದಿಂದ ಕೆಂಪಾಯಿತು.

"ನೋಡಿದ್ಯಾ ಪ್ರಕಾಶ್, ನಾನು ಹೇಳಲಿಲ್ಲವಾ? ಇವರು ಖಂಡಿತ ಈ ವಿಚಾರವಾಗಿ ಮಾತಾಡೋಲ್ಲ ಅಂತ. ಅದು ನನಗೆ ಚೆನ್ನಾಗಿ ಗೊತ್ತು." ಎಂದು ಅರ್ಧ ಅಳು, ಅರ್ಧ ಕೋಪದಲ್ಲಿ ಹೇಳಿದಳು.

ಪ್ರಕಾಶ ಅವಳನ್ನು ಸುಮ್ಮನಿರುವಂತೆ ಕೈಬೆರಳಿನಿಂದ ಸನ್ನೆ ಮಾಡಿ,

"ಆವತ್ತೊಂದು ದಿನ ನೀವು ಮದುವೆ ಮನೆಯಿಂದ ಊರಿಗೆ ಹೋದ ಮೇಲೆ ಇವಳು ಪುನಃ ಅಲ್ಲಿಗೆ ಹೋಗಿ ಆ ಅಜ್ಜಿಯನ್ನು ಮಾತನಾಡಿಸಿಕೊಂಡು ಬಂದಿದ್ದಾಳೆ" ಎಂದನು.

ಅನುರಾಧ ತಟ್ಟನೆ ತಲೆಯೆತ್ತಿ, "ಯಾರು ಆ ಸಾವಿತ್ರಮ್ಮನೇ? ನೀನ್ಯಾಕೇ ಅಲ್ಲಿಗೆ ಪುನಃ ಹೋಗಿದ್ದೆ?" ಎಂದು ಕೋಪದಿಂದ ಕೇಳಿದರು.

"ಯಾರೇ ಅದು?" ಎನ್ನುತ್ತಾ ಮೂರ್ತಿಗಳು ಮುಂದೆ ಬಂದರು.

"ಅದೇ ರೀ... ಅದೇ... ಬೆಂಗಳೂರಲ್ಲಿ ಬಾಡಿಗೆಗಿದ್ದಾಗ ಇದ್ರಲ್ಲಾ... ಆವತ್ತೇ ಹೇಳ್ದೆ ಅಲ್ವಾ ಅವರು ಸಿಕ್ಕಿದ್ದು..."

"ಓಹ್ ಅವರಾ..." ಎನ್ನುತ್ತಾ ಮೂರ್ತಿಗಳು ಜ್ಯೋತಿಯ ಕಡೆ ತಿರುಗಿ,

"ನೀನೊಬ್ಬಳೇ ಹೋಗಿ ಅವರನ್ನು ಮಾತಾಡಿಸಿಕೊಂಡು ಬಂದ್ಯಾ..." ಎಂದರು.

ಜ್ಯೋತಿ ತಲೆಯಾಡಿಸುತ್ತಾ, "ಒಬ್ಬೇ ಹೋಗಿದ್ದಕ್ಕೆ ಎಲ್ಲಾ ವಿಚಾರ ತಿಳೀತು. ಇಲ್ಲಾಂದ್ರೆ ಯಾವತ್ತಿಗೂ ನಿಜ ಗೊತ್ತಾಗ್ತಾನೇ ಇರಲಿಲ್ಲ" ಎಂದು ವ್ಯಂಗ್ಯವಾಗಿ ನುಡಿದಳು.

"ಏನೇ ಅದು ನೀನು ಹೇಳೋದು? ನಾವೇನು ನಿನಗೆ ಸುಳ್ಳು ಹೇಳಿದ್ದೇವಾ? ಮೋಸ ಮಾಡಿದ್ದೇವಾ? ಏನು ಮಹಾ ನಿಜ ನಿನಗೆ ಗೊತ್ತಾಗಿರೋದು?" ಕೋಪದಿಂದ ಅನುರಾಧ ಕೇಳಿದರು.

"ಅದೇ ನಾನು ನಿನಗೆ ಹುಟ್ಟಿದ ಮಗಳಲ್ಲ, ನೀನು ನನ್ನ ಹೆತ್ತ ತಾಯಿಯಲ್ಲ", ತಾಯಿಯ ಮುಖವನ್ನು ತೀಕ್ಷ್ಣವಾಗಿ ನೋಡುತ್ತಾ ಹೇಳಿದಳು.

ದಂಪತಿಗಳ ತಲೆಯ ಮೇಲೆ ಸಿಡಿಲು ಬಡಿದಂತಾಯಿತು. ಕ್ಷಣ ಹೊತ್ತು ಯಾರಿಗೂ ಮಾತು ಹೊರಡಲಿಲ್ಲ.

ಮೊದಲು ಚೇತರಿಸಿಕೊಂಡ ಮೂರ್ತಿಗಳು, "ಅನು, ಯಾವಾಗ್ಲೋ ಹೇಳಬೇಕಾಗಿತ್ತು. ನೀನು ಬೇಡ ಅಂತ ತಡೆದೆ. ನೋಡು... ಈಗ ಏನಾಯ್ತು. ಈಗ್ಲಾದ್ರೂ ಹೇಳಿಬಿಡ್ಲಾ" ಎಂದು ಪತ್ನಿಯನ್ನು ಕೇಳಿದರು.

ಅನುರಾಧ ಏನೂ ಮಾತನಾಡದೆ ತಲೆ ತಗ್ಗಿಸಿದರು.

ಮೂರ್ತಿಗಳು ಕೋಣೆಯಲ್ಲಿ ಶತಪಥ ತಿರುಗಾಡತೊಡಗಿದರು. ಒಂದೆರಡು ನಿಮಿಷಗಳ ನಂತರ ದಿಢೀರನೆ ನಿಂತು ಜ್ಯೋತಿಯ ಕಡೆ ತಿರುಗಿ, "ನಿನಗೆ ಸರೊಗೇಟ್ ಮದರ್ ಅಂದ್ರೆ ಗೊತ್ತಾ?" ಎಂದರು.

ಜ್ಯೋತಿ ಆಶ್ಚರ್ಯದಿಂದ ಕಂಗಳನ್ನು ಅರಳಿಸಿ, "ಅಂದ್ರೆ ?" ಎಂದಳು.

ಅನುರಾಧ ಬಾಯಿಗೆ ಸೆರಗು ಒತ್ತಿ ಹಿಡಿದು ಅಳು ನುಂಗಲು ಪ್ರಯತ್ನಿಸುತ್ತಿದ್ದರು.

* * *

ಮೂರ್ತಿಗಳು ಕುರ್ಚಿಯ ಮೇಲೆ ಕುಳಿತು ತಲೆ ತಗ್ಗಿಸಿ ಸಣ್ಣ ಧ್ವನಿಯಲ್ಲಿ ನಿಧಾನವಾಗಿ ಹೇಳತೊಡಗಿದರು.

"ಹೌದಮ್ಮ, ನೀನು ಬಾಡಿಗೆ ತಾಯಿಯ ಗರ್ಭದಿಂದ ಹೊರಬಂದವಳು. ಮದುವೆಯಾಗಿ ತುಂಬಾ ವರ್ಷಗಳಾದರೂ ನಮಗೆ ಮಕ್ಕಳಾಗಲಿಲ್ಲ. ಕಂಡ ಕಂಡ ದೇವರಿಗೆಲ್ಲ ಹರಕೆ ಹೊತ್ತೆವು. ಕಂಡ ಕಂಡ ಡಾಕ್ಟರ್‌ಗಳನ್ನೆಲ್ಲಾ ಭೇಟಿ ಮಾಡಿದೆವು. ಇವಳು ಎರಡು ಮೂರು ಬಾರಿ ಗರ್ಭ ಧರಿಸಿದರೂ ಅದು ನಿಲ್ಲಲಿಲ್ಲ. ಹೀಗಾಗಿ ಎಲ್ಲಾ ಡಾಕ್ಟರ್‌ಗಳದ್ದೂ ಒಂದೇ ಅಭಿಪ್ರಾಯ. ಇವಳಿಗೆ ಗರ್ಭ ಹೊರುವಷ್ಟು ಚೈತನ್ಯವಿಲ್ಲ ಎಂದು. ಅದನ್ನು ತಿಳಿದು ಇವಳು ನನ್ನನ್ನು ಮರುಮದುವೆಯಾಗಲು ಒತ್ತಾಯಿಸತೊಡಗಿದಳು. ದಿನಕಳೆದಂತೆ ಒತ್ತಾಯ ಜಾಸ್ತಿಯಾಗತೊಡಗಿತು. ಇದೇ ಸಮಯದಲ್ಲಿ ಯಾವುದೊ ಒಂದು ಪುಸ್ತಕದಲ್ಲಿ ಬಾಡಿಗೆ ಗರ್ಭದ ಬಗ್ಗೆ ಓದಿದೆ. ಸಂಪ್ರದಾಯಸ್ಥ ಭಾರತೀಯರು ಒಪ್ಪದ ಈ ಪ್ರಯೋಗವನ್ನು ಬಾಂಬೆಯ ವೈದ್ಯರೊಬ್ಬರು ಯಶಸ್ವಿಯಾಗಿ ಆದರೆ ಗುಟ್ಟಾಗಿ ನಡೆಸಿದ್ದಾರೆ ಎಂಬ ಊಹಾಪೋಹದ ಲೇಖನ ಅದಾಗಿತ್ತು. ಅದನ್ನು ಇವಳೂ ಓದಿದಳು. ನಂತರ ನಾವೂ ಯಾಕೆ ಈ ಒಂದು ಪ್ರಯತ್ನ ಮಾಡಬಾರದು ಎಂದೆನಿಸಿತು. ಬಾಂಬೆಗೆ ಹೋಗಿ ಆ ವೈದ್ಯರನ್ನು ಸಂಪರ್ಕಿಸಿ ಬೇಕಾದ ಎಲ್ಲಾ ಮಾಹಿತಿ ಪಡೆದೆವು. ನಮಗೆ ಅವಶ್ಯಕವಾಗಿ ಬೇಕಾಗಿದ್ದುದು ಒಬ್ಬ ಬಾಡಿಗೆ ತಾಯಿ. ಆಕೆಯನ್ನು ಹೇಗಪ್ಪಾ ಹೊಂದಿಸುವುದು ಎಂಬ ಯೋಚನೆಯಿಂದ ಬೆಂಗಳೂರಿಗೆ ಹಿಂತಿರುಗಿದೆವು.

"ಆ ಸಮಯದಲ್ಲಿ ಇವಳು ಒಂದು ಸಂಜೆ ಕಾಲೇಜಿನಲ್ಲಿ ಪಾರ್ಟ್‌ಟೈಂ ಲೆಕ್ಚರರ್ ಆಗಿದ್ದಳು. ಅಲ್ಲಿ ಫೈನಲ್ ಇಯರ್‌ಗೆ ಬರುತ್ತಿದ್ದ ಒಂದು ಹುಡುಗಿಗೂ ಇವಳಿಗೂ ಸ್ವಲ್ಪ ಹೆಚ್ಚಿನ ಪರಿಚಯವಾಗಿತ್ತು. ಬಾಂಬೆಗೆ ಹೋಗಿ ಬಂದ ಮೇಲೆ ಅಷ್ಟು ದಿನ ಕಾಲೇಜಿಗೆ ಬಾರದಿರುವ ಬಗ್ಗೆ ಅವಳು ಕೇಳಿದಳಂತೆ. ಇವಳಿಗೂ ಯಾರ ಹತ್ತಿರವಾದರೂ ಹೇಳಿಕೊಳ್ಳಬೇಕೆನಿಸುತ್ತಿತ್ತು. ಹೀಗಾಗಿ ಅವಳಿಗೆ ನಮ್ಮ ವಿಚಾರವೆಲ್ಲಾ ತಿಳಿಸಿಬಿಟ್ಟಳಂತೆ. ನಮ್ಮದು ಅದೇನು ಅದೃಷ್ಟವೋ ಮೂರು ನಾಲ್ಕು ದಿನಗಳ ನಂತರ ಆ ಹುಡುಗಿ ತಾನೇ ತಾನಾಗಿ ಇವಳ ಬಳಿ ಬಂದು ನಮ್ಮಿಬ್ಬರ ಅಭ್ಯಂತರವಿಲ್ಲದಿದ್ದರೆ ತಾನೇ ಬಾಡಿಗೆ ತಾಯಾಗಲು ಸಿದ್ಧ ಎಂದು ತಿಳಿಸಿದಳಂತೆ. ಇವಳು ಮನೆಗೆ ಬಂದು ನನಗೆ ವಿಷಯ ತಿಳಿಸಿದಾಗ ನನಗೆ

ತುಂಬಾ ಸಂತೋಷವಾಯಿತು. ಆ ಹುಡುಗಿಯ ಫೈನಲ್ ಎಕ್ಸಾಮ್ಸ್‌ಗೆ 2–3 ತಿಂಗಳಿತ್ತು. ಅದು ಮುಗಿದ ನಂತರ ಮೂವರೂ ಬಾಂಬೆಗೆ ಹೋಗಿ ಬೇಕಾದ ಪರೀಕ್ಷೆಗಳನ್ನು ಮಾಡಿಸಿಕೊಳ್ಳುವುದೆಂದು ನಿರ್ಧರಿಸಿದೆವು.

“ಆ ಹುಡುಗಿಗೆ ಯಾರೂ ದಿಕ್ಕಿರಲಿಲ್ಲ. ಒಂದು ವರ್ಕಿಂಗ್ ವುಮನ್ಸ್ ಹಾಸ್ಟೆಲಿನಲ್ಲಿ ಇದ್ದುಕೊಂಡು ಬೆಳಗ್ಗೆಯಲ್ಲಾ ಶಾಲೆಯಲ್ಲಿ ಕೆಲಸ ಮಾಡಿ, ಸಂಜೆಗೆ ಈ ಕಾಲೇಜಿಗೆ ಬಂದು ಓದುತ್ತಿದ್ದಳು. ‘ಈ ಪ್ರಯೋಗಕ್ಕೆ ಏಕೆ ಒಪ್ಪಿಕೊಂಡೆ’ ಎಂದು ಕೇಳಿದಾಗ ಅವಳು ಹೇಳಿದ್ದು, ‘ನನ್ನ ಜೀವನದಲ್ಲಿ ನಾನು ಒಂದು ಭಾರೀ ತಪ್ಪುಮಾಡಿದ್ದೇನೆ. ಆದರೆ ಅದು ಅಸಹಾಯಕತೆಯಿಂದ ಮಾಡಿದ್ದು. ಆದರೆ ಏನೇ ಆಗಲಿ ತಪ್ಪು ತಪ್ಪೇ. ನಿಮಗೆ ಸಹಾಯ ಮಾಡಿ ಸ್ವಲ್ಪವಾದರೂ ಆ ಪಾಪದ ಭಾರ ಇಳಿಯಬಹುದು ಅಂತ. ಅದರ ಜೊತೆಗೆ ಆ ತಪ್ಪನ್ನು ಸರಿಪಡಿಸಲು ಹಣ ಬೇಕು. ಇದರಿಂದ ಹಣ ಸಿಗುತ್ತದೆ ಅದಕ್ಕೆ’ ಎಂದಳು. ತನ್ನ ಹಿಂದಿನದನ್ನು ದಯವಿಟ್ಟು ಕೆದಕಬೇಡಿ ಎಂದು ಬೇಡಿಕೊಂಡಳು. ನಮಗೆ ಬೇಕಾಗಿದ್ದದ್ದು ಅವಳ ಚರಿತ್ರೆಯಲ್ಲ, ಅವಳ ಸಹಾಯ ಅಷ್ಟೇ. ಹೀಗಾಗಿ ನಾವೂ ಏನನ್ನೂ ಕೆದಕದೆ ಸುಮ್ಮನಾದೆವು.

“ಆಕೆಯ ಪರೀಕ್ಷೆ ಮುಗಿದ ಕೂಡಲೇ ನಾವು ಮೂವರೂ ಬಾಂಬೆಗೆ ತೆರಳಬೇಕಾಗಿತ್ತು. ಅದಕ್ಕಾಗಿ ನಾವು ಅಲ್ಲೇ ವಾಸಮಾಡಬೇಕಿತ್ತು. ಆದರೆ ಆಗಲೇ ರಾಮನಗರದ ಬಿಸಿನೆಸ್ ತುಂಬಾ ಚೆನ್ನಾಗಿ ಕುದುರತೊಡಗಿತ್ತು. ಆದರೆ, ಈ ಟ್ರೀಟ್‌ಮೆಂಟ್ ಸಲುವಾಗಿ ಬೆಂಗಳೂರಿನಲ್ಲಿ ವಾಸಮಾಡುವುದು ಅನಿವಾರ್ಯವಾಗಿತ್ತು. ಕಡೆಗೆ ತುಂಬಾ ಯೋಚಿಸಿ ಜಯನಗರದ ಸ್ವಂತ ಮನೆಯನ್ನು ಮಾರಿ ಮಲ್ಲೇಶ್ವರದಲ್ಲಿ ಒಂದು ಔಟ್‌ಹೌಸ್ ಬಾಡಿಗೆಗೆ ಹಿಡಿದೆವು. ನಿನಗೆ ತಿಳಿದ ಹಾಗೆ ನಮಗೆ ಹೇಳಿಕೊಳ್ಳುವಂತ ನೆಂಟರು ಯಾರು ಇಲ್ಲ. ಉಳಿದ ನೆಂಟರು, ಗೆಳೆಯರು ಎಲ್ಲರೂ ನಾವು ರಾಮನಗರಕ್ಕೆ ಹೋದೆವೆಂದು ತಿಳಿದರು.

“ಬಾಂಬೆಗೆ ಹೋಗುವ ಮುನ್ನ ಒಂದು ಅಗ್ರಿಮೆಂಟ್ ಲಾಯರ್ ಮೂಲಕ ಸಿದ್ಧಪಡಿಸಿದೆವು. ಅದರ ಪ್ರಕಾರ ಶುರುವಿಗೇ ಒಂದು ಲಕ್ಷ ರೂಪಾಯಿ ಆಕೆಯ ಹೆಸರಿನಲ್ಲಿ ಬ್ಯಾಂಕಿನಲ್ಲಿ ಡೆಪಾಸಿಟ್ ಮಾಡಬೇಕು. ಅದು ಆಕೆಗೆ ಒಂದು ವರ್ಷದ ನಂತರ, ಎಲ್ಲಾ ಸುಸೂತ್ರವಾಗಿ ಮುಗಿದರೆ ಸಿಗುತ್ತದೆ. ಅದಿಲ್ಲದೆ ಮಧ್ಯೆ ಈ ಪ್ರಯತ್ನ ವಿಫಲವಾಗಿ ನಾವು ಈ ಪ್ರಯತ್ನವನ್ನು ನಿಲ್ಲಿಸಿದ್ದೇ ಆದರೆ ಆಕೆಗೆ ಇಪ್ಪತ್ತು ಸಾವಿರ ಮತ್ತು ಅಲ್ಲಿಯವರೆಗೂ ಆ ಒಂದು ಲಕ್ಷದ ಮೇಲೆ ಬರುವ ಬಡ್ಡಿ ಹಣ ಕೊಡಬೇಕು. ಅದರ ಜೊತೆಗೆ ಆಕೆಗೆ ತಿಂಗಳಿಗೆ ಐನೂರು ರೂಪಾಯಿ ಕೊಡಬೇಕು. ಆಕೆ ಈ ಕೆಲಸದಲ್ಲಿ ತೊಡಗಿರುವ ತನಕ ಸಕಲ ಖರ್ಚುವೆಚ್ಚಗಳೂ ನಮ್ಮದೆ. ಆಕೆಯ ಸಂಪೂರ್ಣ ಜವಾಬ್ದಾರಿ ನಮ್ಮದೆ. ಮಗು

ಜನಿಸಿ ನಮ್ಮ ಕೈಸೇರಿದ ನಂತರ ಆ ಜವಾಬ್ದಾರಿ ಮುಗಿಯುತ್ತದೆ. ಜನಿಸುವ ಮಗುವಿನ ಮೇಲೆ ಆಕೆಗೆ ಯಾವುದೇ ರೀತಿಯ ಅಧಿಕಾರ ಇರುವುದಿಲ್ಲ.

"ಈ ರೀತಿಯ ಅಗ್ರಿಮೆಂಟ್ ಮಾಡಿ, ಒಂದು ಲಕ್ಷ ರೂಪಾಯಿಗಳನ್ನು ಡೆಪಾಸಿಟ್ ಮಾಡಿ, ಮನೆ ಬದಲಿಸಿ ನಾವು ಮೂವರೂ ಬಾಂಬೆಗೆ ಹೋದೆವು.

"ಆಕೆಗೆ ತನ್ನವರು ಅಂತ ಯಾರಾದರೂ ಇದ್ದಾರೋ ಇಲ್ಲವೋ ಗೊತ್ತಿಲ್ಲ. ಆಕೆ ಒಂದು ದಿನವೂ ಯಾರನ್ನೂ ನೆನೆಸಿಕೊಂಡವಳೂ ಅಲ್ಲ. ನಮಗೆ ಮಾತ್ರ ಪೂರ್ಣ ಸಮಾಧಾನದಿಂದ ಸಂಪೂರ್ಣ ಸಹಕಾರ ನೀಡುತ್ತಿದ್ದಳು. ಆದರೂ ಆ ದಿನಗಳಲ್ಲಿ ನಾವು ಮೂವರು ಅನುಭವಿಸುತ್ತಿದ್ದ ಮಾನಸಿಕ ವೇದನೆ ಹೇಳಿಕೊಳ್ಳೋಕ್ಕೇ ಆಗೋಲ್ಲ."

ಇಷ್ಟು ಹೇಳಿ ಮಾತು ನಿಲ್ಲಿಸಿ, ಕಾಲು ಚಾಚಿ ಹಿಂದಕ್ಕೊರಗಿ ಕಣ್ಣು ಮುಚ್ಚಿಕೊಂಡರು. ಮುಂದಿನ ಘಟನೆಗಳನ್ನು ನೆನಪಿಸಿಕೊಳ್ಳುವಂತೆ ಒಂದೆರಡು ನಿಮಿಷ ಮೌನವಾಗಿದ್ದು ನಂತರ ಕಣ್ಣುತೆರೆದು ಮಾತು ಮುಂದುವರಿಸಿದರು.

"ಬಾಂಬೆಗೆ ಬಂದು ಸುಮಾರಾದ ಒಂದು ಹೋಟೆಲಲ್ಲಿ ಎರಡು ರೂಮ್ ಹಿಡಿದೆವು. ಅದು ಆಸ್ಪತ್ರೆಗೆ ಹತ್ತಿರವೂ ಆಗಿತ್ತು. ನಮ್ಮ ಟ್ರೀಟ್‌ಮೆಂಟ್ ಶುರುವಾಯಿತು. ಹಣ ನೀರಿನಂತೆ ಖರ್ಚಾಗತೊಡಗಿತು. ಆದರೂ ಮಗುವನ್ನು ಪಡೆಯಲೇಬೇಕೆಂಬ ಹೆಬ್ಬಯಕೆಯಿಂದ ಕೈ ಮೊಟಕು ಮಾಡದೆ ಖರ್ಚುಮಾಡತೊಡಗಿದೆ. ಈ ಕೃತಕ ಗರ್ಭಧಾರಣೆಯ ವಿಚಾರ ನಮಗಿಂತ ನಿಮಗೆ ಚೆನ್ನಾಗಿ ಗೊತ್ತಿದೆ. ನಾನಾ ಥರದ ಔಷಧಗಳು, ಇಂಜೆಕ್ಷನ್‌ಗಳು ಮೂವರಿಗೂ ನೀಡುತ್ತಿದ್ದರು. ಸಕಾಲದಲ್ಲಿ ನಮ್ಮಿಂದ ಅಂಡಾಣು ಹಾಗು ವೀರ್ಯಾಣುವನ್ನು ಸಂಗ್ರಹಿಸಿ, ಲ್ಯಾಬ್‌ನಲ್ಲಿ ಅದನ್ನು ಸಂಸ್ಕರಿಸಿ, ಅದನ್ನು ಆಕೆಯ ಗರ್ಭಕ್ಕೆ ವರ್ಗಾಯಿಸಿದರು. ಈ ಎಲ್ಲಾ ಕ್ರಿಯೆಗಳೂ ನಮಗೆ ಮೂವರಿಗೂ ತುಂಬಾ ಮುಜುಗರ ತರುತ್ತಿತ್ತು. ಆದರೆ ಏನು ಮಾಡುವುದು? ಇಷ್ಟು ಮುಂದುವರೆದ ಮೇಲೆ ಹಿಂತಿರುಗುವ ಪ್ರಶ್ನೆಯೇ ಇಲ್ಲ. ನಮ್ಮ ಅದೃಷ್ಟ ತುಂಬಾ ಚೆನ್ನಾಗಿತ್ತು. ಮೊದಲ ಬಾರಿಗೇ ಆ ಭ್ರೂಣ ಆಕೆಯ ದೇಹಕ್ಕೆ ಹೊಂದಿಕೊಂಡು ಬೆಳೆಯತೊಡಗಿತು. ಆಕೆ ಸುಮಾರು ಒಂದೂವರೆ ತಿಂಗಳು ಆಸ್ಪತ್ರೆಯಲ್ಲಿಯೇ ಇದ್ದಳು. ನಂತರ ಒಂದು ತಿಂಗಳು ಹೋಟೆಲಿನಲ್ಲಿ ಇದ್ದುಕೊಂಡು ದಿನಾ ಪರೀಕ್ಷೆ ಮಾಡಿಸಿಕೊಳ್ಳುತ್ತಿದ್ದಳು. ಎರಡೂವರೆ ತಿಂಗಳಾದ ನಂತರ ಡಾಕ್ಟರ್ ನಮಗೆ ಬೆಂಗಳೂರಿಗೆ ಹಿಂತಿರುಗಲು ಅನುಮತಿ ಕೊಟ್ಟರು. ಮಗು ಜನಿಸುವ ತನಕ ಆಕೆಯನ್ನು ಯಾವ ರೀತಿ ನೋಡಿಕೊಳ್ಳಬೇಕು ಎಂದು ನಮಗೆ ವಿವರವಾಗಿ ತಿಳಿ ಹೇಳಿದರು. ಆಕೆಗೆ ಕಾಲಕಾಲಕ್ಕೆ ಕೊಡಬೇಕಾದ ಔಷಧಿ, ಇಂಜೆಕ್ಷನ್‌ಗಳು, ಕಾಲಕಾಲಕ್ಕೆ ಮಾಡಿಸಬೇಕಾದ ಟೆಸ್ಟುಗಳು ಇವನ್ನೆಲ್ಲಾ ವಿವರವಾಗಿ ಬರೆದು ಬೆಂಗಳೂರಿನ ನಮ್ಮ ಡಾಕ್ಟರಿಗೆ ಕೊಡುವಂತೆ ಹೇಳಿದರು.

"ಮೂವರೂ ವಿಮಾನದಲ್ಲೇ ಬೆಂಗಳೂರಿಗೆ ಬಂದೆವು.

“ಇಲ್ಲಿಗೆ ಬಂದ ಮೇಲೆ ಪ್ರತಿ ಹದಿನೈದು ದಿನಗಳಿಗೊಮ್ಮೆ ಆಕೆಯ ಆರೋಗ್ಯ ತಪಾಸಣೆ ನಡೆಯುತ್ತಿತ್ತು. ಆಕೆ ಸದಾ ಶಾಂತವಾಗಿ ಸಹಕಾರ ನೀಡುತ್ತಿದ್ದಳು. ಆದರೂ ನನ್ನ ಎದುರಿಗೆ ಏನೋ ಒಂದು ರೀತಿಯ ಮುಜುಗರ ಆಕೆಗೆ. ಅಲ್ಲದೆ ದಿನಕಳೆದಂತೆ ನನಗೂ ಆಕೆಯ ಎದುರಿಗೆ ಇರಲಾಗದಂಥ ಚಡಪಡಿಕೆ. ಜೊತೆಗೆ ನಾನು, ಬಿಸಿನೆಸ್ ಕಡೆ ಗಮನ ಹರಿಸಲೇಬೇಕಾಗಿತ್ತು. ಹೀಗಾಗಿ ನಾನು ಹೆಚ್ಚು ಹೆಚ್ಚು ರಾಮನಗರದಲ್ಲಿಯೇ ಇರುತ್ತಿದ್ದೆ. ಅಲ್ಲಿ ಆಕೆ ಮತ್ತು ಅನುರಾಧ ಇಬ್ಬರೇ ಇರುತ್ತಿದ್ದರು. ಅನುರಾಧ ಆಕೆಯನ್ನು ಒಡಹುಟ್ಟಿದ ತಂಗಿಗಿಂತ ಹೆಚ್ಚು ಪ್ರೀತಿ ವಾತ್ಸಲ್ಯಗಳಿಂದ ನೋಡಿಕೊಳ್ಳುತ್ತಿದ್ದಳು. ನಾವಿದ್ದುದು ಒಂದು ಔಟ್‌ಹೌಸಿನಲ್ಲಿ. ಮುಂದಿನ ಮನೆಯಲ್ಲಿ ಓನರ್ ಇದ್ದರು. ಆ ಮನೆಯ ಯಜಮಾನಿಯೇ ನೀನು ಹೋಗಿ ಮಾತನಾಡಿಸಿಕೊಂಡು ಬಂದ ಸಾವಿತ್ರಮ್ಮ. ಆ ಮನೆಯಲ್ಲಿ ಆಕೆ, ಆಕೆಯ ಗಂಡ ಮತ್ತು ಮೂವರು ಮಕ್ಕಳು ಇದ್ದರು.”

ಮಾತು ನಿಲ್ಲಿಸಿ ಎದ್ದು ಹೋಗಿ ನೀರು ಕುಡಿದು ಬಂದು ಕುಳಿತು ಪುನಃ ಆರಂಭಿಸಿದರು.

“ನಾವು ಮೂವರು ಸೇರಿ ಮಾಡಿದ್ದು ವೈಜ್ಞಾನಿಕವಾಗಿ ಒಂದು ಅತ್ಯುತ್ತಮ ಸಾಧನೆಯೇ ಇರಬಹುದು. ಆದರೆ ಆ ಕಾಲದಲ್ಲಿ ಸಾಮಾಜಿಕವಾಗಿ ಈ ಸಾಧನೆಯನ್ನು ಯಾರೂ ಮುಕ್ತವಾಗಿ ಸ್ವೀಕರಿಸುತ್ತಿರಲಿಲ್ಲ. ಅಂದರೆ ಸುಮಾರು 20 ವರ್ಷಗಳ ಹಿಂದೆ ಯಾರಿಗೂ ಇದು ಅರ್ಥವಾಗುತ್ತಿರಲಿಲ್ಲ. ಆ ಅಳುಕು ನಮ್ಮಲ್ಲಿ ಇತ್ತು. ಹೀಗಾಗಿಯೇ ನಾವು ಮಾಡುತ್ತಿದ್ದ ಈ ಮಹತ್ಸಾಧನೆಯನ್ನು ಯಾರೊಂದಿಗೂ ಹಂಚಿಕೊಳ್ಳಲಾಗದ ಪರಿಸ್ಥಿತಿಯಲ್ಲಿದ್ದೆವು. ಹೆಚ್ಚಿನ ಚಿಕಿತ್ಸೆಗಾಗಿ ಮುಂಬಯಿಗೆ ಹೋಗುತ್ತಿದ್ದೇವೆಂದು ಇದ್ದ ಕೆಲವೇ ಸ್ನೇಹಿತರಿಗೆ, ಬಳಗದವರಿಗೆ ತಿಳಿಸಿದ್ದೇವೇ ವಿನಾ ಇಂತಹದ್ದೇ ಕ್ರಮ ಅನುಸರಿಸುತ್ತೇವೆಂದು ತಿಳಿಸಿರಲಿಲ್ಲ. ತಿಳಿಸಬೇಕಾದ ಅವಶ್ಯಕತೆಯೇ ಇರಲಿಲ್ಲ. ನನಗಾಗಲೀ, ಇವಳಿಗಾಗಲೀ ತೀರಾ ಸಮೀಪ ಬಂಧುಗಳು ಇರಲಿಲ್ಲ. ಇದ್ದ ದೂರಸಂಬಂಧಿ ಚಿಕ್ಕಪ್ಪಂದಿರು, ಸೋದರಮಾವ ಇವರುಗಳಿಗೆ ಬೊಂಬಾಯಿಗೆ ಹೋಗುವುದು ಮಾತ್ರ ತಿಳಿಸಿದೆವು. ಹಿಂದಕ್ಕೆ ಬಂದ ಮೇಲೆ ಯಾರಿಗೂ ತಿಳಿಸಲು ಹೋಗಲಿಲ್ಲ. ನಾನಂತೂ ಸದಾ ರಾಮನಗರದಲ್ಲೇ ಇರುತ್ತಿದ್ದೆ. ಇವಳು ಮನೆ ಬಿಟ್ಟು ಹೊರಗೆ ಹೋಗುವುದೇ ಅಪರೂಪವಾಗಿತ್ತು. ಜೊತೆಗೆ ಈ ಮಲ್ಲೇಶ್ವರದ ಮನೆಯ ಅಡ್ರೆಸ್ಸನ್ನು ಯಾರಿಗೂ ಕೊಟ್ಟೇ ಇರಲಿಲ್ಲ. ಹೀಗಾಗಿ ಪರಿಸ್ಥಿತಿಯೆಲ್ಲಾ ಅನುಕೂಲವಾಗಿಯೇ ಇತ್ತು.

“ಆದರೆ ತೀರಾ ಮುಂದಿನ ಮನೆಯಲ್ಲೇ ಇರುವ ಸಾವಿತ್ರಮ್ಮನ ಬಳಿ ಮುಚ್ಚಿಡಲು ಸಾಧ್ಯವಿರಲಿಲ್ಲ. ಆಕೆಗೆ ಎಲ್ಲವನ್ನೂ ವಿವರವಾಗಿ ತಿಳಿಸಿದ ಬಳಿಕವೂ

ಆಕೆ ಅದನ್ನೆಲ್ಲಾ ನಂಬಲು ತಯಾರಿರಲಿಲ್ಲ. ನನ್ನ ಹಾಗೂ ಆ ಹೆಂಗಸಿನ ಸಂಪರ್ಕವೇ ಇಲ್ಲದೆ ಈ ರೀತಿ ಗರ್ಭ ಧರಿಸಲು ಸಾಧ್ಯವೇ ಇಲ್ಲವೆಂದು ಆಕೆಯ ವಾದ. ಯಾವುದೋ ಕೆಟ್ಟ ಗಳಿಗೆಯಲ್ಲಿ ಏನೋ ಅಚಾತುರ್ಯ ನಡೆದು ಆ ಹುಡುಗಿ ಗರ್ಭಿಣಿಯಾಗಿದ್ದಾಳೆ. ಈ ಅನುರಾಧ ತುಂಬಾ ಒಳ್ಳೆಯವಳಾದ್ದರಿಂದ ಆ ಹುಡುಗಿಯನ್ನು ತನ್ನ ಒಡಹುಟ್ಟಿದ ತಂಗಿಯಂತೆ ನೋಡಿಕೊಳ್ಳುತ್ತಿದ್ದಾಳೆ, ತನ್ನ ಗಂಡನ ತಪ್ಪನ್ನು ಮುಚ್ಚಿಟ್ಟಿದ್ದಾಳೆ ಎಂದೇ ಆಕೆ ನಂಬಿಬಿಟ್ಟರು. ನಮಗೇನಾಗಬೇಕು? ಮಗು ಹುಟ್ಟಿದ ನಂತರ ಹೇಗೂ ರಾಮನಗರಕ್ಕೆ ಹೊರಟು ಹೋಗುತ್ತೇವಲ್ಲಾ ನಂತರ ಈಕೆಯೊಂದಿಗೆ ಯಾವ ಮಾತುಕತೆಯೂ ಇರುವುದಿಲ್ಲ ಎಂದು ಸುಮ್ಮನಾದೆವು. ನಮ್ಮ ಮಗುವನ್ನು ಗರ್ಭದಲ್ಲಿ ಹೊತ್ತ ಆ ಹೆಂಗಸಿಗೆ ಅನುರಾಧ ಕಿಂಚಿತ್ತೂ ತೊಂದರೆಯಾಗದಂತೆ ಸೇವೆ ಮಾಡಿದಳು. ಏಳನೇ ತಿಂಗಳಲ್ಲಿ ಸೀಮಂತದ ಶಾಸ್ತ್ರವನ್ನು ಮಾಡಿದಳು. ಬರೀ ಮುಂದಿನ ಮನೆಯವರನ್ನಷ್ಟೇ ಕರೆದಿದ್ದಳು.

"ದಿನ ತುಂಬಿದಾಗ ಅವಳನ್ನು ಪರೀಕ್ಷಿಸಿದ ಡಾಕ್ಟರ್ ಇನ್ನೊಂದು ವಾರದೊಳಗೆ ಆಪರೇಷನ್ ಮಾಡಿ ಮಗುವನ್ನು ಹೊರತೆಗೆಯೋಣವೆಂದು ಸೂಚಿಸಿದರು. ಒಂದು ಒಳ್ಳೆಯ ದಿನ ನೋಡಿ ತಿಳಿಸುತ್ತೇವೆಂದು ಹೇಳಿ ಮನೆಗೆ ಬಂದೆವು. ಆ ದಿನವೆಲ್ಲಾ ಆಕೆ ತುಂಬಾ ಮಂಕಾಗಿದ್ದಳು.

"ಮರುದಿನ ಕಾಫಿ ಕುಡಿಯುವಾಗ ಆಕೆಯೇ, 'ಈ ಸಿಜೇರಿಯನ್ ಆಪರೇಷನ್ನಿನ ಜೊತೆ ನನ್ನ ಗರ್ಭಕೋಶವನ್ನೂ ತೆಗಿಸಿ ಮುಂದೆ ನನಗೆ ಮಕ್ಕಳು ಆಗದ ಹಾಗೆ ಮಾಡಿ, ಪ್ಲೀಸ್...' ಎಂದು ಕೇಳಿಕೊಂಡಳು.

"ಅದನ್ನು ಕೇಳಿ ನಮಗೆ ತುಂಬಾ ಆಶ್ಚರ್ಯವಾಯಿತು, 'ಇದೇನು? ಇನ್ನೂ 20–25ರ ವಯಸ್ಸಿನಲ್ಲಿಯೇ ಹೀಗ್ಯಾಕೆ ಮಾಡಿಕೊಳ್ತೀಯಾ?' ಎಂದು ಎಷ್ಟೇ ಕೇಳಿದರೂ ಆಕೆಯದು ಒಂದೇ ಉತ್ತರ. 'ನಾನು ಕೈಗೊಂಡ ನಿರ್ಧಾರ ಸರಿಯಾಗಿಯೇ ಇದೆ. ಹೀಗೆ ಬಾಡಿಗೆ ತಾಯಾಗುವ ಕೆಲಸದಿಂದ ಸಾಕಷ್ಟು ಹಣ ಸಂಪಾದನೆ ಮಾಡಬಹುದೆಂದು ಕಂಡುಕೊಂಡಿದ್ದೇನೆ. ನನ್ನ ದೇಹದಲ್ಲಿ ಇನ್ನೂ ಕಸುವಿದೆ. ಇನ್ನೂ ಹೆಚ್ಚು ಮಕ್ಕಳನ್ನು ಹೊತ್ತು ಹೆರುವಷ್ಟು ಚೈತನ್ಯವಿದೆ. ಆದರೆ ಈ ಪ್ರಲೋಭನೆಗೆ ನಾನು ಒಳಗಾಗಬಾರದು. ಅದು ನನ್ನ ಈ ಕಾರ್ಯದ ಉದ್ದೇಶವನ್ನೇ ಹಾಳು ಮಾಡುತ್ತದೆ. ಗರ್ಭಕೋಶವೇ ಇಲ್ಲದ ಮೇಲೆ ಈ ರೀತಿ ಕಾರ್ಯಕ್ಕೆ ಕೈಹಾಕುವುದಾದರೂ ಹೇಗೆ? ಅದಕ್ಕಾಗಿಯೇ ಈ ನಿರ್ಧಾರ ತೆಗೆದುಕೊಂಡಿದ್ದೇನೆ. ಮತ್ತೊಮ್ಮೆ ಆಪರೇಷನ್ನಿಗೆ ಒಳಗಾಗುವಷ್ಟು ಸ್ಥಿತಿವಂತಳಲ್ಲ ನಾನು. ಆದ್ದರಿಂದಲೇ ಈ ಎರಡೂ ಆಪರೇಷನ್ನೂ ಒಟ್ಟಿಗೆ ನಡೆಯಲಿ' ಎಂದು ವಿವರಿಸಿದಳು.

"ಇದೇ ವಾದವನ್ನು ಮುಂದಿಟ್ಟು ಕಡೆಗೆ ಡಾಕ್ಟರನ್ನೂ ಒಪ್ಪಿಸಿದಳು.

"ನಾವು ಒಂದು ಒಳ್ಳೆ ದಿನವನ್ನು ನೋಡಿ ಡಾಕ್ಟರಿಗೆ ತಿಳಿಸಿದೆವು. ಆ ದಿನ ಆಪರೇಷನ್ ಆಯಿತು. ಆಗ ಜನಿಸಿದ ಮುದ್ದಾದ ಮಗುವೇ ನೀನು. ಒಂದು ವಾರದ ನಂತರ ಮನೆಗೆ ಕರೆತಂದೆವು. ಆಕೆ ಸುಧಾರಿಸಿಕೊಳ್ಳಲು ಸುಮಾರು ಒಂದು ತಿಂಗಳೇ ಹಿಡಿಯಿತು. ಹನ್ನೊಂದನೆಯ ದಿನ ತೊಟ್ಟಿಲಿಡುವ ಶಾಸ್ತ್ರದ ವಿನಾ ಬೇರೇನೂ ಮಾಡಲಿಲ್ಲ.

"ಈ ನಡುವೆ ನಮಗೂ ಆಕೆಗೂ ತುಂಬಾ ಆತ್ಮೀಯತೆ ಬೆಳೆದುಬಿಟ್ಟಿತ್ತು. ಒಮ್ಮೊಮ್ಮೆ ಆಕೆಯನ್ನು ನಮ್ಮೊಂದಿಗೇ ಕರೆದೊಯ್ಯುವ ವಿಚಾರ ಬರುತ್ತಿತ್ತು. ತಿಂಗಳ ನಂತರ ಆಕೆಯಲ್ಲಿ ಇದನ್ನು ಪ್ರಸ್ತಾಪಿಸಿದಾಗ ಆಕೆ ಇದಕ್ಕೆ ಸುತರಾಂ ಒಪ್ಪಲಿಲ್ಲ. 'ಜೊತೆಯಲ್ಲಿದ್ದಷ್ಟೂ ನನ್ನ, ಈ ಮಗುವಿನ ಬಾಂಧವ್ಯ ಹೆಚ್ಚಾಗುತ್ತೆ. ಅದು ಸರಿಯಲ್ಲ. ಅದರ ನಿಜವಾದ ತಂದೆ ತಾಯಿಯರು ನೀವು. ನಿಮ್ಮ ನಡುವೆ ತಲೆ ಹಾಕಬಾರದು. ನನ್ನ ಕೆಲಸ ಮುಗಿಯಿತು. ಇನ್ನು ಮುಂದೆ ನೀವುಂಟು, ಈ ಮಗುವುಂಟು, ಇಷ್ಟಕ್ಕೂ ನಾನು ಈ ಕೆಲಸಕ್ಕೆ ಕೈ ಹಾಕಿದ್ದೇ ಬೇರೊಂದು ಉದ್ದೇಶಕ್ಕಾಗಿ. ಈಗ ಸಾಕಷ್ಟು ಹಣ ನನ್ನ ಕೈಲಿದೆ. ನಾನು ಈಗ ನನ್ನ ಉದ್ದೇಶ ಈಡೇರಿಸಿಕೊಳ್ಳಬೇಕಾಗಿದೆ. ಆದ್ದರಿಂದ ಈ ಬಂಧನ ನನಗೆ ಬೇಡ' ಎಂದು ಖಡಾಖಂಡಿತವಾಗಿ ಹೇಳಿದಳು.

"ಜೊತೆಗೇ ಆಶ್ಚರ್ಯಕರ ರೀತಿಯಲ್ಲಿ ಇನ್ನೊಂದು ವಾರದಲ್ಲಿಯೇ ಸಂಪೂರ್ಣ ಚೇತರಿಸಿಕೊಂಡಳು. ನಂತರ ಒಂದೆರಡು ದಿನ ಹೊರಗೆಲ್ಲೋ ಓಡಾಡಿ ಬಂದು ಮಗುವಿಗೆ ಮೂರು ತಿಂಗಳು ತುಂಬುತ್ತಲೇ ತಾನು ಹಾಸ್ಟೆಲ್ ಸೇರುವುದಾಗಿ ತಿಳಿಸಿದಳು. ಇನ್ನು ನಮಗೂ ಅಲ್ಲಿ ಉಳಿಯುವ ಅವಶ್ಯಕತೆ ಕಾಣಲಿಲ್ಲ. ರಾಮನಗರಕ್ಕೆ ಹೋಗುವುದೆಂದು ನಿಶ್ಚಯಿಸಿದೆವು. ಮಗು ಆರೋಗ್ಯವಾಗಿ ಬೆಳೆಯುತ್ತಿತ್ತು.

"ಮೂರು ತಿಂಗಳು ತುಂಬಿದ ನಂತರ ಒಂದು ಭಾನುವಾರ ಮನೆ ಖಾಲಿ ಮಾಡುವುದೆಂದು ನಿರ್ಧರಿಸಿ ಮನೆಯ ಓನರ್‌ಗೆ ತಿಳಿಸಿದೆವು. ಅಲ್ಲಿದ್ದ ಎಲ್ಲಾ ಸಾಮಾನುಗಳನ್ನು ಕಟ್ಟಿ ಸಿದ್ಧವಾದೆವು.

"ಶನಿವಾರ ರಾತ್ರಿ ನಮಗ್ಯಾರಿಗೂ ನಿದ್ದೆಯಿಲ್ಲ... ನಿನ್ನ ಹೊರತು. ಮೂವರ ನಡುವೆಯೂ ಮಾತಿಲ್ಲ, ಕಥೆಯಿಲ್ಲ. ಎಲ್ಲರಿಗೂ ಅದೆಂಥದ್ದೋ ಮೂಕ ವೇದನೆ. ಆ ರಾತ್ರಿಯನ್ನು ನೆನೆಸಿಕೊಂಡರೆ ಅದು ಇನ್ನೂ ನಿನ್ನೆ ರಾತ್ರಿಯಷ್ಟೇ ಜರುಗಿತೇನೋ ಎನ್ನುವಂಥ ವೇದನೆಯಾಗುತ್ತದೆ.

"ಹೇಗೋ ಹಗಲಾಯಿತು. ಬೆಳಗ್ಗೆ ಸಾವಿತ್ರಮ್ಮನ ಬಲವಂತದಿಂದ ಅವರ ಮನೆಯಲ್ಲೇ ಸ್ನಾನ, ಕಾಫಿ, ತಿಂಡಿ ನಡೆಯಿತು. ಜೊತೆಗೆ ಇವರಿಬ್ಬರಿಗೂ ಆಕೆ ಒಂದೊಂದು ಸೀರೆ ಉಡುಗೊರೆಯಾಗಿ ನೀಡಿ, ನಿನ್ನ ಬಾಯಿಗೆ ಜೇನುತುಪ್ಪವಿಟ್ಟು ನೂರು ರೂಪಾಯಿ ಕೈಗಿಟ್ಟರು.

“ನಾವು ಎಫ್.ಡಿ. ರಸೀದಿಯನ್ನು ಆ ಹೆಂಗಸಿಗೆ ಮೊದಲೇ ನೀಡಿದ್ದೆವು. ಹೊರಡುವಾಗ ಒಂದು ಕವರಿನಲ್ಲಿ ಇಪ್ಪತ್ತು ಸಾವಿರ ರೂಪಾಯಿಗಳನ್ನು ಹಾಕಿ, ಎರಡು ಒಳ್ಳೆಯ ಸೀರೆಗಳ ಜೊತೆ ನೀಡಿದೆವು. ಮೊದಲು ಸ್ವೀಕರಿಸಲು ಆಕೆ ಒಪ್ಪಲೇ ಇಲ್ಲ. ಬಹಳ ಬಲವಂತ ಮಾಡಿದ ಮೇಲೆ ತೆಗೆದುಕೊಂಡಳು. ಕಡೆಯ ಬಾರಿ ನಿನ್ನನ್ನು ಎತ್ತಿಕೊಂಡು ಹಾಲುಣಿಸಿದಳು. ನಂತರ ತುಂಬಾ ಹೊತ್ತು ನಿನ್ನನ್ನು ತನ್ನ ತೊಡೆಯ ಮೇಲೆ ಮಲಗಿಸಿಕೊಂಡಿದ್ದಳು. ಮೂವರೂ ಪ್ರಯತ್ನ ಪೂರ್ವಕವಾಗಿ ಉಕ್ಕಿ ಬರುತ್ತಿದ್ದ ದುಃಖವನ್ನು ಅದುಮಿಡುತ್ತಿದ್ದೆವು.

“ಬಹಳ ಹೊತ್ತಿನ ನಂತರ ಮಗುವನ್ನು ಅನುರಾಧಾಳ ಕೈಗಿಟ್ಟು, ‘ನಮ್ಮೆಲ್ಲರ ಈ ಬಾಳಜ್ಯೋತಿಯನ್ನು ತುಂಬಾ, ತುಂಬಾ ಕಾಳಜಿಯಿಂದ ನೋಡಿಕೊಳ್ಳಿ’ ಎಂದಳು. ಆಗಲೇ ನಾನು ನಿನ್ನ ಹೆಸರನ್ನು ಜ್ಯೋತಿ ಎಂದು ನಿರ್ಧರಿಸಿಬಿಟ್ಟೆ.

“ನಂತರ ನಾನು ಹೋಗಿ ಒಂದು ಆಟೋ ತಂದೆ. ಆಕೆ ತನ್ನೆಲ್ಲಾ ಸಾಮಾನುಗಳನ್ನು ಅದರಲ್ಲಿಟ್ಟುಕೊಂಡು ಹೊರಟಳು. ಅದೇ ಕಟ್ಟಕಡೆಯ ಬಾರಿ ನಾವು ಆಕೆಯನ್ನು ನೋಡಿದ್ದು. ನಂತರ ಸುಮಾರು ತಿಂಗಳುಗಳ ನಂತರ ಆಕೆ ಕೊಟ್ಟಿದ್ದ ಹಾಸ್ಟೆಲ್ ಅಡ್ರೆಸ್ಸಿಗೆ ಹುಡುಕಿಕೊಂಡು ಹೋದಾಗ ಆಕೆ ಅಲ್ಲಿ ಕೇವಲ ಒಂದೇ ಒಂದು ವಾರವಿದ್ದು ನಂತರ ಎಲ್ಲೋ ಹೊರಟುಹೋದಳೆಂದು ತಿಳಿಯಿತು ಅಷ್ಟೆ.

“ಆಕೆ ಹೊರಟು ಹೋದ ಮೇಲೆ ಒಂದು ಲಾರಿಯಲ್ಲಿ ಸಾಮಾನುಗಳನ್ನೆಲ್ಲಾ ತುಂಬಿಸಿ ಒಂದು ಟ್ಯಾಕ್ಸಿಯಲ್ಲಿ ನಾವು ರಾಮನಗರಕ್ಕೆ ಬಂದೆವು. ಇವಳಂತೂ ದಾರಿಯುದ್ದಕ್ಕೂ ಅಳುತ್ತಲೇ ಬಂದಳು. ಒಂದು ವರುಷದವರೆಗೂ ನಮ್ಮ ಜೊತೆಯಲ್ಲಿದ್ದು ನಮಗೆ ಅಷ್ಟೊಂದು ಸಹಾಯ ಮಾಡಿದ ಆ ಹೆಂಗಸನ್ನು ಬಿಟ್ಟುಬರುವುದು ಅಂಥಾ ಸುಲಭದ ಮಾತಾಗಿರಲಿಲ್ಲ. ಆದರೆ ಬೇರೆ ವಿಧಿಯಿರಲಿಲ್ಲ.

“ಮನೆಯನ್ನು ಹೊಂದಿಸಿಕೊಳ್ಳುವ ತನಕ ನನ್ನ ಸ್ನೇಹಿತನ ಮನೆಯಲ್ಲೇ ಊಟಕ್ಕೆ ಏರ್ಪಾಡಾಗಿತ್ತು. ಇಷ್ಟು ಚಿಕ್ಕ ಮಗು ಬಾಟಲಿನಲ್ಲಿ ಹಾಲು ಕುಡಿಯುವುದು ಕಂಡು ಅವರಿಗೆಲ್ಲಾ ಆಶ್ಚರ್ಯ. ಆದರೆ ಯಾರಿಗೂ ನೀನು ಹೇಗೆ ಹುಟ್ಟಿದೆ ಎಂದು ತಿಳಿಸಲೇ ಇಲ್ಲ. ಇಪ್ಪತ್ತು ವರ್ಷಗಳ ಹಿಂದೆ ತುಂಬಾ ಜನ ಸಾವಿತ್ರಮ್ಮನ ಹಾಗೇ ಯೋಚಿಸಿ ಅನುಮಾನ ಪಡುವ ಮನೋಭಾವದವರೇ ಆಗಿದ್ದರು. ಅದರಲ್ಲೂ ರಾಮನಗರದಂಥಾ ಚಿಕ್ಕ ಊರಲ್ಲಿ ಖಂಡಿತ ಯಾರಿಗೂ ಇಂಥದ್ದೊಂದು ಪ್ರಯೋಗದ ಮೂಲಕ ಮಗು ಜನಿಸಬಹುದು ಎಂಬ ಕಲ್ಪನೆಯೂ ಇರಲಿಕ್ಕಿಲ್ಲ. ಇನ್ನೆಂದೂ ಯಾರಿಗೂ ತಿಳಿಸುವ ಅವಶ್ಯಕತೆಯೂ ಬರಲಿಲ್ಲ. ಅಂದಿನಿಂದ ನೀನು ಸಂಪೂರ್ಣ ನಮ್ಮ ಮಗಳಾಗಿಯೇ ಬಿಟ್ಟೆ. ಇದು ನಿನ್ನ ಜನ್ಮದ ಕಥೆ” ಎಂದು ಹೇಳಿ ಪ್ರಕಾಶನ ಕಡೆ ತಿರುಗಿ, “ಪ್ಲೀಸ್,

ಕಾಫಿಗೆ ಆರ್ಡರ್ ಮಾಡ್ತೀಯಾ?" ಎಂದು ಕೇಳಿ ಅಷ್ಟು ಹೊತ್ತು ಒಂದೇ ಸಮನೆ ಮಾತಾಡಿದ್ದರಿಂದ ಉಂಟಾದ ಆಯಾಸದಿಂದ ಹಿಂದಕ್ಕೊರಗಿ ಕುಳಿತು ಕಣ್ಣು ಮುಚ್ಚಿಕೊಂಡರು.

ಕೋಣೆಯಲ್ಲಿ ಸೂಜಿ ಬಿದ್ದರೂ ಕೇಳಿಸುವಷ್ಟು ನಿಶ್ಯಬ್ದ ನೆಲೆಸಿತು. ಪ್ರಕಾಶ ಪಕ್ಕದ್ದಲ್ಲಿಯೇ ಇದ್ದ ಫೋನ್ ಮೂಲಕ ಕಾಫಿಗೆ ಆರ್ಡರ್ ಮಾಡಿದನು.

ಮೂರ್‍ನಾಕು ನಿಮಿಷದ ನಂತರ ಕಣ್ಣು ತೆರೆದು ಮೂರ್ತಿಗಳು ಮಗಳ ಕಡೆ ನೋಡಿ, "ಈಗಲಾದರೂ ನಿನ್ನ ಅನುಮಾನ ಪರಿಹಾರವಾಯ್ತಾಮ್ಮಾ?" ಎಂದು ಕೇಳಿದರು.

ನಿಶ್ಯಬ್ದವಾಗಿ ಕಣ್ಣೀರು ಸುರಿಸುತ್ತಿದ್ದ ಜ್ಯೋತಿ ತಕ್ಷಣ ಎದ್ದು ಹೋಗಿ ತಾಯಿಯನ್ನು ತಬ್ಬಿಕೊಂಡು ಜೋರಾಗಿ ಅಳುತ್ತಾ, "ಅಮ್ಮಾ, ಸಾರಿ ಅಮ್ಮ, ಸಾರಿ, ಸಾರಿ..." ಒದರತೊಡಗಿದಳು.

ಅನುರಾಧ ಅವಳನ್ನು ಸಮಾಧಾನಪಡಿಸುತ್ತಾ, "ಜ್ಯೋತಿ... ಪ್ಲೀಸ್ ಅಳಬೇಡ. ನೀನು ಅಳೋದನ್ನು ನನ್ನಿಂದ ನೋಡೋಕ್ಕಾಗೋಲ್ಲ ಕಣೇ..." ಎಂದರು. ಆಕೆಯ ಕಣ್ಣಲ್ಲೂ ನೀರು ಜಿನುಗತೊಡಗಿತು. ಮೂರ್ತಿಗಳು ಎದ್ದು ಹೋಗಿ ಮಗಳ ತಲೆ ನೇವರಿಸತೊಡಗಿದರು.

ಅದೇ ಸಮಯಕ್ಕೆ ಬಾಗಿಲು ಸದ್ದಾಯಿತು. ಪ್ರಕಾಶ ಎದ್ದು ಹೋಗಿ ಸ್ವಲ್ಪವೇ ಬಾಗಿಲು ತೆಗೆದು ಕಾಫಿ ಟ್ರೇಯನ್ನು ತೆಗೆದುಕೊಂಡು ಬಾಗಿಲು ಮುಚ್ಚಿ ಒಳಗೆ ಬಂದು ಟ್ರೇಯನ್ನು ಟೇಬಲ್ ಮೇಲೆ ಇಟ್ಟನು.

ಮೂರ್ತಿಗಳು ಮಗಳ ಕಣ್ಣೀರು ಒರೆಸುತ್ತಾ, "ಇದರಲ್ಲಿ ಸಾರಿಯ ಪ್ರಶ್ನೆ ಎಲ್ಲಿದೆ? ನಾವು ಬೇರೇನೋ ಎಣಿಸಿ ನಿನಗೆ ತಿಳಿಸಿರಲಿಲ್ಲ. ಈ ವಿಷಯ ನಿನಗೆ ಎಂದಾದರೂ ತಿಳಿಯುತ್ತೆ ಅಂತ್ಲೇ ನಾವು ಯೋಚಿಸಿರಲಿಲ್ಲ. ವಿಷಯ ನಿನಗೆ ತಿಳಿದಿದ್ದೇ ಒಳ್ಳೆಯದಾಯಿತು. ಆದರೆ ಅದ್ರಿಂದ ನೀನು ಇಷ್ಟೊಂದು ನೊಂದುಕೊಳ್ತೀಯಾಂತ ತಿಳಿಯಲಿಲ್ಲ. ಹೋಗ್ಲಿ ಬಿಡು, ಆದದ್ದೆಲ್ಲಾ ಒಳ್ಳೆಯದಕ್ಕೇ ಆಯಿತು. ಈಗ ಎಲ್ಲಾ ಅನುಮಾನ ಪರಿಹಾರವಾಯ್ತಲ್ಲಾ... ಈಗಲಾದರೂ ಸಮಾಧಾನವಾಯ್ತಾ...?" ಎಂದರು.

ಜ್ಯೋತಿ ಅಳುವಿನ ನಡುವೆಯೇ, "ನನಗೆ ನನ್ನ ಬಗ್ಗೆಯೇ ತುಂಬಾ ಅಸಹ್ಯವಾಗ್ತಿದೆ. ನಿಮ್ಮನ್ನು ಈ ರೀತಿ ಅನುಮಾನಿಸಿದೆನಲ್ಲಾ ಅಂತ ತುಂಬಾ ನಾಚಿಕೆಯಾಗ್ತಿದೆ" ಎಂದಳು.

"ಅದೆಲ್ಲಾ ಯಾವ ಫೀಲಿಂಗ್ ಇಟ್ಕೋಬೇಡ. ಪರಿಸ್ಥಿತಿ ಹಾಗಿತ್ತು. ಅದಕ್ಕೆ ಹಾಗೆ ಮಾಡಿದೆ. ಇದ್ರಲ್ಲಿ ನಿನ್ನ ತಪ್ಪು ಇಲ್ಲ. ಇಷ್ಟಕ್ಕೂ ಒಂದು ಮಗುವನ್ನು ಹೆರುವ ಯೋಗ್ಯತೆಯಿಲ್ಲದ ನಾನು ನಾಚಿಕೆಯಿಂದ ತಲೆ ತಗ್ಗಿಸಬೇಕಾಗಿದೆ" ಎಂದು ಅನುರಾಧ ನುಡಿದರು.

ಪ್ರಕಾಶ ಕಪ್ಪುಗಳಿಗೆ ಕಾಫಿ ಬಗ್ಗಿಸುತ್ತಾ, "ಇನ್ನು ಸಾಕು, ಯಾರು ಯಾವ ತಪ್ಪು ಮಾಡಿಲ್ಲ. ನಾಚಿಕೆಯಿಂದ ತಲೆತಗ್ಗಿಸಬೇಕಾದ್ದೂ ಇಲ್ಲ. ಮೊದಲು ಈ ಕಾಫಿ ಕುಡಿಯೋಣ. ನಾನು ಮನೆಗೆ ಹೋಗಿ ಓದ್ಕೋಬೇಕು. ಇನ್ನೊಂದು ತಿಂಗಳಲ್ಲಿ ಪರೀಕ್ಷೆ ಶುರುವಾಗುತ್ತೆ" ಎಂದನು.

ಅನುರಾಧ ಕಾಫಿ ಕಪ್ಪು ಕೈಗೆ ತೆಗೆದುಕೊಳ್ಳುತ್ತಾ, "ನೋಡಪ್ಪಾ, ಈಗ ಇವಳ ಪೂರ್ವೋತ್ತರವೆಲ್ಲಾ ತಿಳಿದುಕೊಂಡಿದ್ದೀಯ. ಈಗ ನೀನೇ ನಿರ್ಧರಿಸು ಇವಳನ್ನು ಮದುವೆಯಾಗುತ್ತೀಯೋ ಇಲ್ಲವೋ ಅಂತ" ಎಂದರು.

"ಆಂಟೀ, ಇವಳ ಪೂರ್ವೋತ್ತರವನ್ನೆಲ್ಲಾ ಕಟ್ಟಿಕೊಂಡು ನನ್ಗೇನಾಗಬೇಕಾಗಿದೆ? ನಾನು ಕಟ್ಟಿಕೊಳ್ಳಬೇಕಾಗಿರುವುದು ಇವಳನ್ನು, ಇವಳು ನನಗೆ ಸಿಕ್ಕಿದರೆ ಸಾಕು. ಇವಳ ಸಮಾಧಾನಕ್ಕಾಗಿಯೇ ನಾನು ನಿಮ್ಮೊಂದಿಗೆ ಸ್ವಲ್ಪ ಒರಟಾಗಿ ಮಾತಾಡಿದೆ. ನನ್ನ ಕ್ಷಮಿಸಿ" ಎಂದನು.

ಮೂರ್ತಿಗಳು ನಗುತ್ತಾ, "ಸರಿಸರಿ, ಇನ್ನು ನಾನೊಬ್ಬ ಉಳಿದಿದ್ದೇನೆ ಸಾರಿ ಹೇಳಲು. ಸರಿ, ನಾನೂ ಸಾರಿ ಹೇಳ್ತೇನೆ ಇವಳಿಗೆ... ಇಷ್ಟು ದಿನ ನಿಜ ಹೇಳದೆ ಇದ್ದುದಕ್ಕಾಗಿ, ನಿನಗೆ ಹೀಗೆ ಡಿಸ್ಟರ್ಬ್ ಮಾಡಿ ತೊಂದರೆ ಕೊಟ್ಟು ನಿನ್ನ ಟೈಮ್ ವೇಸ್ಟ್ ಮಾಡಿದ್ದಕ್ಕಾಗಿ... ಆಯ್ತಾ? ಇನ್ನು ಈ 'ಸಾರಿ' ಸೆಷನ್ ಸಾಕು. ನಡೀರಿ... ಎಲ್ಲಾರೂ ಊಟಕ್ಕೆ ಹೋಗೋಣ" ಎಂದು ಎದ್ದರು.

ಊಟ ಮುಗಿಸಿದ ನಂತರ ಜ್ಯೋತಿ ತಂದೆತಾಯಿಯ ಜೊತೆ ಹೋಟೆಲಿನಲ್ಲಿ ಉಳಿದಳು. ಹಾಸ್ಟೆಲ್ಲಿಗೆ ಫೋನ್ ಮಾಡಿ ತಿಳಿಸಿದಳು. ಪ್ರಕಾಶ ಅವರೆಲ್ಲರಿಂದ ಬೀಳ್ಕೊಂಡು ಮನೆಗೆ ಹಿಂತಿರುಗಿದನು. ನಾಲ್ಕೂ ಜನರ ಮೈಮನಸ್ಸುಗಳು ಪ್ರಫುಲ್ಲವಾಗಿತ್ತು. ಜ್ಯೋತಿಯಂತೂ ಮೊದಲಿನ ಉಲ್ಲಾಸಭರಿತ ಜ್ಯೋತಿಯೇ ಆದಳು.

* * *

ಪ್ರಕಾಶ ಎಲ್ಲಾ ಪರೀಕ್ಷೆಗಳಲ್ಲೂ ಬಹಳ ಚೆನ್ನಾಗಿ ಉತ್ತರಿಸಿದ್ದನು. ಅವನು ಒಂದೆರಡಾದರೂ ಚಿನ್ನದ ಪದಕ ಗಳಿಸುವುದರಲ್ಲಿ ಯಾವುದೇ ಅನುಮಾನವಿರಲಿಲ್ಲ. ಫಲಿತಾಂಶ ಬಂದ ನಂತರ ಹೌಸ್ ಸರ್ಜನ್ ಆಗಿ ಸೇರಬೇಕಾಗಿತ್ತು.

ಜ್ಯೋತಿಯೂ ಹಗಲು ರಾತ್ರಿಯೆನ್ನದೆ ಬಹಳ ಕಷ್ಟಪಟ್ಟು ಓದಿ ಪರೀಕ್ಷೆಗಳಲ್ಲಿ ಚೆನ್ನಾಗಿಯೇ ಉತ್ತರಿಸಿದಳು. ಪರೀಕ್ಷೆಯ ನಂತರ ಕೆಲವು ದಿನಗಳ ರಜಾ ಬಂದಿತ್ತು. ಅವಳ ಗೆಳತಿಯರೆಲ್ಲಾ ಊರುಗಳಿಗೆ ಹೋದರು. ಆದರೆ ಪರೀಕ್ಷೆ ಮುಗಿದ ಮುಂದಿನ ವಾರವೇ ಪ್ರಕಾಶನ ಹುಟ್ಟುಹಬ್ಬ ಬರುತ್ತಿತ್ತು. ಆದ್ದರಿಂದ ಆ ದಿನದ ತನಕ ಅಲ್ಲೇ ಇದ್ದು ನಂತರ ಊರಿಗೆ

ಹೋಗಲು ನಿರ್ಧರಿಸಿದಳು. ಅಲ್ಲಿಯ ತನಕ ಮುಂದಿನ ವರ್ಷದ ಓದಿಗಾಗಿ ಸಿದ್ಧತೆ ಮಾಡಿಕೊಳ್ಳತೊಡಗಿದಳು. ದಿನಾ ಲೈಬ್ರರಿಗೆ ಹೋಗಿ ಓದುತ್ತಿದ್ದಳು. ದಿನಕ್ಕೆ ಒಂದೆರಡು ಗಂಟೆಯಾದರೂ ಪ್ರಕಾಶನೊಟ್ಟಿಗೆ ಕುಳಿತು ತಾನು ಓದಿದ್ದನ್ನು ಚರ್ಚಿಸುತ್ತಿದ್ದಳು. ಅವಳಿಗೆ ಅರ್ಥವಾಗದ ವಿಷಯಗಳನ್ನು ಪ್ರಕಾಶ ಅವಳಿಗೆ ವಿವರಿಸುತ್ತಿದ್ದನು. ಮಧ್ಯೆ ಮಧ್ಯೆ ಬೇರೆಲ್ಲಾ ವಿಷಯಗಳನ್ನೂ ಮಾತನಾಡುತ್ತಿದ್ದರು. ಈ ರೀತಿಯ ವಿಚಾರ ವಿನಿಮಯ ಇಬ್ಬರಿಗೂ ಬಹಳ ಉಪಯುಕ್ತವಾಗಿದ್ದಿತು.

ಪ್ರಕಾಶನಿಗೆ ನ್ಯೂರೋ ಸರ್ಜನ್ ಆಗಬೇಕೆಂದು ತುಂಬಾ ಆಸೆಯಿತ್ತು. ಅವನಿಗೆ ಆ ವಿಷಯದಲ್ಲಿ ಸ್ನಾತಕೋತ್ತರ ಪದವಿಯ ಸೀಟ್ ಸಿಕ್ಕುವ ಸಾಧ್ಯತೆಯೂ ಇತ್ತು. ಅದಿಲ್ಲದಿದ್ದರೂ ಯಾವುದಾದರೂ ಒಂದು ವಿಷಯದಲ್ಲಿ ಸ್ನಾತಕೋತ್ತರ ಪದವಿ ಪಡೆದ ನಂತರವೇ ಮದುವೆಯಾಗುವುದಾಗಿ ಅವನು ನಿರ್ಧರಿಸಿದ್ದನು. ಅಷ್ಟರಲ್ಲಿ ಜ್ಯೋತಿಯ ಪದವಿ ಪರೀಕ್ಷೆಯೂ ಮುಗಿದಿರುತ್ತಿತ್ತು. ಅವಳ ಮುಂದಿನ ಓದಿನ ವಿಚಾರ ಬಂದಾಗ ಪ್ರಕಾಶ ಕೇಳಿದ,

"ನೀನೇನೂ ಮುಂದೆ ಓದೋಲ್ವೇ? ಬರೀ ಎಂ.ಬಿ.ಬಿ.ಎಸ್. ಡಿಗ್ರಿಯಿಂದ ಏನು ಪ್ರಯೋಜನ?"

"ಮದುವೆಯಾದ ಮೇಲೇ ಮುಂದಕ್ಕೆ ಓದ್ತೇನೆ. ನಾನೇನು ನೀನಾ... ಮದುವೆಯಾದ ಮೇಲೆ ಓದೋಕ್ಕೆ ಆಗೋಲ್ಲ ಅನ್ನೋಕ್ಕೆ?" ಎಂದು ಛೇಡಿಸಿದಳು.

ಪ್ರಕಾಶನಿಗೆ ಕೋಪ ಬಂದಿತು, "ಮಹಾ! ಮಹಾ! ನನಗೇನು ಮದುವೆಯ ನಂತರ ಓದೋಕ್ಕೆ ಆಗೋಲ್ವಾ? ನೋಡ್ತಾ ಇರು... ನಾಳೇನೇ ಮದುವೆಯಾಗಿ ಬಿಡ್ತೇನೆ. ಹೌಸ್ ಸರ್ಜನ್‌ಶಿಪ್ ಕೂಡಾ ಆಮೇಲೇ ಮಾಡ್ತೇನೆ" ಎದೆಯುಬ್ಬಿಸಿ ಹೇಳಿದನು.

"ಹೌದುಹೌದು! ಇನ್ನೂ ಡಿಗ್ರಿ ಸರ್ಟಿಫಿಕೇಟ್ ಕೂಡ ಕೈಲಿ ತಗೊಳ್ದೆ ಇರೋ ನಿನ್ನ ಮದುವೆಯಾಗಲು ಯಾರಪ್ಪಾ ಅದು ತುದಿಗಾಲಲ್ಲಿ ನಿಂತಿರೋದೂ..." ಮೂತಿ ಮುಂದೆ ಮಾಡಿ ಕೇಳಿದಳು.

"ಯಾರಾದ್ರೆ ನಿನಗೇನು? ಮದುವೆ ಮಾಡ್ಕೊಂಡೂ ಓದೋಕ್ಕೆ ಸಾಧ್ಯ ಅಂತ ತಾನೇ ನಿನಗೆ ನಾನು ತೋರಿಸ್ಬೇಕು? ನೋಡ್ತಾ ಇರು... ತೋರಿಸ್ತೇನೆ."

"ಸರಿ ಹಾಗಾದ್ರೆ ತೋರಿಸು. ಆದ್ರೆ ನಾನು ಮಾತ್ರ ಒಂದು ಡಿಗ್ರೀನೂ ಪಡೆಯದ ಹುಡುಗನನ್ನು ಮದುವೆಯಾಗೋಕ್ಕೆ ಸುತರಾಂ ಒಪ್ಪೋಲ್ಲ. ಬೇರೆ ಯಾರನ್ನಾದರೂ ನೋಡಿಕೋ... ಬಾಯ್" ಎನ್ನುತ್ತಾ ಕುಳಿತ ಬೆಂಚಿನಿಂದ ಕೆಳಗೆ ಧುಮುಕಿದಳು.

ಪ್ರಕಾಶ ತಕ್ಷಣ ಅವಳ ಕೈ ಹಿಡಿದುಕೊಂಡು,

"ಅಯ್ಯೋ ಮಾರಾಯ್ತಿ! ಹೀಗೆ ಕೈಕೊಟ್ಟು ಹೋಗ್ಬೇಡ್ವೇ... ಸಾರಿ ಸಾರಿ! ನಿನ್ನ ಮದುವೆಯಾಗೋಕ್ಕೆ ಕನಿಷ್ಠ ಒಂದು ಡಿಗ್ರಿನಾದ್ರೂ ಬೇಕು ಅಂತ ಈಗ ಗೊತ್ತಾಯ್ತು. ಅದನ್ನು ಪಡೆದ ಮೇಲೆ ನಿನ್ನ ಮದುವೆಯಾಗ್ತೀನೆ. ಆದ್ರೆ ನನಗೆ ಮಾತ್ರ ನೀನು ಒಂದು ಡಿಗ್ರೀನೂ ತಗೋಳ್ದೆ ಇದ್ರೂ ಚಿಂತೆಯಿಲ್ಲ, ನೀನು ನನ್ನ ಮದುವೆ ಆಗ್ಬೇಕು ಅಷ್ಟೇ..." ಎಂದು ಹೇಳಿದನು.

ಜ್ಯೋತಿ ನಗುತ್ತಾ ವಾಪಸ್ಸು ಬಂದು ಕುಳಿತಳು. ಮಾತು ಪುನಃ ಓದಿನ ಕಡೆ ಹರಿಯಿತು.

* * *

ಈ ಮಧ್ಯೆ ಗಂಗಾಧರ ಹಾಗು ವಿಮಲ ಕೊಟ್ಟ ಆಹ್ವಾನದ ಮೇರೆಗೆ ಜ್ಯೋತಿಯನ್ನೂ ಕರೆದುಕೊಂಡು ಮೂರ್ತಿ ದಂಪತಿಗಳು ಪ್ರಕಾಶನ ಮನೆಗೆ ಬಂದರು. ಜ್ಯೋತಿ-ಪ್ರಕಾಶ ಯಾವಾಗ ಮದುವೆ ಬೇಕೆನ್ನುವರೋ ಆಗ ಮದುವೆ ಕಾರ್ಯಕಲಾಪ ಇಟ್ಟುಕೊಳ್ಳುವುದು ಸೂಕ್ತ ಎಂದು ಹಿರಿಯರು ನಿರ್ಧರಿಸಿದರು. ಮಾತಿನ ನಡುವೆ ಗಂಗಾಧರ ಹಾಗೂ ವಿಮಲರಿಗೆ ಜ್ಯೋತಿಯ ಹುಟ್ಟಿನ ವಿಧಾನದ ಬಗ್ಗೆ ಸೂಕ್ಷ್ಮವಾಗಿ ತಿಳಿಸಿದರು. ಅವರೂ ಸಹ ಮೂರ್ತಿ ದಂಪತಿಗಳಿಗೆ ಪ್ರಕಾಶ ತಮ್ಮ ದತ್ತು ಪುತ್ರ ಎಂದು ತಿಳಿಸಿದರು. ಮಾತಿನ ಭರಾಟೆಯಲ್ಲಿ ಗಂಗಾಧರ ಅವರು,

"ಅಂತೂ ನಮ್ಮ ಪ್ರಕಾಶನಿಗೆ ಎಲ್ಲ ವಿಧದಲ್ಲೂ ಅನುರೂಪಳಾದ ಹೆಂಡತಿಯೇ ಸಿಕ್ಕಿದ್ದಾಳೆ" ಎಂದರು.

ಅದನ್ನು ಕೇಳಿ ಪ್ರಕಾಶ ಥಟ್ಟನೆ, "ಹೌದುಹೌದು, ತುಂಬಾ ಅನುರೂಪದವಳು! ಅವಳಿಗೂ ತನ್ನನ್ನು ಗರ್ಭದಲ್ಲಿ ಹೊತ್ತ ತಾಯಿ ಯಾರೆಂದು ಗೊತ್ತಿಲ್ಲ... ನನಗೂ ನನ್ನನ್ನು ಗರ್ಭದಲ್ಲಿ ಹೊತ್ತ ತಾಯಿ ಯಾರು ಎಂದು ಗೊತ್ತಿಲ್ಲ" ಎಂದು ಬಿಟ್ಟನು.

ಅವನ ಅಂತರಾಳದ ನೋವೆಲ್ಲಾ ಈ ಮಾತಿನ ಮೂಲಕ ಹೊರಗೆ ಬಂದಿತು. ಜ್ಯೋತಿಯ ಮನಸ್ಸು ಅವನಿಗಾಗಿ ಮಮ್ಮಲ ಮರುಗಿತು. ಆ ಮಾತಿನಲ್ಲಿದ್ದ ಕಟುಸತ್ಯ ಅಲ್ಲಿದ್ದವರಿಗೆಲ್ಲಾ ತಾಕಿತು. ಯಾರೂ ಸ್ವಲ್ಪ ಹೊತ್ತು ಏನೂ ಮಾತನಾಡಲಿಲ್ಲ. ಪ್ರಕಾಶನಿಗೂ ತಾನು ಹಾಗೆ ಮಾತನಾಡಬಾರದಿತ್ತು ಎಂದೆನಿಸಿತು. ಅವನೇ ಬೇರೆ ಏನೇನೋ ಮಾತಾಡಿ ವಾತಾವರಣವನ್ನು ತಿಳಿಗೊಳಿಸಿದನು.

* * *

ಪ್ರಕಾಶನ ಹುಟ್ಟು ಹಬ್ಬದ ಹಿಂದಿನ ದಿನ ಎಂದಿನಂತೆ ಅವರಿಬ್ಬರೂ ಕುಳಿತು ಮಾತನಾಡುತ್ತಿದ್ದರು.

ಜ್ಯೋತಿ ಕೇಳಿದಳು, "ಪ್ರಕಾಶ್, ನಾಳೆ ನೀನು ನನಗೆ ಎಲ್ಲಿ ಪಾರ್ಟಿ ಕೊಡಿಸ್ತೀಯಾ?" ಪ್ರಕಾಶ ಅನ್ಯಮನಸ್ಕತೆಯಿಂದ ಹೇಳಿದ, "ನೀನು ಎಲ್ಲಿ ಹೇಳ್ತಿಯೋ ಅಲ್ಲಿ."

ಜ್ಯೋತಿಗೆ ಅವನ ಉದಾಸೀನ ಉತ್ತರದಿಂದ ಬೇಸರವಾಯಿತು. ಅವನ ಮುಖ ನೋಡಿದಳು. ಅವನು ಮ್ಲಾನವದನನಾಗಿ ಕುಳಿತಿದ್ದನು.

"ಏಯ್! ಏನಾಯ್ತು ನಿನಗೆ? ಯಾಕೆ ಹೀಗಿದ್ದೀಯ?" ಎಂದು ಭುಜ ಅಲುಗಿಸಿ ಕಕ್ಕುಲತೆಯಿಂದ ಕೇಳಿದಳು.

ಪ್ರಕಾಶ್ ತಲೆಯಾಡಿಸುತ್ತಾ, "ಏನೂ ಇಲ್ವಲ್ಲಾ? ಸರಿಯಾಗೇ ಇದ್ದೇನೆ" ಎಂದು ಶುಷ್ಕನಗೆ ಬೀರಿದನು.

"ಏಯ್! ನೀನು ಇಲ್ಲ ಅಂದ್ರೆ ಮಾತ್ರ ನನಗೆ ಗೊತ್ತಾಗೋಲ್ವಾ? ನನ್ನ ಹತ್ರಾನೂ ಹೇಳೋಕ್ಕಾಗೋಲ್ವಾ? ಏನ್ಹೇಳು, ಏನು ಸಮಾಚಾರ? ಯಾಕೆ ಹೀಗಿದ್ದೀಯ? ಹೇಳು" ಎಂದು ಬಲವಂತಪಡಿಸಿದಳು. ಪ್ರಕಾಶ ದೂರದಲ್ಲೆಲ್ಲೋ ದೃಷ್ಟಿ ನೆಟ್ಟು ನಿಧಾನವಾಗಿ ಹೇಳಿದನು.

"ನನಗೆ ನಿಜ ತಿಳಿಯುವ ತನಕ ಅಪ್ಪ ಅಮ್ಮ ಸಂಭ್ರಮದಿಂದ ಆಚರಿಸುತ್ತಿದ್ದ ನನ್ನ ಹುಟ್ಟುಹಬ್ಬ ನನಗೆ ತುಂಬಾ ಖುಷಿ ಕೊಡ್ತಾ ಇತ್ತು. ಆದ್ರೆ ಯಾವಾಗ ನಿಜ ತಿಳೀತೋ ಆಗಿನಿಂದ ಹುಟ್ಟುಹಬ್ಬ ಅಂದ್ರೆ ನನಗೆ ತುಂಬಾ ದುಃಖವಾಗತ್ತೆ. ಅವರು ಯಾವಾಗ್ಲೂ ಒಂದೇ ತರ ಬರ್ತಡೆ ಆಚರಿಸ್ತಾರೆ. ಬೆಳಗ್ಗೆ ತಲೆಗೆ ಎಣ್ಣೆ ನೀರು ಹಾಕಿ, ದೇವಸ್ಥಾನದಲ್ಲಿ ನನ್ನ ಹೆಸರಿನಲ್ಲಿ ಪೂಜೆ ಮಾಡ್ಸಿ, ಮನೆಯಲ್ಲಿ ಹಬ್ಬದಡುಗೆ ಮಾಡಿ... ಎಲ್ಲಾ ಮಾಡ್ತಾರೆ. ನಾನು ಅವರ ಸಲುವಾಗಿ ಸಂತೋಷದ ಮುಖವಾಡ ಧರಿಸ್ತೇನೆ. ಆದ್ರೆ... ಒಳಗೆ ನನ್ನ ಮನಸ್ಸು ತುಂಬಾ ದುಃಖಿಸ್ತಾ ಇರತ್ತೆ. ನನ್ನ ಹೆತ್ತಮ್ಮನನ್ನು ನೆನೀತಾ ಇರತ್ತೆ. ಆಕೆ ಯಾರೋ ಏನೋ? ಯಾಕೆ ನನ್ನ ತೊರೆದು ಹೋದಳೋ? ನನಗೆ ನಿಜ ತಿಳಿದ ಹೊಸತರಲ್ಲಿ ನಾನು ಆಕೆಯ ಮೇಲೆ ತುಂಬಾ ಕೋಪಗೊಳ್ತಿದ್ದೆ. ಎಂಥಾ ಕೋಪ ಅಂತೀಯಾ? ಆಕೆಯೇನಾದರೂ ನನ್ನ ಎದುರಿಗೆ ಬಂದ್ರೆ ಆಕೆಯನ್ನು ಮನಸ್ವೀ ಬಯ್ದು, ಹೊಡೆಯುವಷ್ಟು ಕೋಪ! ಆ ದಿನಗಳಲ್ಲಿ ನಾನು ಯಾರನ್ನು ಕಂಡರೂ ಸಿಡುಕುತ್ತಿದ್ದೆ. ಸದಾ ಅಂತರ್ಮುಖಿಯಾಗಿರ್ತಿದ್ದೆ. ಆದರೆ ನನ್ನ ಸಾಕುತ್ತಿರುವ ನನ್ನ ತಂದೆತಾಯಿಗಳು ನನ್ನ ಪರಿಸ್ಥಿತಿಯನ್ನು ಚೆನ್ನಾಗಿ ಅರ್ಥ ಮಾಡ್ಕೊಂಡು ಒಂದು ನಿಮಿಷವೂ ನನ್ನಿಂದ ದೂರಾಗದೆ ನನಗೆ ಸಂಪೂರ್ಣ ಸಪೋರ್ಟ್ ಕೊಡ್ತಾ, ನನ್ನ ಹುಚ್ಚು ವರ್ತನೆಗಳನ್ನು ಸಮಾಧಾನವಾಗಿ

ಸಹಿಸುತ್ತಾ ನನಗೆ ಒತ್ತಾಸೆಯಾಗಿ ನಿಂತರು. ಅವರಿಬ್ಬರೂ ನನ್ನನ್ನು ಅಷ್ಟು ಚೆನ್ನಾಗಿ ಅರ್ಥ ಮಾಡ್ಕೊಂಡು ನೋಡಿಕೊಂಡಿದ್ದರಿಂದಲೇ ನಾನೂ ನನ್ನ ಭಾವನೆಗಳನ್ನು, ಹತಾಶೆಯನ್ನು ಒಂದು ಕಂಟ್ರೋಲ್ಗೆ ತರೋಕ್ಕೆ ಸಾಧ್ಯವಾಯ್ತು. ಅವರಿಬ್ಬರೂ ಏನಾದ್ರೂ ನನ್ನ ಮನಸ್ಥಿತಿಯನ್ನು ಅರ್ಥ ಮಾಡಿಕೊಳ್ಳದೆ ಹೋಗಿದ್ದಿದ್ದರೆ ಈ ದಿನ ನಾನು ಹುಚ್ಚಾಸ್ಪತ್ರೆಯಲ್ಲಿ ಇರಬೇಕಾಗಿತ್ತು. ಸುಮಾರು ತಿಂಗಳುಗಳೇ ಬೇಕಾಯ್ತು ನಾನು ನನ್ನ ಮನಸ್ಸನ್ನು ಹತೋಟಿಗೆ ತರಲು. ಆಮೇಲೆ ನಾನು ಯೋಚಿಸುತ್ತಿದ್ದೆ – ಯಾವ ಜನ್ಮದ ಋಣಾನುಬಂಧವೋ ನಾನು ಇವರ ಮಗನಾದೆ. ಎಷ್ಟು ಜನ್ಮಗಳ ಪುಣ್ಯವೋ ಇಂಥಾ ಒಳ್ಳೆಯವರನ್ನು ತಂದೆ ತಾಯಿಯಾಗಿ ಪಡೆದೆ. ಇಲ್ಲದಿದ್ದರೆ ನನ್ನ ಗತಿ ಏನಾಗಬೇಕಾಗಿತ್ತು? ಯಾವುದೋ ಅನಾಥಾಶ್ರಮದಲ್ಲಿ ಬದುಕಬೇಕಾಗಿತ್ತು. ಯಾವುದೋ ಶಾಲೆಯಲ್ಲಿ ಓದಬೇಕಾಗಿತ್ತು. ಇಷ್ಟು ಹೊತ್ತಿಗೆ ಯಾವುದೋ ಒಂದು ಕೆಲಸ ಹುಡುಕ್ಕೊಂಡು ನನ್ನ ಕಾಲ ಮೇಲೆ ನಾನು ನಿಲ್ಲಬೇಕಾಗಿತ್ತು. ಅದೆಲ್ಲವನ್ನು ತಪ್ಪಿಸಿ ನನಗೊಂದು ಉತ್ತಮ ನೆಲೆ ಕೊಟ್ಟ ಈ ತಂದೆ ತಾಯಿಗಳಿಗೆ ನಾನು ಎಷ್ಟೇ ಕೃತಜ್ಞತೆ ಅರ್ಪಿಸಿದರೂ ಸಾಲದು.

“ದಿನ ಕಳೆದಂತೆ, ನನಗೆ ಪ್ರಪಂಚದ ರೀತಿ ನೀತಿಗಳು ಹೆಚ್ಚು ಹೆಚ್ಚಾಗಿ ಅರ್ಥವಾದಂತೆ ನನಗೆ ನನ್ನ ಹೆತ್ತಮ್ಮನ ಬಗ್ಗೆ ಕೋಪಕ್ಕಿಂತ ಆಕೆಯ ಬಗ್ಗೆ ಅನುಕಂಪ, ಮರುಕ ಹೆಚ್ಚಾಗತೊಡಗಿದವು. ಕೆಲವೊಮ್ಮೆ ಆಕೆಯನ್ನು ನೆನೆದು ಬಹಳ ಸಂಕಟವಾಗುತ್ತಿತ್ತು. ಆಕೆ ಅದೆಂತಹ ಪರಿಸ್ಥಿತಿಯಲ್ಲಿ ಹೊಟ್ಟೆಯಲ್ಲಿ ಹುಟ್ಟಿದ ಮಗುವನ್ನು ತೊರೆಯುವ ಕಠಿಣ ನಿರ್ಧಾರ ಮಾಡಿದಳು. ಆಗ ಆಕೆಯ ಮನಸ್ಥಿತಿ ಹೇಗಿದ್ದಿರಬಹುದು? ಆಕೆಗೇನು ಅಂತಹ ದುಃಸ್ಥಿತಿ ಬಂದಿತ್ತು? ಯಾರದಾದರೂ ಅತ್ಯಾಚಾರಕ್ಕೆ ಬಲಿಯಾಗಿ ನನಗೆ ಜನ್ಮವಿತ್ತಳೇ? ಆಕೆ ಕಡುಬಡವಳೇ? ಬೇರಾರು ದಿಕ್ಕಿಲ್ಲದವಳೇ? ಗಂಡನಿಂದ ಪರಿತ್ಯಕ್ತಳೇ? ಅಥವಾ ರೋಗಿಷ್ಠೆಯೇ? ಯಾವುದಾದರೂ ವಾಸಿಯಾಗದ ರೋಗದಿಂದ ನರಳುತ್ತಿದ್ದು ತಾನು ಹೆಚ್ಚು ದಿನ ಬದುಕಿರಲಾರೆ ಎಂದು ತಿಳಿದು ನನ್ನನ್ನು ತೊರೆದಳೇ? ಅವಳಿಗೆ ನಾನೊಬ್ಬನೇ ಮಗನೋ ಅಥವಾ ಬೇರೆ ಮಕ್ಕಳೂ ಇದ್ದವೋ? ಅಥವಾ ಇದ್ಯಾವುದೂ ಅಲ್ಲದೆ ಕೇವಲ ತನ್ನ ಸುಖಕ್ಕಾಗಿ ಸ್ವಾರ್ಥದಿಂದ ನನ್ನನ್ನು ತೊರೆದಳೇ? – ನನ್ನ ಯಾವ ಪ್ರಶ್ನೆಗೆ ತಾನೇ ಉತ್ತರ ದೊರಕೀತು? ಏನೇ ಆಗಲಿ, ದೇವರೇ, ಆಕೆ ಎಲ್ಲಾದರೂ ಬದುಕಿರಲಿ, ಸುಖವಾಗಿರಲಿ ಎಂದು ಸದಾ ದೇವರಲ್ಲಿ ಪ್ರಾರ್ಥಿಸುತ್ತೇನೆ. ಎಷ್ಟು ಯೋಚಿಸಿದರೂ ನನಗೆ ಉತ್ತರ ಸಿಗೋಲ್ಲ. ಅದೂ ನನಗೆ ಗೊತ್ತು. ಆದರೆ ಮನಸ್ಸು ಮಾತ್ರ ಸದಾ ಹೀಗೇ ಯೋಚಿಸ್ತಾ ಇರುತ್ತೆ. ಜ್ಯೋತಿ... ನೀನೂ ಈ ರೀತಿಯ ಪರಿಸ್ಥಿತಿಗೆ

ಸಿಲುಕಿದ್ದಾಗ ನಿನಗೆ ಎಷ್ಟು ಬೇಗ ಪರಿಹಾರ ಸಿಕ್ಕಿತು! ಆದರೆ ನನಗೆ! ನನಗೆ ಹೇಗೆ ಸಿಗಲು ಸಾಧ್ಯ? ಯಾರಿಗೂ ಗೊತ್ತಿಲ್ಲದ ಉತ್ತರ ಯಾರು ತಾನೇ ನನಗೆ ನೀಡಿಯಾರು? ಈ ತಂದೆ ತಾಯಿಗಳು ನನಗೆ ಯಾವುದೇ ಕೊರತೆಯಾಗದಂತೆ ಬೆಳೆಸುತ್ತಿದ್ದಾರೆ, ಹೆತ್ತ ತಂದೆ ತಾಯಿಗಳಿಗಿಂತ ಹೆಚ್ಚು ಕಾಳಜಿ ತೋರಿಸ್ತಾರೆ. ಆದರೂ ತನ್ನ ದುಃಖ ಕಡಿಮೆಯಾಗಿಲ್ಲ. ನನಗೆ ಗೊತ್ತು – ಈ ತಂದೆ ತಾಯಿಯರ ಜೊತೆ ಸದಾಕಾಲ ಇದ್ದು ಅವರ ಸೇವೆ ಮಾಡಿ, ಅವರನ್ನು ನೋಡಿಕೊಳ್ಳಬೇಕಾದ್ದು ನನ್ನ ಕರ್ತವ್ಯ ಎಂದು. ಆದರೆ ಒಳಗಿನ ಮನಸ್ಸು ಎದ್ದು ಓಡಿ ಹೋಗು, ನಿನ್ನ ನಿಜವಾದ ತಾಯಿಯನ್ನು ಹುಡುಕು, ಆಕೆಯ ಸೇವೆ ಮಾಡು, ಆಕೆ ಎಂತಹ ಪರಿಸ್ಥಿತಿಯಲ್ಲಿ ಇದ್ದಾಳೋ ಏನೋ ಎಂದು ಪ್ರೇರೇಪಿಸುತ್ತದೆ. ಒಮ್ಮೊಮ್ಮೆ ದಿಢೀರನೆ ಎದ್ದು ಓಡಿ ಹೋಗಿ ರೋಡಿನಲ್ಲೆಲ್ಲಾ 'ಅಮ್ಮಾ... ಅಮ್ಮಾ...' ಎಂದು ಕೂಗುತ್ತಾ ಆ ತಾಯಿಯನ್ನು ಹುಡುಕಬೇಕೆಂದು ಹುಚ್ಚು ಬಯಕೆ ಉಂಟಾಗುತ್ತದೆ. ಆದರೆ ಅದು ನಿರರ್ಥಕ ಎಂದು ಗೊತ್ತು. ಆಕೆ ಯಾರೆಂದು ನನಗೆ ಗೊತ್ತಿಲ್ಲ. ನಾನು ಯಾರೆಂದು ಆಕೆಗೆ ಗೊತ್ತಿಲ್ಲ. ಆಕೆ ಈ ಪ್ರಪಂಚದಲ್ಲಿ ಇದ್ದಾಳೋ ಇಲ್ಲವೋ ಅದೂ ಗೊತ್ತಿಲ್ಲ. ಹೀಗಿರುವಾಗ ನಾನು ಹೇಗೆಂದು ಆಕೆಯನ್ನು ಹುಡುಕಲಿ? ಇಂಥಾ ಗೊಂದಲಮಯ ಆಲೋಚನೆಗಳು ಮುತ್ತಿಗೆ ಹಾಕಿದಾಗ ನಾನು ಹುಚ್ಚನಂತಾಗಿ ಬಿಡುತ್ತೇನೆ. ಏನು ಮಾಡಲೀ... ನಾನು ಏನು ಮಾಡಲಿ..." ಇಷ್ಟು ಹೇಳಿ ಪ್ರಕಾಶ ಎರಡೂ ಕೈಗಳಲ್ಲಿ ಮುಖ ಮುಚ್ಚಿಕೊಂಡು ಬಿಕ್ಕಿ ಬಿಕ್ಕಿ ಅಳತೊಡಗಿದನು. ಜ್ಯೋತಿಗೂ ಅಳು ಬಂದಿತು. ಅವಳು ಅಳುತ್ತಲೇ ಅವನನ್ನು ಸಮಾಧಾನಪಡಿಸತೊಡಗಿದಳು.

ಸ್ವಲ್ಪ ಹೊತ್ತಾದ ಮೇಲೆ ಇಬ್ಬರೂ ದುಃಖವನ್ನು ತಹಬದಿಗೆ ತಂದುಕೊಂಡು ಸುಮ್ಮನೆ ಕುಳಿತರು. ಆಗ ಪ್ರಕಾಶನಿಗೆ ಒಂದು ಯೋಚನೆ ಬಂದಿತು. ಕೂಡಲೇ ಅವನು ಉದ್ವೇಗದಿಂದ ಹೇಳಿದ,

"ಜ್ಯೋತಿ... ನನಗೊಂದು ಯೋಚನೆ ಬರ್ತಾ ಇದೆ. ನಾವ್ಯಾಕೆ ನಾಳೆ ಆ ಅನಾಥಾಶ್ರಮಕ್ಕೆ ಹೋಗಿ ಅಲ್ಲಿರುವ ಮಕ್ಕಳಿಗೆ ಏನಾದ್ರೂ ಕೊಡಿಸಬಾರದು? ನಾವಿಬ್ರೂ ತಿನ್ನೋದು, ಮಜಾ ಮಾಡೋದು ಇದ್ದೇ ಇದೆ."

ಜ್ಯೋತಿಯೂ ಸಂತೋಷದಿಂದ, "ಹೌದಲ್ಲಾ, ಇದೊಂದು ಒಳ್ಳೇ ಐಡಿಯಾ! ನಾಳೆ ಯಾಕೆ? ಈವತ್ತೇ ಹೋಗಿ ನಾಳೆಗಾಗಿ ಏನಾದ್ರೂ ವ್ಯವಸ್ಥೆ ಮಾಡೋಣ, ಬಾ."

"ಸರಿ ಮತ್ತೆ! ನನ್ನ ಹಾಗೇ ಅನಾಥರಾಗಿರೊ ಎಷ್ಟು ಮಕ್ಕಳಿದ್ದಾರೋ ಏನೋ? ನನಗಾದ್ರೂ ಒಂದು ಒಳ್ಳೆ ಮನೆ ಸಿಕ್ಕಿದೆ. ಎಲ್ರಿಗೂ ಸಿಕ್ಕಿರುತ್ತ? ಬಾ,

ನಮ್ಮಿಂದ ಏನು ಸಹಾಯ ಆಗತ್ತೋ ಅದನ್ನು ಮಾಡೋಣ. ನನ್ನ ಹತ್ರ ಒಂದೆರಡು ಸಾವಿರ ಇದೆ. ಅದನ್ನೇ ಕೊಡೋಣ."

"ನನ್ನ ಹತ್ರಾನೂ ಸ್ವಲ್ಪ ದುಡ್ಡಿದೆ. ಅದನ್ನೂ ಸೇರಿಸಿ ಕೊಡೋಣ."

"ನನ್ನ ದುಡ್ಡು ಮನೇಲಿದೆ. ಹೋಗಿ ತರ್ಬೇಕು, ನಿನ್ನದು?"

"ನನ್ನದು ಇಲ್ಲೇ ಇದೆ. ನಿಮ್ಮ ಮನೆಗೆ ಹೋಗಿ ಅದನ್ನು ತಗೊಂಡು ಹೋಗೋಣ, ಬಾ" ಎಂದಳು. ಇಬ್ಬರೂ ಪ್ರಕಾಶನ ಮನೆಗೆ ಬಂದು ಅಲ್ಲೇ ಊಟ ಮುಗಿಸಿಕೊಂಡು, ದುಡ್ಡು ತೆಗೆದುಕೊಂಡು ಆ ಅನಾಥಾಶ್ರಮಕ್ಕೆ ಬಂದರು.

* * *

ಆಗ ಗಂಟೆ ಎರಡಾಗಿತ್ತು. ಅಲ್ಲಿನ ಸಿಬ್ಬಂದಿ ಆಗ ಊಟ ಮುಗಿಸಿ ಬಂದಿದ್ದರು. ಇವರು ಅಲ್ಲಿನ ವ್ಯಕ್ತಿಯೊಬ್ಬನನ್ನು ಮಾತನಾಡಿಸಿ ತಾವು ಬಂದ ಉದ್ದೇಶ ವಿವರಿಸಿದರು. ಅಲ್ಲಿನ ಆಡಳಿತಾಧಿಕಾರಿ ಇನ್ನೂ ಊಟದಿಂದ ಮರಳಿ ಬಂದಿಲ್ಲದ ಕಾರಣ ಇಬ್ಬರನ್ನೂ ಕೆಲಕಾಲ ಕಾಯುವಂತೆ ಆತ ತಿಳಿಸಿದರು.

ಒಂದೆರಡು ನಿಮಿಷ ಅಲ್ಲಿ ಕುಳಿತ ಪ್ರಕಾಶ ಎದ್ದು ಮುಂಬಾಗಿಲ ಬಳಿ ಇರುವ ಮೆಟ್ಟಿಲನ್ನೇ ದಿಟ್ಟಿಸಿ ನೋಡತೊಡಗಿದನು. ಬೇಡಬೇಡವೆಂದರೂ ಒಂಭತ್ತು ದಿನಗಳ ಪುಟ್ಟ ಮಗುವೊಂದು ಆ ಮೆಟ್ಟಿಲಿನ ಮೇಲೆ ಮಲಗಿರುವ ದೃಶ್ಯ ಅವನ ಕಣ್ಣ ಮುಂದೆ ಸುಳಿಯತೊಡಗಿತು. ಆ ಮಗುವನ್ನು ಕಟ್ಟಕಡೆಯ ಬಾರಿಗೆ ಮುತ್ತಿಟ್ಟು ಹೊರಟು ಹೋಗುತ್ತಿರುವ ಹೆಂಗಸಿನ ಚಿತ್ರವೂ ಕಾಣತೊಡಗಿತು. ಅವನಿಗರಿವಿಲ್ಲದೆಯೇ ಅವನ ಕಣ್ಣಾಲಿಗಳು ತುಂಬಿ ಬಂದವು. ಅವನ ಮುಖಭಾವವನ್ನೇ ಗಮನಿಸುತ್ತಿದ್ದ ಜ್ಯೋತಿ ಕೂಡಲೇ ಎದ್ದು ಅವನ ಬದಿ ನಿಂತು ಅವನ ಕೈ ಅಮುಕಿದಳು.

ಅಷ್ಟರಲ್ಲಿ ಸುಮಾರು 60–65 ವರ್ಷದ ವ್ಯಕ್ತಿಯೊಬ್ಬರು ಒಳಗೆ ಹೋದರು. ಇವರನ್ನು ಕುಳಿತುಕೊಳ್ಳಲು ಹೇಳಿದ ವ್ಯಕ್ತಿ ಇವರಿಬ್ಬರನ್ನು ಒಳಗೆ ಕರೆದರು.

"ಹೇಳಿ, ಏನಾಗಬೇಕಾಗಿತ್ತು?" ಎಂದು ಮುಗುಳ್ನಗುತ್ತಾ ಇವರನ್ನು ಕೇಳಿದ ಅ ವೃದ್ಧರು ಕುಳಿತುಕೊಳ್ಳಲು ಕುರ್ಚಿ ತೋರಿಸಿದರು.

ಅಲ್ಲಿ ಕುಳಿತ ಬಳಿಕ ಜ್ಯೋತಿ ತಾವು ಬಂದ ಉದ್ದೇಶವನ್ನು ಹೇಳಿದಳು.

ಆ ವೃದ್ಧರು ಹೇಳಿದರು, "ಬಹಳ ಸಂತೋಷ. ನಿಮ್ಮಂಥವರಿಂದಲೇ ಈ ಸಂಸ್ಥೆ ಮುಂದುವರೆಯುತ್ತಾ ಬಂದಿದೆ. ನೋಡೀ... ಈಗ ಈ ಆಶ್ರಮದಲ್ಲಿ ಒಂದು ತಿಂಗಳ ಮಗುವಿನಿಂದ ಹಿಡಿದು ಹನ್ನೆರಡು ವರ್ಷದವರೆಗಿನ ಹದಿನೈದು ಮಕ್ಕಳಿದ್ದಾರೆ. ತೀರಾ ಚಿಕ್ಕ ಪ್ರಾಯದ ಮೂರು ಮಕ್ಕಳನ್ನು ಫಾಸ್ಟರ್ ಪೇರೆಂಟ್ ಹತ್ರ ಬಿಟ್ಟಿದ್ದೇವೆ. ಮೂರು ವರ್ಷಕ್ಕೆ ಮೇಲ್ಪಟ್ಟ ಮಕ್ಕಳು ಇಲ್ಲೇ

ಇವೆ..." ಎನ್ನುತ್ತಾ ಟೇಬಲಿನ ಡ್ರಾಯರಿನಿಂದ ರಸೀದಿ ಪುಸ್ತಕ ಹೊರಗೆ ತೆಗೆದು, "ಯಾವ ಉದ್ದೇಶ ಎಂದು ಬರೆಯಲಿ?" ಎಂದರು.

ಇಬ್ಬರೂ ಪರಸ್ಪರ ಮುಖ ನೋಡಿಕೊಂಡರು. ಜ್ಯೋತಿ ಹೇಳಿದಳು, "ನಾಳೆ ಇವನ ಹುಟ್ಟುಹಬ್ಬ ಆದ್ದರಿಂದ ನಾಳೇನೇ ಈ ಹಣ ಮಕ್ಕಳಿಗಾಗಿ ಉಪಯೋಗಿಸಿ. ಯಾವುದಕ್ಕೆ ಬೇಕೋ ಅದಕ್ಕೇ ಉಪಯೋಗಿಸಿ"

"ಓಹೋ! ನಾಳೇಗೇನಾ? ಒಳ್ಳೇದಾಯ್ತು. ನಾಳೆಗೋಸ್ಕರಾನೇ ಇನ್ನೊಬ್ಬರೂ ಕಳ್ಸಿದ್ದಾರೆ. ಅದರ ಜೊತೆ ನಿಮ್ಮದ್ದನ್ನೂ ಸೇರಿಸಿ ಮಕ್ಕಳಿಗೆಲ್ಲಾ ಒಂದು ಒಳ್ಳೆ ಹೊದಿಕೆ ತಂದು ಬಿಡ್ತೇವೆ ಬಿಡಿ" ಎಂದು ಅತನ ಡ್ರಾಯರಿನಿಂದ ಮನಿಆರ್ಡರಿನ ಒಂದು ರಸೀತಿ ತೆಗೆದು ಹೇಳಿದರು. "ಈ ವ್ಯಕ್ತಿ ನೋಡಿ... ಸುಮಾರು ಇಪ್ಪತ್ತು ವರ್ಷದಿಂದ ಒಮ್ಮೆಯೂ ತಪ್ಪಿಸದೆ ಪ್ರತಿ ವರ್ಷವೂ ಇದೇ ತಾರೀಖಿಗೆ ಹಣ ಕಳುಹಿಸುತ್ತಿದ್ದಾರೆ. ಜೊತೆಗೆ ಪ್ರತಿ ತಿಂಗಳೂ ಐನೂರು ರೂಪಾಯಿ ಕಳುಹಿಸುತ್ತಿದ್ದಾರೆ. ಆದರೆ ಒಮ್ಮೆ ಕೂಡ ಅವರು ಇಲ್ಲಿಗೆ ಬಂದಿಲ್ಲ. ಇಂಥವರ ನೆರವಿನಿಂದಲೇ ಈ ಸಂಸ್ಥೆ ಹೀಗೆ ನಡೆದುಕೊಂಡು ಬಂದಿದೆ."

"ಏನು? ಇಪ್ಪತ್ತು ವರ್ಷದಿಂದಾನಾ? ಯಾರವರು?" ಎನ್ನುತ್ತಾ ಪ್ರಕಾಶ ಆ ಮನಿ ಆರ್ಡರಿನ ರಸೀದಿ ಕೈಗೆತ್ತಿಕೊಂಡನು.

"ಯಾರೋ ಏನೋ? ಹೆಸರು ಕೂಡ ಬರೆಯೋಲ್ಲ. ನಾವ್ಯಾರೂ ಅವರನ್ನು ನೋಡೇ ಇಲ್ಲ. ಹಣ ಮಾತ್ರ ತಪ್ಪದೆ ಕಳುಹಿಸುತ್ತಾರೆ. ವಿಳಾಸ ನೋಡಿದರೆ, ಮೈಸೂರು ಅಂತಿದೆ. ಯಾರಾದರೇನು? ಎಂಥಾ ಉದಾರ ಮನಸ್ಸಿನವರು..." ಆತ ಮಾತನಾಡುತ್ತಲೇ ಇದ್ದರು.

ಪ್ರಕಾಶನಿಗೆ ಮಾತ್ರ ಇದ್ಯಾವುದೂ ಕಿವಿಗೆ ಬೀಳಲೇ ಇಲ್ಲ. 'ಇಪ್ಪತ್ತು ವರ್ಷ... ಅಜ್ಞಾತ ವ್ಯಕ್ತಿ' ಈ ಪದಗಳೇ ತಲೆಯಲ್ಲಿ ಸುತ್ತತೊಡಗಿದವು.

ಎದೆ ಉದ್ವೇಗದಿಂದ ಜೋರಾಗಿ ಹೊಡೆದುಕೊಳ್ಳುತ್ತಿತ್ತು. ಪ್ರಯಾಸದಿಂದ ಸಹಜ ಧ್ವನಿಯಲ್ಲಿ ಹೇಳಿದ, "ಹೌದು, ಎಂಥ ಒಳ್ಳೆಯ ಜನ! ಅಂಥವರಿಂದಲೇ ಅನಾಥರಿಗೆ, ಬಡವರಿಗೆ ಇಷ್ಟೋ ಅಷ್ಟೋ ಸಹಾಯವಾಗುವುದು" ಎನ್ನುತ್ತಾ ಸಹಜವೆಂಬಂತೆ ಅಲ್ಲಿದ್ದ ವಿಳಾಸದ ಮೇಲೆ ಕಣ್ಣಾಡಿಸಿದನು. ಮನಸ್ಸಿನಲ್ಲೇ ವಿಳಾಸವನ್ನು ಎರಡೆರಡು ಬಾರಿ ಓದಿಕೊಂಡು ಕೊನೆಗೆ ಜೋರಾಗಿ ವಿಳಾಸ ಓದಿ ಆ ರಸೀದಿಯನ್ನು ಜ್ಯೋತಿಯ ಕೈಗೆ ಕೊಟ್ಟನು. ಅವಳೂ ಸಹ ಆ ವಿಳಾಸವನ್ನು ಓದಿಕೊಂಡ ನಂತರ ಆ ವೃದ್ಧರಿಗೆ ವಾಪಸ್ಸು ಕೊಟ್ಟಳು.

ಆತ ಇವರಿಂದ ಹಣ ಪಡೆದು ಅವರಿಗೆ ರಸೀದಿ ನೀಡಿದರು.

ಆತನಿಗೆ ಮತ್ತೊಮ್ಮೆ ವಂದಿಸಿ ಆಶ್ರಮದಿಂದ ಹೊರಗೆ ಬರುತ್ತಿದ್ದಂತೆಯೇ ಪ್ರಕಾಶ ಉದ್ವೇಗದಿಂದ, "ಜ್ಯೋತಿ... ಆ ಅಡ್ರೆಸ್..." ಎಂದು ಹೇಳುವಷ್ಟರಲ್ಲಿ ಅವಳು,

"ಸಂಪೂರ್ಣ ಅಡ್ರೆಸ್ ಜ್ಞಾಪಕದಲ್ಲಿ ಇದೆ. ಇರು. ಬರ್‍ಕೊಂಡು ಬಿಡ್ತೇನೆ..." ಎನ್ನುತ್ತಾ ಬ್ಯಾಗಿನಿಂದ ಒಂದು ಪೇಪರ್ ಹಾಗು ಪೆನ್ನು ತೆಗೆದು ಬರೆಯುತ್ತಾ,

"ಪ್ರಕಾಶ್, ನೀನೇನು ಯೋಚಿಸುತ್ತಿದ್ದೀಯ ಅಂತ ಗೊತ್ತು. ಆದರೆ, ಇದು ಒಂದು ಕೋಟಿಯಲ್ಲಿ ಒಂದು ಛಾನ್ಸ್ ಇರಬಹುದು ಅಲ್ವಾ?" ಎಂದು ಕೇಳಿದಳು.

"ಇರಬಹುದು. ಆದರೆ ಇಷ್ಟು ದಿನ ಬರೀ ಕತ್ತಲೆಯ ಶೂನ್ಯವನ್ನಷ್ಟೇ ನೋಡಿದವನಿಗೆ ಇದೊಂದು ದೂರದಲ್ಲಿ ಗೋಚರಿಸುತ್ತಿರುವ ಆಶಾಕಿರಣದ ಒಂದು ಸಣ್ಣ ಎಳೆ. ಆ ಎಳೆಯನ್ನೇ ಹಿಡಿದು ಹುಡುಕಿಕೊಂಡು ಹೋದರೆ ತಪ್ಪೇನಿದೆ? ಬೇರೇನೂ ಪ್ರಯೋಜನವಿಲ್ಲವಾದ್ರೂ ಇಪ್ಪತ್ತು ವರ್ಷಗಳಿಂದ ಹೀಗೆ ದುಡ್ಡು ಕಳುಹಿಸುತ್ತಿರುವ ಮಹಾನುಭಾವರು ಯಾರು ಅಂತನಾದ್ರೂ ತಿಳಿಯುತ್ತಲ್ಲಾ?..." ಎಂದು ಹೇಳಿ ಮಾತು ನಿಲ್ಲಿಸಿ ಏನನ್ನೋ ಯೋಚಿಸುತ್ತಿದ್ದು ನಂತರ ನುಡಿದನು.

"ಜ್ಯೋತಿ... ನಾನು ನಾಳೆ ನಿನಗೆ ಮಧ್ಯಾಹ್ನದ ಬದಲು ರಾತ್ರಿ ಊಟ ಕೊಡಿಸುತ್ತೇನೆ, ಆಗ್ಲೀನಾ?"

"ಮಧ್ಯಾಹ್ನ ಏನ್ಮಾಡ್ತೀಯ ಹಾಗಾದ್ರೆ?"

"ಮೈಸೂರಿಗೆ ಹೋಗಿ ಸಂಜೆ ಹೊತ್ತಿಗೆ ವಾಪಸ್ಸು ಬಂದುಬಿಡ್ತೇನೆ."

ಜ್ಯೋತಿ ಅವನ ಮುಖ ನೋಡಿದಳು. ಅವನ ಮುಖದಲ್ಲಿ ಉದ್ವೇಗ, ಕಾತರ, ನೋವು, ಯಾವುದೋ ದೂರದ ಆಸೆ ಎಲ್ಲವೂ ಬಿಂಬಿತವಾಗಿದ್ದಿತು.

"ನೋಡು, ನಿನ್ನ ಮನಸ್ಸಿನಲ್ಲಿ ಏನು ನಡೀತಿದೆ ಅನ್ನೋದು ನನಗೆ ಅರ್ಥವಾಗ್ತಿದೆ. ನೀನು ಹುಡುಕಿಕೊಂಡು ಹೊರಟಿರುವ ವ್ಯಕ್ತಿ ನಿನಗೆ ಏನೇನೂ ಸಂಬಂಧವಿಲ್ಲದಿರಬಹುದು, ಅಥವಾ ನಿನಗೆ ಎಲ್ಲವೂ ಆಗಿರಬಹುದು. ಆದರೆ ಅದರ ಫಲಾಫಲಗಳ ಬಗ್ಗೆ ಯೋಚಿಸಿದ್ದೀಯಾ?"

ಅವಳ ಮಾತು ಕೇಳಿ ಅವನ ಮುಖ ತಕ್ಷಣ ಪೆಚ್ಚಾಯಿತು. ಅವನು ತಲೆ ತಗ್ಗಿಸಿ ಕುಳಿತನು. ಸ್ವಲ್ಪ ಸಮಯದ ಬಳಿಕ ತಲೆಯೆತ್ತಿ,

"ನೀನು ಹೇಳೋದೂ ಸರಿ. ಆ ವ್ಯಕ್ತಿಗೂ ನನಗೂ ಏನೂ ಸಂಬಂಧವಿಲ್ಲವಾದರೆ ಯಾವ ನಷ್ಟವೂ ಇಲ್ಲ. ಯಾವ ತಾಪತ್ರಯವೂ ಇಲ್ಲ. ಆದರೆ ಇನ್ನೊಂದು ತರ್ಕವೇ ನಿಜವಾದರೆ... ಬೇಡ ಜ್ಯೋತಿ, ಅದನ್ನು ಈಗ ಯೋಚಿಸೋದು ಬೇಡ, ಯೋಚಿಸೋಕ್ಕೆ ನನ್ನ ಕೈಲಿ ಈಗ ಆಗ್ತಾ ಇಲ್ಲ, ಏನಾದರಾಗಲಿ, ನಾಳೆ ನಾನು ಮೈಸೂರಿಗೆ ಹೋಗಿ ಆ ವ್ಯಕ್ತಿಯನ್ನು ನೋಡಿಕೊಂಡೇ ಬರ್ತೇನೆ. ನನಗೆ ಈ ಕುತೂಹಲವನ್ನು ಅದುಮಿಡಲು ಆಗ್ತಾ ಇಲ್ಲ. ಪ್ಲೀಸ್..."

"ಸರಿ ನಿನ್ನಿಷ್ಟ. ನನಗೂ ನಿನ್ನ ಹಾಗೆ ಕುತೂಹಲ ಹತ್ತಿಕ್ಕೊಕ್ಕೆ ಆಗ್ತಾ ಇಲ್ಲ."

"ಅಂದ್ರೆ... ನೀನೂ ಬರ್ತೀಯಾ ನನ್ನ ಜೊತೆ?"

"ಬಂದ್ರೆ ನಿನಗೆ ತೊಂದರೆ ಆಗೋಲ್ಲಾಂದ್ರೆ ಬರ್ತೇನೆ. ಇಲ್ಲಾಂದ್ರೆ ಇಲ್ಲ."

"ತೊಂದ್ರೆ ಎಲ್ಲಿ ಬಂತು, ಇನ್ನೂ ಅನುಕೂಲವೇ ಆಗುತ್ತೆ. ಅಮ್ಮ ಅಪ್ಪನಿಗೆ ಮೈಸೂರು ನೋಡಿಕೊಂಡು ಬರ್ತೇವೆ ಎಂದು ತಿಳಿಸಿದರೆ ಆಯ್ತು. ನಿಜವಾದ ಕಾರಣ ತಿಳಿಸಬೇಕಾಗೋಲ್ಲ."

"ಸರಿ, ಬೆಳಗ್ಗೆ ಎಷ್ಟು ಹೊತ್ತಿಗೆ ಹೊರಡೋಣ?"

"ಮೊದಲ ಬಸ್ಸಿಗೇ ಹೋಗೋಣ. ಐದೂವರೆಗೆಲ್ಲಾ ನಾನು ನಿನ್ನ ಹಾಸ್ಟೆಲ್ ಹತ್ರ ಬರ್ತೇನೆ. ರೆಡಿಯಾಗಿರು" ಎಂದನು.

* * *

ಮರುದಿನ ಐದೂವರೆಯ ಹೊತ್ತಿಗೆ ಪ್ರಕಾಶ ಹಾಸ್ಟೆಲಿನ ಹತ್ತಿರ ಬರುವ ಹೊತ್ತಿಗೆ ಜ್ಯೋತಿ ಸಿದ್ಧಳಾಗಿ ಮುಂಬಾಗಿಲ ಬಳಿಯೇ ನಿಂತಿದ್ದಳು. ಅವನ ಬೈಕ್ ಕಂಡ ತಕ್ಷಣ ಓಡಿ ಬಂದು ಹುಟ್ಟುಹಬ್ಬದ ಶುಭಾಶಯ ಹೇಳಿ ತನ್ನ ತಂದೆ ತಾಯಿ ತಂದುಕೊಟ್ಟಿದ್ದ ಚಿನ್ನದ ಪೆಂಡೆಂಟ್ ಅನ್ನು ಅವನಿಗೆ ಉಡುಗೊರೆಯಾಗಿ ನೀಡಿದಳು. ಪ್ರಕಾಶನಿಗೆ ಅದು ತುಂಬಾ ಇಷ್ಟವಾಯಿತು. ನಗುತ್ತಾ ಅದನ್ನು ತೆಗೆದುಕೊಂಡು ತನ್ನ ಕತ್ತಿನಲ್ಲಿದ್ದ ಒಂದೆಳೆಯ ಚಿನ್ನದ ಸರಕ್ಕೆ ಹಾಕಿಕೊಂಡನು. ಅವನು ಕೊಟ್ಟಿದ್ದ ಮುತ್ತಿನ ಹೇರ್‌ಕ್ಲಿಪ್ ಅನ್ನು ಧರಿಸಿದ್ದ ಜ್ಯೋತಿ ಅದನ್ನು ಅವನಿಗೆ ತೋರಿಸಿದಳು.

ಇಬ್ಬರೂ ನಗುತ್ತಾ ಬೈಕ್ ಹತ್ತಿ ಬಸ್ ನಿಲ್ದಾಣಕ್ಕೆ ಬಂದು, ಗಾಡಿಯನ್ನು ಅಲ್ಲಿ ನಿಲ್ಲಿಸಿ, ರೆಡಿಯಾಗಿ ನಿಂತಿದ್ದ ಮೈಸೂರಿನ ಬಸ್ ಹತ್ತಿದರು. ಆಗಿನ್ನೂ ಗಂಟೆ ಆರನ್ನು ಸಮೀಪಿಸುತ್ತಿತ್ತು ಅಷ್ಟೆ. ಬಸ್‌ನಲ್ಲೆಲ್ಲಾ 10–12 ಪ್ರಯಾಣಿಕರಿದ್ದರಷ್ಟೇ. ಬಸ್ ಹೊರಟು ಕಂಡಕ್ಟರ್ ಟಿಕೆಟ್ ಕೊಡುವ ತನಕ ಅದೂ ಇದೂ ಮಾತನಾಡುತ್ತಿದ್ದರು. ಆದರೆ ಇಬ್ಬರಿಗೂ ತಮ್ಮ ತಮ್ಮ ಉದ್ವೇಗವನ್ನು ಮುಚ್ಚಿಟ್ಟುಕೊಳ್ಳುವ ಪ್ರಯತ್ನ ಮಾಡುತ್ತಿದ್ದುದು ಸ್ಪಷ್ಟವಾಗಿ ಗೊತ್ತಾಗುತ್ತಿತ್ತು.

ಕಡೆಗೆ ಜ್ಯೋತಿ, "ಛೇ, ನನಗೆ ಈ ಟೆನ್‌ಷನ್ ತಡೆಯೋಕ್ಕೆ ಆಗ್ತಾ ಇಲ್ಲ. ಸ್ವಲ್ಪ ಹೊತ್ತು ನಿದ್ದೆ ಮಾಡಿದರೆ ಸರಿ ಹೋಗುತ್ತೆ. ನಾನು ಮಲಗ್ತೇನೆ. ನೀನೂ ಮಲಗು" ಎಂದು ಹೇಳಿ ಕಣ್ಣು ಮುಚ್ಚಿ ಬಲವಂತದಿಂದ ನಿದ್ದೆ ಮಾಡಲು ಪ್ರಯತ್ನಿಸಿದಳು. ಬಸ್ಸಿನ ಕುಲುಕಾಟಕ್ಕೋ ಅಥವಾ ಬೆಳಗ್ಗೆ ಬೇಗ ಎದ್ದಿದ್ದರಿಂದಲೋ ಸ್ವಲ್ಪ ಹೊತ್ತಿಗೇ ನಿದ್ದೆಗೆ ಜಾರಿದಳು.

ಆದರೆ ಏನು ಮಾಡಿದರೂ ಪ್ರಕಾಶನಿಗೆ ನಿದ್ದೆ ಬರಲೇ ಇಲ್ಲ. ರಾತ್ರಿಯಿಡೀ ಜಾಗರಣೆ ಮಾಡಿದ್ದರೂ ಸಹ ಕಿಂಚಿತ್ತೂ ನಿದ್ದೆ ಬರಲೇ ಇಲ್ಲ. ತಲೆಯಿಡೀ

ಗೊಂದಲದ ಯೋಚನೆಗಳ ಗೂಡಾಗಿತ್ತು. ತಾನೇಕೆ ಈ ಅನ್ವೇಷಣೆಗೆ ಕೈ ಹಾಕಿದೆ? ಇದೆ ಸರಿಯೇ? ಇದರ ಪರಿಣಾಮ ಏನಾಗಬಹುದು? ಎಂದು ಯೋಚಿಸುತ್ತಿದ್ದನು.

ಪಕ್ಕದಲ್ಲಿ ಕುಳಿತು ನಿದ್ದೆ ಮಾಡುತ್ತಿದ್ದ ಜ್ಯೋತಿಯನ್ನು ನೋಡಿದನು. ಅವಳಿಗೆ ಅವಳ ನಿಜ ಸಂಗತಿ ತಿಳಿದ ಹಾಗೆ ನನ್ನ ವಿಷಯವೂ ತಿಳಿದರೆ ಎಷ್ಟು ಚೆನ್ನಾಗಿರುತ್ತದೆ! ನಾನೇನೂ ನನ್ನನ್ನು ಸಾಕಿದವರನ್ನು ಬಿಟ್ಟು ಹುಟ್ಟಿಸಿದವರ ಹತ್ತಿರ ಹೋಗಿಬಿಡಲಾರೆ. ಇವರೊಂದಿಗಿದ್ದು ಇವರನ್ನು ನೋಡಿಕೊಳ್ಳುವುದೇ ನನ್ನ ಆದ್ಯ ಕರ್ತವ್ಯ. ಅದನ್ನು ನಾನು ಮರೆಯಲಾರೆ. ಆದರೆ ನನ್ನ ಜನ್ಮಕ್ಕೆ ಕಾರಣರಾದವರು ಯಾರು ಅನ್ನುವ ಪ್ರಶ್ನೆಗೆ ನನಗೆ ಉತ್ತರ ಸಿಗಲೇ ಬೇಕು. ಒಮ್ಮೆಯಾದರೂ ಆ ತಾಯಿಯನ್ನು ಕಣ್ತುಂಬಾ ನೋಡಲೇ ಬೇಕು. ಅವಶ್ಯ ಬಿದ್ದರೆ ಅವರಿಗೂ ಸಹಾಯ ಮಾಡುತ್ತಾ ಇರಬಹುದು...ಹೀಗೆ ಏನೇನೋ ಯೋಚಿಸುತ್ತಾ ಕುಳಿತನು.

ಅಥವಾ ನಾನು ಸಾಕಿದ ಮಗ ಅನ್ನುವ ಸತ್ಯವೇ ನನಗೆ ತಿಳಿಯದೆ ಹೋಗಿದ್ದರೆ ಎಷ್ಟು ಚೆನ್ನಾಗಿರುತ್ತಿತ್ತು! ಆಗ ಈ ತಾಕಲಾಟವೇ ಇರುತ್ತಿರಲಿಲ್ಲ. ನಾನು ಈ ತಂದೆ ತಾಯಿಗಳಿಗೆ ಎಷ್ಟೊಂದು ಚೆನ್ನಾಗಿ ಹೊಂದಿಕೊಂಡುಬಿಟ್ಟಿದ್ದೇನೆ. ನಮ್ಮಲ್ಲಿ ಎಷ್ಟೊಂದು ಸಾಮ್ಯವಿದೆ! ಇಷ್ಟಾನಿಷ್ಟಗಳಲ್ಲಿ, ಆಚಾರ– ವಿಚಾರಗಳಲ್ಲಿ... ಎಲ್ಲದರಲ್ಲೂ. ಬಹುಶಃ ಇದೆಲ್ಲಾ ಬೆಳೆಯುವ ಪರಿಸರವನ್ನೇ ಅವಲಂಬಿಸುವುದೇನೋ? ಹಾಗಿಲ್ಲದಿದ್ದರೆ ನನಗೂ ಅವರಿಗೂ ಯಾವುದೇ ರಕ್ತಸಂಬಂಧವಿಲ್ಲದಿದ್ದರೂ ಎಷ್ಟೊಂದು ಸಾಮ್ಯತೆಯಿದೆ!

ಬಹುಶಃ ನಾನು ಬೇರೆ ಯಾರ ಕೈಗೆ ಸಿಕ್ಕಿದ್ದರೂ ಅವರ ಸಂಪ್ರದಾಯಗಳನ್ನೇ ಅವರ ಆಚಾರ–ವಿಚಾರಗಳನ್ನೇ ರೂಢಿಸಿಕೊಳ್ಳುತ್ತಿದ್ದೇನೋ, ಅವರಂತೇ ಆಗಿಬಿಡುತ್ತಿದ್ದೇನೋ. ನನ್ನ ಮತ್ತು ನನ್ನ ಸಾಕಿದ ತಂದೆತಾಯಿಯರ ನಡುವೆ ಯಾವುದೇ ರೀತಿಯ ಅನುವಂಶೀಯ ಸಾಮ್ಯತೆಯಿರುವುದು ಸಾಧ್ಯವಿಲ್ಲ. ಆದರೂ ನಮ್ಮ ವಿಚಾರಧಾರೆಯಲ್ಲಿ, ಆಚಾರ–ವಿಚಾರಗಳಲ್ಲಿ, ಸಾಮಾಜಿಕ ನಡವಳಿಕೆಯಲ್ಲಿ ಎಷ್ಟೊಂದು ಸಾಮ್ಯವಿದೆ! ಹಾಗಾದರೆ ಅನುವಂಶೀಯ ಲಕ್ಷಣಗಳನ್ನು, ಪರಿಸರ ಲಕ್ಷಣಗಳು ಅದುಮಿ ಹಾಕುತ್ತವೇನು? ಅನುವಂಶೀಯ ಗುಣಗಳು ಒಬ್ಬ ವ್ಯಕ್ತಿಯ ರಚನೆಯ ವಿಷಯದಲ್ಲಿ ಮಾತ್ರ ಪಾತ್ರ ವಹಿಸುತ್ತವೇನು? ಅವನ ಬುದ್ಧಿ ಹಾಗೂ ನಡವಳಿಕೆಯ ಮೇಲೆ ಅವನು ಬೆಳೆದ ಪರಿಸರವೇ ಹೆಚ್ಚು ಪರಿಣಾಮ ಬೀರುವುದೇನು? ಹಾಗಾದರೆ ಪ್ರತಿಯೊಂದು ಮಗುವಿಗೂ ಹುಟ್ಟಿದಾಕ್ಷಣದಿಂದ ಉತ್ತಮ ಪರಿಸರ, ಉತ್ತಮ ವಿದ್ಯಾಭ್ಯಾಸ, ಉತ್ತಮ ಮಾರ್ಗದರ್ಶನ ಸಿಕ್ಕರೆ ಪ್ರತಿಯೊಬ್ಬ ಮಾನವನೂ ಅತ್ಯುತ್ತಮ ಮನುಷ್ಯನಾಗಬಲ್ಲನೇನು?

ಹಾಗಾದರೆ 'ಹುಟ್ಟುಗುಣ ಸುಟ್ಟರೂ ಹೋಗದು' ಎಂಬ ಲೋಕೋಕ್ತಿಯ ಅರ್ಥವೇನು? ನನ್ನಲ್ಲಿ ನನ್ನ ಎಲ್ಲಾ ಹುಟ್ಟುಗುಣಗಳೂ ಸುಪ್ತವಾಗಿ ಅಡಗಿ ಕುಳಿತಿವೆಯೇ? ಈ ಅನ್ವೇಷಕ ಬುದ್ಧಿ, ಈ ಹಿಡಿದ ಕೆಲಸ ಸಾಧಿಸುವ ಛಲ,... ನನ್ನ ಹುಟ್ಟುಗುಣಗಳೇ? ಈ ಗುಣಗಳು ಅವರಿಬ್ಬರಲ್ಲೂ ಇಲ್ಲ. ಬಂದಿದ್ದು ಬರಲಿ, ಹೋದದ್ದು ಹೋಗಲಿ ಅನ್ನುವ ಮನೋಭಾವದವರು. ನನ್ನನ್ನು ದತ್ತು ತೆಗೆದುಕೊಂಡಿರುವುದೂ ಅವರಿಬ್ಬರ ತಂದೆತಾಯಿಗಳ ಬಲವಂತದಿಂದಲೇ ಅಂತೆ. ನಾನು ಮಾತ್ರ ಹಿಡಿದ ಕೆಲಸ ಮಾಡಿಯೇ ಸಾಧಿಸುವ ಛಲಗಾರ. ಹಾಗಾದರೆ ಇದು ನನ್ನ ಹುಟ್ಟುಗುಣವೇ?

ಛೇ, ಎಷ್ಟೊಂದು ಗೋಜಲುಗಳು ಎಂದು ತಲೆ ಕೊಡವಿಕೊಂಡನು.

ಅವನ ಆಲೋಚನೆ ಮತ್ತೊಂದು ಹಾದಿ ಹಿಡಿಯಿತು. ನಾನೀಗ ಹೀಗೆ ಯಾವುದೋ ಅಜ್ಞಾತ ವ್ಯಕ್ತಿಯನ್ನು ಹುಡುಕಿಕೊಂಡು ಹೋಗುತ್ತಿರುವುದು ಎಷ್ಟು ಮಟ್ಟಿಗೆ ಸರಿ? ಆ ವ್ಯಕ್ತಿ ಕಳೆದ 20 ವರ್ಷಗಳಿಂದ ಆ ಅನಾಥಾಲಯಕ್ಕೆ ಹಣ ಕಳುಹಿಸುತ್ತಿದ್ದಾರೆಂಬ ಒಂದೇ ಒಂದು ಕಾರಣಕ್ಕೆ ಆ ವ್ಯಕ್ತಿಗೂ ನನಗೂ ಏನಾದರೂ ಸಂಬಂಧವಿರಬಹುದೆಂದು ಯೋಚಿಸುವುದು ಎಷ್ಟು ಹಾಸ್ಯಾಸ್ಪದ! ಇಷ್ಟಕ್ಕೂ ಆ ವ್ಯಕ್ತಿ 20 ವರ್ಷಗಳಿಂದ ಮಾತ್ರ ಹಣ ಕಳಿಸುತ್ತಿರುವುದು, ನನಗೆ ಈಗಾಗಲೇ ಇಪ್ಪತ್ತಮೂರು ತುಂಬಿದೆ. ಕೇವಲ ದಿನಾಂಕ ಹೊಂದಿಕೆಯಾಗುತ್ತೇ ವಿನಾ ಬೇರೆ ಯಾವುದೂ ತಾಳೆಯಾಗೋಲ್ಲ. ಆದರೂ ಹುಡುಕಿಕೊಂಡು ಹೊರಟಿದ್ದೇನೆ. ಇದು ಸರೀನಾ?

ಹಾಗಾದರೆ ನಾನು ಮಾಡುತ್ತಿರುವುದು ಹುಚ್ಚುತನವಲ್ಲವೇ? ಮುಂದಿನ ಊರಲ್ಲಿ ಇಳಿದು ವಾಪಸ್ ಹೋಗಿಬಿಡೋಣ್ವೆ? ಎಂದು ಯೋಚಿಸಿದನು. ನಂತರ ಹೇಗೂ ಹೊರಟಾಗಿದೆ. ಹೋಗಿ ನೋಡೇ ಬಿಡುವುದು. ಕಡೇ ಪಕ್ಷ ಜ್ಯೋತಿಯ ಜೊತೆ ಮೈಸೂರು ಸುತ್ತಿದ ಹಾಗಾದ್ರೂ ಆಗುತ್ತೆ ಎಂದು ಸುಮ್ಮನೆ ಕುಳಿತನು.

ಬಸ್ಸು ರಾಮನಗರದ ಮೂಲಕ ಹಾದುಹೋಗುತ್ತಿರುವಾಗ ಜ್ಯೋತಿಯನ್ನು ಎಬ್ಬಿಸಲೇ ಎಂದು ಯೋಚಿಸಿ ಅವಳ ಕಡೆ ನೋಡಿದನು. ಅವಳು ಅದ್ಯಾವಾಗಲೋ ಎದ್ದು ನಿಶ್ಶಬ್ದವಾಗಿ ಕಿಟಕಿಯಿಂದ ಹೊರಗೆ ನೋಡುತ್ತಿದ್ದಳು.

"ಮನೆಗೆ ಹೋಗಬೇಕಾ?" ಎಂದು ಪ್ರಕಾಶ ಕೇಳಿದನು.

ಇಲ್ಲವೆನ್ನುವಂತೆ ತಲೆಯಾಡಿಸಿ ಸುಮ್ಮನೆ ಕುಳಿತಳು. ಅವಳಿಗೆ ಮಾತನಾಡುವ ಇಚ್ಛೆಯಿಲ್ಲವೆಂದು ಅರಿತು ಅವಳನ್ನು ಅವಳ ಪಾಡಿಗೆ ಬಿಟ್ಟು ತಾನೂ ಸುಮ್ಮನೆ ಕುಳಿತನು. ಇಬ್ಬರ ಮನಸ್ಸೂ ಏನೇನನ್ನೋ ಚಿಂತಿಸುತ್ತಿತ್ತು.

ಮುಂದೆ ಮದ್ದೂರಿನಲ್ಲಿ ಬಸ್ ನಿಲ್ಲಿಸಿದಾಗ ಇಬ್ಬರೂ ಇಳಿದು ಹೋಗಿ ಕಾಫಿ ಕುಡಿದು ಬಂದರು. ನಂತರ ಮೈಸೂರು ಬರುವ ತನಕ ಏನೇನೋ ಹರಟುತ್ತಾ ಕುಳಿತರು.

* * *

ಬಸ್ಸು ಮೈಸೂರನ್ನು ತಲುಪಿದಾಗ ಒಂಭತ್ತು ಗಂಟೆ ದಾಟಿತ್ತು. ಅಲ್ಲಿಯೇ ಇದ್ದ ಹೋಟೆಲೊಂದರಲ್ಲಿ ಇಡ್ಲಿ, ಕಾಫಿ ಸೇವಿಸಿ, ಒಂದು ಆಟೋ ಹತ್ತಿ ತಮ್ಮಲ್ಲಿದ್ದ ವಿಳಾಸವನ್ನು ಅವನಿಗೆ ನೀಡಿದರು. ಆಟೋದವನು ಅಲ್ಲಿ, ಇಲ್ಲಿ ಸ್ವಲ್ಪ ಹುಡುಕಾಡಿ ಕಡೆಗೆ ಆ ವಿಳಾಸಕ್ಕೆ ತಂದು ಬಿಟ್ಟನು.

'ನಂದನವನ ಮಕ್ಕಳ ಅನಾಥಾಶ್ರಮ' ಎಂಬ ಬೋರ್ಡಿತ್ತು. ಅದೊಂದು ಸುಮಾರು ಹಳೆಯದಾದ ಎರಡಂತಸ್ತಿನ ಕಟ್ಟಡ.

ಗೇಟು ದಾಟಿ ಒಳಗೆ ಹೋದರೆ ಚಪ್ಪಡಿ ಕಲ್ಲು ಹಾಸಿದ ಚೌಕಾಕಾರದ ಬಯಲು ಪ್ರದೇಶ. ಅದರ ಮಧ್ಯಭಾಗದಲ್ಲಿ ಕಟ್ಟೆ ಕಟ್ಟಿದ ಸಂಪಿಗೆ ಮರ. ಬಯಲಿನ ಮೂರು ಕಡೆಯೂ ಎರಡಂತಸ್ತಿನ ಕಟ್ಟಡ. ಎಡಭಾಗದಲ್ಲಿ ಅಡುಗೆ ಮನೆ ಮತ್ತು ಮೂಲೆಯಲ್ಲಿ ಬಟ್ಟೆ ಒಗೆಯುವ ಸ್ಥಳ. ಅಲ್ಲಿ ಒಬ್ಬ ಹೆಂಗಸು ಬಟ್ಟೆ ಒಗೆಯುತ್ತಿದ್ದಳು. ಪ್ರವೇಶದ್ವಾರದ ಎದುರಿಗಿದ್ದ ಕಟ್ಟಡದಲ್ಲಿ 'ಕಛೇರಿ' ಎಂಬ ಫಲಕ ತೂಗಿಹಾಕಲಾಗಿತ್ತು. ಬಲಭಾಗಕ್ಕಿದ್ದ ಕಟ್ಟಡದಲ್ಲಿ ಮೇಲೆ, ಕೆಳಗೆ ಎಲ್ಲಾ ಕೋಣೆಗಳಿದ್ದವು. ಇಡೀ ಆವರಣ ಶುಭ್ರವಾಗಿ, ಸ್ವಚ್ಛವಾಗಿತ್ತು.

ಇಬ್ಬರೂ ಕಛೇರಿಯ ಕಡೆ ನಡೆದರು. ಬಾಗಿಲಿಗೆದುರಾಗಿ ಒಂದು ಮೇಜಿನ ಮುಂದೆ ಸುಮಾರು ಇಪ್ಪತ್ತೈದು-ಮೂವತ್ತರ ವಯಸ್ಸಿನ ಹೆಂಗಸು ಕುಳಿತು ಏನೋ ಬರೆಯುತ್ತಿದ್ದಳು. ಒಳಭಾಗದಲ್ಲಿ ಇನ್ನೊಂದು ಮೇಜಿನ ಮುಂದೆ ಸುಮಾರು ನಲ್ವತ್ತು-ನಲ್ವತ್ತೈದರ ಇನ್ನೊಬ್ಬ ಹೆಂಗಸು ಕುಳಿತು ಪೇಪರ್ ಓದುತ್ತಿದ್ದರು.

ಬಾಗಿಲ ಬಳಿ ಇಬ್ಬರೂ ಬಂದಾಗ ಆಕೆ, "ಬನ್ನಿ, ಏನಾಗಬೇಕಿತ್ತು?" ಎಂದು ವಿಚಾರಿಸಿದರು.

ಆಕೆ ಮಟ್ಟಸವಾಗಿ ನೂಲಿನ ಸೀರೆಯುಟ್ಟು, ತಲೆ ಕೂದಲನ್ನು ಒಪ್ಪವಾಗಿ ಬಾಚಿ ಗಂಟು ಹಾಕಿಕೊಂಡಿದ್ದರು. ಕನ್ನಡಕ ಧರಿಸಿದ್ದರು. ನೋಡಿದ ಕೂಡಲೇ ಗೌರವ ಹುಟ್ಟಿಸುವ ವ್ಯಕ್ತಿತ್ವ. ಆಕೆ ಇವರನ್ನು ಹೀಗೆ ಸ್ವಾಗತಿಸಿದಾಗ ಇಬ್ಬರಿಗೂ ಏನು ಹೇಳಬೇಕೆಂದೇ ತೋಚಲಿಲ್ಲ.

ಜ್ಯೋತಿ, "ನಾವಿಬ್ಬರೂ ಬೆಂಗಳೂರಿನಿಂದ ಬಂದಿದ್ದೇವೆ..." ಎನ್ನುತ್ತಾ ಮುಂದೆ ಏನೂ ಹೇಳಲೂ ತೋಚದೆ ನಿಲ್ಲಿಸಿದಳು. ಆಕೆ ತನ್ನ ಕುರ್ಚಿಯಿಂದ ಎದ್ದು ಮುಂದೆ ಬಂದು,

"ಬನ್ನಿ, ಒಳಗೆ ಬಂದು ಇಲ್ಲಿ ಕುಳಿತುಕೊಳ್ಳಿ" ಎಂದು ಆತ್ಮೀಯತೆಯಿಂದ ಕರೆದರು. ಇಬ್ಬರೂ ಆಕೆಯ ಮೇಜಿನ ಮುಂದಿದ್ದ ಕುರ್ಚಿಗಳಲ್ಲಿ ಕುಳಿತರು. ಹೇಗೆ ಮಾತು ಆರಂಭಿಸಬೇಕೋ ತೋಚಲಿಲ್ಲ.

ಒಂದೆರಡು ನಿಮಿಷದ ಮೌನದ ನಂತರ ಆಕೆಯೇ ಕೇಳಿದರು,

"ಹೇಳಿ, ಏನಾಗಬೇಕಾಗಿತ್ತು? ಬೆಂಗಳೂರಿಂದ ಬಂದಿದ್ದೀರಿ ಅಂತೀರಿ. ಬಂದ ಉದ್ದೇಶ ಏನು? ಏನೇ ಸಹಾಯ ಬೇಕಿದ್ದರೂ ಸಂಕೋಚವಿಲ್ಲದೆ ಹೇಳಿ."

ಪ್ರಕಾಶ ತಾವಿಬ್ಬರೂ ವೈದ್ಯಕೀಯ ವಿದ್ಯಾರ್ಥಿಗಳೆಂದು ತಿಳಿಸಿ, ತಾವಿಬ್ಬರೂ ಇಲ್ಲಿಗೆ ಬರಲು ಆ ಅನಾಥಾಶ್ರಮದಲ್ಲಿ ದೊರಕಿದ ಇಲ್ಲಿನ ವಿಳಾಸವೇ ಕಾರಣ ಎಂದು ವಿವರಿಸಿ ಹೇಳಿದನು.

"ಪ್ರತಿವರ್ಷ ತಪ್ಪದೇ ಈ ದಿನಾಂಕದಂದೇ ಹಣ ಕಳುಹಿಸುತ್ತಿರುವ ವ್ಯಕ್ತಿಯನ್ನು ನೋಡುವ ಕುತೂಹಲಕ್ಕಾಗಿ ಇಲ್ಲಿ ತನಕ ಬಂದಿದ್ದೇವೆ" ಎಂದನು.

ಪ್ರಕಾಶ ಹೇಳಿದ್ದೆಲ್ಲಾ ಕೇಳಿದ ಮೇಲೆ ಆಕೆ, "ಅದರಿಂದ ಏನು ಪ್ರಯೋಜನ?" ಎಂದು ಕೇಳಿದರು.

"ಪ್ರಯೋಜನದ ಪ್ರಶ್ನೆಯಲ್ಲ. ಬರೀ ಕುತೂಹಲವಷ್ಟೆ, ಸಾಧ್ಯವಾದರೆ ಏತಕ್ಕಾಗಿ ಆ ದಿನವೇ ಪ್ರತಿವರ್ಷವೂ ಹಣ ಕಳುಹಿಸುತ್ತಿರುವುದು ಎಂದು ತಿಳಿದುಕೊಳ್ಳುವ ಆಸೆ ಅಷ್ಟೆ" ಎಂದು ಪ್ರಕಾಶ ಹೇಳಿದನು.

"ಅದೇ ನಾನು ಕೇಳ್ತಿರೋದು. ಆ ಹಿನ್ನೆಲೆ ಅರಿಯುವ ಕುತೂಹಲವೇಕೆ?" ಆಕೆ ಪುನಃ ಕೇಳಿದರು. ಪ್ರಕಾಶ ಮತ್ತು ಜ್ಯೋತಿ ಮುಖ ಮುಖ ನೋಡಿಕೊಂಡರು.

ನಂತರ ಜ್ಯೋತಿ ಹೇಳಿದಳು, "ಏಕೆಂದರೆ ಆ ದಿನವೇ ಇವನ ಹುಟ್ಟುಹಬ್ಬ. ಹುಟ್ಟುಹಬ್ಬದ ದಿನ ಅನಾಥಾಲಯದ ಮಕ್ಕಳಿಗೆ ಏನಾದ್ರೂ ಕೊಡಬೇಕೆಂದು ಇವನಿಗೆ ಅನ್ನಿಸಿತು. ಅದಕ್ಕೆ ಆ ಅನಾಥಾಶ್ರಮಕ್ಕೆ ಹೋದಾಗ ಅಲ್ಲಿ ಆ ವ್ಯಕ್ತಿಯ ವಿಚಾರ ತಿಳಿಯಿತು. ಅಂಥಾ ವಿಶಾಲ ಹೃದಯದ ವ್ಯಕ್ತಿಯನ್ನು ನೋಡುವ ಕುತೂಹಲವಾಯ್ತು. ಅದಕ್ಕೇ ಹುಡುಕಿಕೊಂಡು ಬಂದೆವು."

ಅದನ್ನು ಕೇಳುತ್ತಿದ್ದ ಹಾಗೇ ಆಕೆಯ ಮುಖ ವಿವರ್ಣವಾಯಿತು. ತಕ್ಷಣ ಆಕೆ ಅವನತ ಮುಖಿಯಾಗಿ ಕುಳಿತರು. ಮೂರ್ನಾಲ್ಕು ನಿಮಿಷದ ನಂತರ ಆಕೆ ತಲೆಯೆತ್ತಿ ನೋಡಿದರು. ಆಕೆಯ ಕನ್ನಡಕದ ಹಿಂದಿದ್ದ ಕಣ್ಣುಗಳಲ್ಲಿ ತೆಳುವಾದ ನೀರಿನ ಪೊರೆಯಿತ್ತು.

ಹಾಗೇ ಎದ್ದು ನಿಂತು ಗಂಟಲು ಸರಿಪಡಿಸಿಕೊಂಡು, "ಸ್ವಲ್ಪ ಇರಿ, ಬೆಂಗಳೂರಿನಿಂದ ಬಂದಿದ್ದೀರಿ. ಉಪಾಹಾರದ ವ್ಯವಸ್ಥೆ ಮಾಡಿ ಬರ್ತೇನೆ" ಎಂದರು.

"ಬೇಡ, ನಾವು ಅದೆಲ್ಲಾ ಈಗ ತಾನೇ ಹೋಟೆಲ್‌ನಲ್ಲಿ ಮುಗಿಸಿಯೇ ಬಂದಿದ್ದೇವೆ. ಸುಮ್ಮನೆ ತೊಂದರೆ ತಗೋಬೇಡಿ" ಎಂದು ಜ್ಯೋತಿ ಹೇಳಿದಳು.

"ತೊಂದರೆ ಎಂಥದ್ದು? ಇಲ್ಲಿ ಹೇಗೂ ಬೆಳಗಿನ ಉಪಾಹಾರ ತಯಾರಿಸ್ತಾರೆ. ನಿಮಗೂ ಸ್ವಲ್ಪ ಕೊಡ್ತೇವೆ" ಎಂದು ಬಾಗಿಲ ಬಳಿ ಬಂದರು.

ಅಲ್ಲಿದ್ದ ಇನ್ನೊಬ್ಬ ಹೆಂಗಸು, "ನಾನೇ ಹೋಗಿ ತರಲೇ?" ಎಂದು ಕೇಳಿದಾಗ ಆಕೆ, "ಬೇಡ ಮೀರಾ, ನಾನೇ ಹೋಗಿ ಬರ್ತೇನೆ" ಎಂದು ಸರಸರನೆ ಹೊರಗೆ ಹೋದರು.

ಜ್ಯೋತಿ ಪ್ರಕಾಶನೆಡೆ ನೋಡಿದಳು. ಅವನು ಎದುರಿನ ಗೋಡೆ ದಿಟ್ಟಿಸುತ್ತಾ ಕೈ ಬೆರಳುಗಳನ್ನು ಒಂದಕ್ಕೊಂದು ಹೊಸೆಯುತ್ತಾ, ಬಿಚ್ಚುತ್ತಾ ಕುಳಿತಿದ್ದನು. ಅವನ ತಳಮಳ ಅವಳಿಗೆ ಅರ್ಥವಾಗುತ್ತಿತ್ತು. ತಾನು ಅಂದು ಅನುಭವಿಸಿದ ರೀತಿಯ ತಳಮಳ ಇಂದು ಇವನು ಅನುಭವಿಸುತ್ತಿರುವುದು ಅವಳ ಗಮನಕ್ಕೆ ಬಂದಿತು.

ಹಿಂತಿರುಗಿದ ಆಕೆ ಭಾರವಾದ ಹೆಜ್ಜೆಗಳನ್ನಿಡುತ್ತಾ ಬಂದು ತನ್ನ ಕುರ್ಚಿಯಲ್ಲಿ ಕುಳಿತರು. ಇಬ್ಬರ ಮುಖವನ್ನು ಅವಲೋಕಿಸುತ್ತಾ ಆಕೆ ಹೇಳಿದರು, "ನೀವು ಹುಡುಕಿಕೊಂಡು ಬಂದಿರುವ ವ್ಯಕ್ತಿ ನಾನೇ."

ಇಬ್ಬರೂ ಏನೂ ಮಾತನಾಡಲೂ ತೋಚದೆ ಆಕೆಯ ಮುಖವನ್ನೇ ಮಿಕಿ ಮಿಕಿ ನೋಡಿದರು.

"ಕಾರಣ ತಿಳಿದುಕೊಳ್ಳುವ ಆಸೇನಾ?" ಆಕೆಯ ಧ್ವನಿ ಸಣ್ಣಗೆ ನಡುಗುತ್ತಿತ್ತು.

"ನಿಮಗೆ ತೊಂದರೆಯಾಗುವ ಹಾಗಿದ್ದರೆ ಬೇಡ"–ಜ್ಯೋತಿ ನುಡಿದಳು.

"ಇದು ತೊಂದರೆಯ ಪ್ರಶ್ನೆಯಲ್ಲ. ಎಷ್ಟೋ ವರ್ಷಗಳ ಕಾಲ ಹುದುಗಿಟ್ಟಿರುವ ವಿಷಯವನ್ನು ಈಗ ಬಿಚ್ಚಿಡಬೇಕಾಗಿದೆ. ಯಾಕೋ, ನನಗೂ ಅದನ್ನೆಲ್ಲಾ ಯಾರಿಗಾದರೂ ತಿಳಿಸಿಬಿಡಬೇಕೆಂಬ ಹಂಬಲವಾಗುತ್ತಿದೆ. ಹೇಳಿಯೇ ಬಿಡುತ್ತೇನೆ" ಎಂದರು.

ಆಗ ಮೀರಾ, "ನಾನು ಹೊರಗೆ ಹೋಗಲೇ ಅಮ್ಮ" ಎಂದಳು.

"ಅದ್ಯಾಕೆ ನೀನು ಹೊರಗೆ ಹೋಗ್ತೀಯಾ? ನೀನೂ ಕೇಳಿಸಿಕೋ, ಕೂತ್ಕೋ" ಎಂದರು.

ನಂತರ ನೆನಪಿನಾಳಕ್ಕೆ ಇಳಿಯುತ್ತಾ ಮಾತನಾಡತೊಡಗಿದರು.

"ನಾನು ಹುಟ್ಟುವಾಗಲೇ ಕೆಟ್ಟ ಅದೃಷ್ಟವನ್ನು ಬೆನ್ನಲ್ಲಿ ಹೊತ್ತು ತಂದಿದ್ದೆ. ನನ್ನ ತಂದೆ ತಾಯಿ ಬಡವರೇ ಆಗಿದ್ದರು. ತಂದೆ ಯಾವುದೋ ಫ್ಯಾಕ್ಟರಿಯಲ್ಲಿ ಕೆಲಸಕ್ಕಿದ್ದರಂತೆ, ನಾನು ಹುಟ್ಟಿದ ಮೂರೇ ತಿಂಗಳಿಗೆ ಅದ್ಯಾವುದೋ ಕಾಯಿಲೆಯಿಂದ ತೀರಿಕೊಂಡರಂತೆ. ಮೂರು ತಿಂಗಳ ಮಗುವನ್ನು

ಕಟ್ಟಿಕೊಂಡು ನನ್ನ ತಾಯಿ ಪಡಬಾರದ ಕಷ್ಟಪಟ್ಟಳು. ಅವರಿವರ ಮನೆಯ ಕಸ ಮುಸುರೆ ಮಾಡಿ, ಮನೆ ಕೆಲಸ ಮಾಡಿ ನನ್ನನ್ನು ಸಾಕುತ್ತಿದ್ದಳು. ನನಗೆ ಐದು ವರ್ಷವಾದಾಗ ಹತ್ತಿರವಿದ್ದ ಸರ್ಕಾರಿ ಶಾಲೆಗೂ ಸೇರಿಸಿದಳು. ಅವಳ ಮೈಮೇಲೆ ಒಂದು ದಿನವೂ ಒಂದು ಸಾಧಾರಣ ಸೀರೆಯನ್ನೂ ನಾನು ನೋಡಲಿಲ್ಲ. ಸದಾ ತೇಪೆ ಹಾಕಿದ ಸೀರೆಯನ್ನೇ ಉಡುತ್ತಿದ್ದಳು. ಆದರೂ ಆಕೆ ಅಶುಭ್ರವಾಗಿದ್ದನ್ನು, ಮನೆ ಗಲೀಜಾಗಿದ್ದನ್ನು ನಾನು ನೋಡಲಿಲ್ಲ. ಅಷ್ಟೊಂದು ಶಿಸ್ತು ಹಾಗು ಸ್ವಚ್ಛತೆ.

"ನಮ್ಮ ಮನೆಯೆಂದರೆ ಒಂದು ವಠಾರದಲ್ಲಿ ಕೇವಲ ಇಷ್ಟಗಲದ ರೂಮ್, ಅದರ ಒಂದು ಕಡೆ ಅಡುಗೆ ಮಾಡಬೇಕು. ಅದರ ಪಕ್ಕದಲ್ಲೇ ಎರಡು ತಡಿಗೆ ಕಟ್ಟಿ ಬಚ್ಚಲ ಮನೆ, ಬಹಿರ್ದೆಶೆಗೆ ಹೊರಗೆ ಇದ್ದ ಎರಡು ಕಕ್ಕಸುಗಳು. ಅದು ಆ ವಠಾರದ ಜನರಿಗೆಲ್ಲಾ ಸೇರಿದ್ದುದು. ನನಗೂ ಅವಳು ಕೆಲಸ ಮಾಡುವ ಮನೆಯ ಬಟ್ಟೆಗಳೇ ಇರುತ್ತಿದ್ದುದು. ಪುಸ್ತಕಗಳೂ ಅಷ್ಟೇ. ಅಂತೂ ಕಡು ಬಡತನ.

"ಇದರ ಮಧ್ಯೆ ಆಕೆ ಎಡೆಬಿಡದೆ ಕೆಮ್ಮುತ್ತಲೇ ಇರುತ್ತಿದ್ದಳು. ಬಹಳ ಸಣ್ಣಕ್ಕಿದ್ದಳು. ಈಗ ಅನ್ನಿಸುತ್ತದೆ ಆಕೆಗೆ ಕ್ಷಯರೋಗವಿತ್ತೇನೋ ಎಂದು, ಏನು ಪ್ರಯೋಜನ? ಆಗ ಅದು ಏನೆಂದು ತಿಳಿದಿರಲಿಲ್ಲ. ಅಕಸ್ಮಾತ್ ತಿಳಿದಿದ್ದರೂ ಪ್ರಯೋಜನವಿರಲಿಲ್ಲ. ಎರಡು ಹೊತ್ತಿನ ಊಟಕ್ಕೇ ಪರದಾಡಬೇಕಾದ ಪರಿಸ್ಥಿತಿಯಲ್ಲಿ ಔಷಧಿ ಉಪಚಾರವೆಲ್ಲಾ ಸಾಧ್ಯವಿತ್ತಾ? ನನಗೆ ಬುದ್ಧಿ ತಿಳಿದಾಗಿನಿಂದ ಬೆಳಗ್ಗೆ ಅಷ್ಟು ಹೊತ್ತಿಗೇ ಎದ್ದು ಅಮ್ಮನ ಜೊತೆ ಮನೆಗೆಲಸಕ್ಕೆ ಹೋಗುತ್ತಿದ್ದೆ. ಅವಳಿಗೆ ಸಹಾಯ ಮಾಡುತ್ತಿದ್ದೆ. ಅಲ್ಲೇ ಯಾರ ಮನೆಯಲ್ಲಾದರೂ ನನಗೆ ಒಂದಿಷ್ಟು ತಿನ್ನಲು ಸಿಗುತ್ತಿತ್ತು. ಅದನ್ನು ತಿಂದು ಶಾಲೆಗೆ ಹೋಗುತ್ತಿದ್ದೆ. ಮಧ್ಯಾಹ್ನದ ಹೊತ್ತಿಗೆ ಏನಾದ್ರೂ ಇದ್ರೆ ತಿನ್ನುತ್ತಿದ್ದೆ. ಇಲ್ಲವಾದರೆ ಇಲ್ಲ. ಸಂಜೆ ಶಾಲೆಯಿಂದ ಬರುವಾಗಲೇ ಒಂದೆರಡು ಮನೆಯ ಕಸಗುಡಿಸಿ ಮನೆಗೆ ಬರುತ್ತಿದ್ದೆ. ನಂತರ ಓದು. ರಾತ್ರಿಗೆ ಅಮ್ಮ ಏನಾದರೊಂದನ್ನು ಬೇಯಿಸುತ್ತಿದ್ದಳು. ಅದನ್ನು ತಿಂದು ಮಲಗುತ್ತಿದ್ದೆವು.

"ಬೇಸಿಗೆಯಲ್ಲಿ ಸ್ವಲ್ಪ ಪರವಾಗಿಲ್ಲವಾಗಿರ್ತಿತ್ತು. ಆದರೆ ಮಳೆ, ಚಳಿ ಶುರುವಾದ್ರೆ ಸಾಕು, ಅಮ್ಮ ರಾತ್ರಿಯಿಡೀ ಕೆಮ್ಮಿ, ಕೆಮ್ಮಿ ನರಳುತ್ತಿದ್ದಳು. ಆಗ ನಾನು ಏನೂ ಮಾಡಲಾಗದೆ ಸುಮ್ಮನೆ ನೋಡುತ್ತಿದ್ದೆ. ಆಕೆ ಅದೆಷ್ಟು ಹಿಂಸೆ ಅನುಭವಿಸುತ್ತಿದ್ದಳೋ ಏನೋ? ಇಷ್ಟಾದರೂ ಒಂದು ದಿನವಾದ್ರೂ ಯಾರನ್ನೂ ದೂಷಿಸಿದವಳಲ್ಲ, ಕಡೆಗೆ ದೇವರನ್ನು ಸಹ, ವಿಧಿಯನ್ನು ಸಹ! ಯಾವಾಗ್ಲೂ 'ಚೆನ್ನಾಗಿ ಓದಿ ಮುಂದೆ ಬಾಮ್ಮಾ' ಎಂದು ನನಗೆ ಹೇಳುತ್ತಿದ್ದಳು.

ಕೈಲಿ ಕಾಸಿಲ್ಲದಿದ್ದಾಗ ಅಥವಾ ಆರೋಗ್ಯ ತುಂಬಾ ಕೆಟ್ಟಾಗ ಯಾರಿಂದಲಾದರೂ ಸಾಲ ಮಾಡಿ ತಂದು ಏನೋ ಔಷಧಿ ತೆಗೆದುಕೊಳ್ಳುತ್ತಿದ್ದಳು. ಅದರಿಂದ ಹೆಚ್ಚಿನ ಪ್ರಯೋಜನವೇನೂ ಇರಲಿಲ್ಲ.

"ನಮ್ಮನ್ನು ಮಾತನಾಡಿಸಲು, ಯೋಗಕ್ಷೇಮ ವಿಚಾರಿಸಲು ಎಂದಾದರೊಮ್ಮೆ ಒಬ್ಬರು ಬರುತ್ತಿದ್ದರು. ಅವರು ನಮ್ಮ ತಾಯಿಗೆ ದೂರದ ಸಂಬಂಧದಲ್ಲಿ ಅಣ್ಣನಾಗಬೇಕು. ಆತನನ್ನು ನಾನು 'ಮಾಮಾ' ಎಂದು ಕರೆಯುತ್ತಿದ್ದೆ. ಆತ ಬಂದಾಗ ನನಗೆ ಒಂದು ಪೆಪ್ಪರ್‌ಮಿಂಟೋ ಅಥವಾ ಇನ್ನೇನಾದರೂ ತರುತ್ತಿದ್ದರು. ನನಗೆ ಅದೇ ಒಂದು ದೊಡ್ಡ ಉಡುಗೊರೆಯಾಗುತ್ತಿತ್ತು. ಆತನೂ ಅಂಥಾ ಸ್ಥಿತಿವಂತನೇನೂ ಅಲ್ಲ. ಜೊತೆಗೆ ಮನೆ ತುಂಬಾ ಮಕ್ಕಳು ಬೇರೆ. ಆದರೂ ಬಂದಾಗೆಲ್ಲಾ ಅಷ್ಟೋ ಇಷ್ಟೋ ದುಡ್ಡುಕಾಸಿನ ಸಹಾಯ ಮಾಡ್ತಾ ಇದ್ರು.

"ನಮ್ಮ ಪರಿಸ್ಥಿತಿ ಹೇಗೇ ಇದ್ದರೂ ನನ್ನ ಓದು ಮಾತ್ರ ಚೆನ್ನಾಗಿ ಸಾಗುತ್ತಿತ್ತು. ಓದಿನಲ್ಲಿ ನಾನು ಚುರುಕಾಗಿದ್ದೆ. ಅಮ್ಮನ ಪ್ರೋತ್ಸಾಹದ ನಡುವೆ ಹತ್ತನೇ ತರಗತಿಯನ್ನು ಉತ್ತಮ ದರ್ಜೆಯಲ್ಲೇ ಪಾಸು ಮಾಡಿದೆ. ಆದರೆ ಮುಂದಕ್ಕೆ ಓದುವುದು ಅಸಾಧ್ಯದ ಮಾತಾಗಿತ್ತು. ನನಗಾಗ ಹದಿನಾರು ವರ್ಷ ತುಂಬಿತ್ತು. ಅಮ್ಮನ ದುಡಿಮೆಯನ್ನು ಸಂಪೂರ್ಣ ನಿಲ್ಲಿಸಿ ನಾನೇ ಮನೆಕೆಲಸಕ್ಕೆ ಹೋಗತೊಡಗಿದೆ. ಈ ನಡುವೆ ಒಂದು ಉತ್ತಮ ನೌಕರಿಗಾಗಿಯೂ ಪ್ರಯತ್ನಿಸುತ್ತಿದ್ದೆ.

"ಇದೇ ಸಮಯದಲ್ಲಿಯೇ ಒಂದು ದಿನ ಆ ಮಾಮ ಬೆಳ್ಳಂಬೆಳಗ್ಗೆಯೇ ಮನೆಗೆ ಬಂದರು. ನಾನು ಕೆಲಸಕ್ಕೆ ಹೋಗಬೇಕಾಗಿತ್ತು, ಹೊರಟುಹೋದೆ. ಹಿಂತಿರುಗಿ ಬಂದಾಗಲೂ ಮನೆಯಲ್ಲಿಯೇ ಇದ್ದರು. ನಾನು ಬಂದ ಕೂಡಲೇ ಹೊರಟುಹೋದರು. ನಂತರ ಅಮ್ಮ ಅವರು ಬಂದು ಹೋದ ಕಾರಣವನ್ನು ಹೇಳಿದರು. ನನಗಾಗಿ ಆತ ಯಾವುದೋ ಸಂಬಂಧ ನೋಡಿಕೊಂಡು ಬಂದಿದ್ದಾರಂತೆ. ಸ್ಥಿತಿವಂತರಂತೆ. ಆದರೆ ಆ ಹುಡುಗನಿಗೆ ಇದು ಎರಡನೇ ಮದುವೆಯಂತೆ. ನಾನು ಮೊದಲು ಬಹಳ ವಿರೋಧಿಸಿದೆ. ಒಂದು ಒಳ್ಳೆಯ ಕೆಲಸಕ್ಕೆ ಅಂದರೆ ಯಾವುದಾದ್ರೂ ಫ್ಯಾಕ್ಟರಿಯಲ್ಲಿ ಕಡೇ ಪಕ್ಷ ದಿನಗೂಲಿಗಾದ್ರೂ ಸೇರಿ ಅಮ್ಮನಿಗೆ ಉತ್ತಮ ಔಷಧಿ ಉಪಚಾರ ನಡೆಸಿ ಆಕೆಯ ಕಾಯಿಲೆಯನ್ನು ಗುಣಪಡಿಸಿ ನಂತರ ಮದುವೆಯಾಗುವುದಾಗಿ ಹಟ ಹಿಡಿದೆ. ಆದರೆ ಅಮ್ಮ ಒಪ್ಪಲಿಲ್ಲ. ನಾವಿರುವ ಪರಿಸ್ಥಿತಿಯಲ್ಲಿ ಹುಡುಕಿಕೊಂಡು ಬಂದಿರುವ ಈ ಸಂಬಂಧವನ್ನು ತಿರಸ್ಕರಿಸುವುದು ಸರಿಯಲ್ಲ, ಬೆಳೆದ ಹುಡುಗಿಯನ್ನು ಮನೆಯಲ್ಲಿ ಇಟ್ಟುಕೊಳ್ಳುವುದು ಅಂದರೆ ಬೆಂಕಿಯನ್ನು ಸೆರಗಿನಲ್ಲಿ ಕಟ್ಟಿಕೊಂಡ ಹಾಗೇ

ಎಂದು ಏನೇನೋ ಹೇಳಿದರು. ಅತ್ತುಕರೆದು, ಮುದ್ದಿಸಿ, ಎಲ್ಲಾ ವಿಧಾನಗಳಲ್ಲೂ ತಿಳಿ ಹೇಳಿದರು. ನಾನು ಬದುಕಿರುವಾಗಲೇ ಮದುವೆಯಾದರೆ ತಲೆ ಮೇಲೆ ನಾಲ್ಕು ಅಕ್ಷತೆಕಾಳು ಹಾಕಿ ಪುಣ್ಯ ಕಟ್ಟಿಕೊಳ್ಳಬಹುದು ಎಂದೆಲ್ಲಾ ಹೇಳಿದರು. ಆ ವೇಳೆಗಾಗಲೇ ಆಕೆಯ ಆರೋಗ್ಯ ಸ್ಥಿತಿ ತುಂಬಾ ಬಿಗಡಾಯಿಸಿತ್ತು. ನನಗೆ ಮಾತ್ರ ಆ ವಯಸ್ಸಿನಲ್ಲಿ ಎಷ್ಟು ಮಹಾ ತಿಳಿವಳಿಕೆಯಿತ್ತು? ಅನುಭವವಿತ್ತು? ಕಡೆಗೆ ಅಮ್ಮನಿಗಾಗಿ ಒಪ್ಪಿಕೊಂಡೆ..." ಮಾತು ನಿಲ್ಲಿಸಿ ಒಮ್ಮೆ ದೀರ್ಘವಾಗಿ ಉಸಿರೆಳೆದುಕೊಂಡು ಪುನಃ ಆರಂಭಿಸಿದರು.

"ಮದುವೆ ದೇವಸ್ಥಾನದಲ್ಲಿ ಜರುಗುವುದೆಂದು ಗೊತ್ತಾಯಿತು. ಮಾವನೇ ನನಗೊಂದು ಹೊಸ ಸೀರೆ ಕೊಡಿಸಿದರು. ಅದೇ ನನ್ನ ಜೀವನದ ಮೊದಲನೇ ಹೊಸಬಟ್ಟೆ. ಅಮ್ಮ ಕೂಡಿಟ್ಟ ಸ್ವಲ್ಪ ಹಣವಿತ್ತು. ಅಕ್ಕಪಕ್ಕದವರೂ ತಮಗಾದ ಸಹಾಯ ಮಾಡಿದರು.

"ಮದುವೆಗೆ ನನ್ನ ಮಾವನ ಪರಿವಾರ ಮತ್ತು ವಠಾರದ ಕೆಲವರು ಬಂದಿದ್ದರು. ಮದುವೆ ದಿನವೇ ನಾನು ನನ್ನ ಗಂಡನನ್ನು ನೋಡಿದ್ದು. ನನಗಿಂತ ತುಂಬಾ ವಯಸ್ಸಾದ ವ್ಯಕ್ತಿ. ಮುಖದಲ್ಲಿ ಆರೋಗ್ಯದ ಚಿಹ್ನೆಯೇ ಇರಲಿಲ್ಲ. ಅಂತೂ ಮದುವೆಯಾಯಿತು. ಅಮ್ಮ ಅಲ್ಲಿಂದಲ್ಲಿಯೇ ನಮ್ಮ ಮನೆಗೆ ಹಿಂತಿರುಗಿದಳು. ನಾನು ಗಂಡನ ಮನೆಗೆ ಬಂದೆ.

"ಮದುವೆಯಾದ ಮಾರನೇ ದಿನವೇ ಆತ ಮೇಲೇಳಲೂ ಆಗದಷ್ಟು ನಿತ್ರಾಣವಾಗಿ ಹಾಸಿಗೆಯಲ್ಲಿ ಮಲಗಿದ್ದರು. ಕಡೆಗೆ ಡಾಕ್ಟರನ್ನು ಮನೆಗೆ ಕರೆಸಿದರು. ಅಲ್ಲಿದ್ದ ನನ್ನನ್ನು ಕಂಡು ನಡೆದಿರುವುದನ್ನು ಗ್ರಹಿಸಿ ಆತನ ಮನೆಯವರಿಗೆ ಬಹಳ ಬಯ್ದರು. ಆದರೆ ಅವರ ತಾಯಿ ಮತ್ತು ತಂಗಿಯರದ್ದು ಒಂದೇ ವಾದ – ಮನೆಗೆ ಒಬ್ಬ ವಂಶೋದ್ಧಾರಕ ಬೇಕು. ಅದಕ್ಕಾಗಿ ಒಬ್ಬನೇ ಮಗನಾದ ಈತನಿಗೆ ಇನ್ನೊಂದು ಮದುವೆ ಮಾಡಿರುವುದು ಎಂದು. ಔಷಧಿ ಉಪಚಾರಗಳಿಂದ ಆತ ಕೊಂಚ ಚೇತರಿಸಿಕೊಂಡರು.

"ಹಣಕಾಸಿನ ವಿಷಯದಲ್ಲಿ ಅವರು ತುಂಬಾ ಸ್ಥಿತಿವಂತರಿದ್ದರು. ಮನೆಗಳಿಂದ ಬರುವ ಬಾಡಿಗೆ ಹಣ ಮತ್ತು ಗಿರವಿ ಅಂಗಡಿಯ ವ್ಯವಹಾರದಿಂದ ಸಾಕಷ್ಟು ಆದಾಯವಿತ್ತು. ಆದ್ದರಿಂದ ಔಷಧಿ ಉಪಚಾರಕ್ಕೇನೂ ತೊಂದರೆ ಇರಲಿಲ್ಲ. ಅವರ ಮನೆಗೆಲಸವೆಲ್ಲ ನನ್ನ ಪಾಲಿಗೇ ಇತ್ತು. ಒಂದು ದಿನ ಮುಗಿದು ಹೋಗಿದ್ದ ಔಷಧಿ ತರಲು ಅಂಗಡಿಗೆ ಹೋದೆ. ಪಕ್ಕದಲ್ಲಿಯೇ ಇದ್ದ ಆ ಡಾಕ್ಟರ್ ಶಾಪಿಗೆ ಹೋಗಿ ಧೈರ್ಯ ಮಾಡಿ ನನ್ನ ಗಂಡನಿಗೆ ಏನು ಕಾಯಿಲೆ ಎಂದು ಕೇಳಿದೆ. ಆತನಿಗೆ ನನ್ನ ಬಗ್ಗೆ ವಿಪರೀತ ಮರುಕವುಂಟಾಯಿತು. 'ಅದು ಕೂಡ ನಿನಗೆ ತಿಳಿಸಿಲ್ಲವೇನಮ್ಮಾ... ಎಂಥಾ ಕಟುಕ ಜನ! ಅವನಿಗೆ ಕರುಳಿನ

ಕ್ಯಾನ್ಸರ್ ಇದೆ. ವಿಪರೀತ ಉಲ್ಬಣಿಸಿದೆ. ಮೊದಲ ಹೆಂಡತಿ ಸತ್ತ ಮೇಲೆ ವಿಪರೀತ ಕುಡಿದು, ಕುಡಿದು ಈಗ ಹೀಗಾಗಿದೆ. ನಿನ್ನ ನೋಡಿದರೆ ಅಯ್ಯೋ ಅನ್ನಿಸುತ್ತೆ. ಆದರೆ ಏನು ಮಾಡಲಿ?' ಎಂದರು. ನನಗೆ ಆಳವಾದ ಪ್ರಪಾತಕ್ಕೆ ಬಿದ್ದ ಹಾಗಾಯಿತು. ಈ ವಿಷಯವನ್ನು ನನ್ನ ತಾಯಿಗೆ ತಿಳಿಸಬಾರದೆಂದು ನಿರ್ಧರಿಸಿದೆ. ಆಕೆಯ ಪರಿಸ್ಥಿತಿ ದಿನೇ ದಿನೇ ಹದಗೆಡುತ್ತಿತ್ತು. ಅಕ್ಕಪಕ್ಕದ ಮನೆಯವರು ಆಗಾಗ ಸಹಾಯ ಮಾಡುತ್ತಿದ್ದರು. ನನ್ನ ಅತ್ತೆ ಮನೆಯವರು ಸ್ಥಿತಿವಂತರೇ. ಮನಸ್ಸು ಮಾಡಿದರೆ ಸಹಾಯ ಮಾಡಬಹುದಿತ್ತು. ಆದರೆ ಸಹಾಯ ಮಾಡುವುದಿರಲಿ, ನಾನು ಹೋಗಿ ಆಕೆಯನ್ನು ನೋಡಿಕೊಂಡು ಬರಲೂ ಒಪ್ಪುತ್ತಿರಲಿಲ್ಲ. ಮದುವೆಯಾದ ನಾಲ್ಕು ತಿಂಗಳಲ್ಲಿ ಒಂದೇ ಒಂದು ಬಾರಿ ಮಾತ್ರ ಹೋಗಿ ನೋಡಿಕೊಂಡು ಬಂದೆ. ಅದೂ ಮಧ್ಯಾಹ್ನ ಹೋಗಿ ಸಂಜೆಗೆ ಹಿಂತಿರುಗಿದ್ದೆ.

"ಮದುವೆಯಾದ ಆರನೇ ತಿಂಗಳಿನಲ್ಲೇ ರೋಗ ಉಲ್ಬಣಿಸಿ ಆತ ತೀರಿಕೊಂಡರು. 'ಕೆಟ್ಟ ನಕ್ಷತ್ರದವಳು, ಕೆಟ್ಟ ಕಾಲ್ಗುಣದವಳು, ಮದುವೆಯಾದ ಆರು ತಿಂಗಳಿಗೇ ಗಂಡನನ್ನು ತಿಂದುಕೊಂಡಳು' ಎಂಬೆಲ್ಲಾ ಬಿರುದು ಬಾವಲಿಗಳು ನನಗೆ ದೊರಕಿತು. ಅಲ್ಲಿನ ಕರ್ಮಗಳೆಲ್ಲಾ ಮುಗಿದು ಕೂಡಲೇ ನನ್ನ ಅತ್ತೆ, ನಾದಿನಿಯರು, 'ನಿನಗಿಲ್ಲಿ ಇನ್ನು ಜಾಗವಿಲ್ಲ, ಹೊರಟು ಹೋಗು' ಎಂದು ಮನೆಯಿಂದ ಹೊರಗಟ್ಟಿದರು. ಇನ್ನು ಹೋಗುವುದಾದರೂ ಎಲ್ಲಿಗೆ? ನೆಟ್ಟಗೆ ಅಮ್ಮನ ಮನೆಗೆ ಬಂದೆ. ನನ್ನ ಮಾಮನ ಮಧ್ಯಸ್ಥಿಕೆಯಿಂದ ಒಂದು ಸಾವಿರ ರೂಪಾಯಿ ನನಗೆ ಸಿಕ್ಕಿತು. ಅಷ್ಟು ದೊಡ್ಡ ಮೊತ್ತವನ್ನು ನಾನು ಹಿಂದೆಂದೂ ನೋಡಿರಲೇ ಇಲ್ಲ. ನನಗೆ ತುಂಬ ಖುಷಿಯಾಯಿತು. ಈಗಲಾದರೂ ಅಮ್ಮನಿಗೆ ಉತ್ತಮ ಔಷಧಿ ಕೊಡಿಸಿ ಅವಳ ಕಾಯಿಲೆಯನ್ನು ಗುಣಪಡಿಸಬಹುದು ಎಂದು. ಆದರೆ ವಿಧಿಯಾಟನೇ ಬೇರೆ ಇತ್ತು. ಅಕ್ಕಪಕ್ಕದ ಮನೆಯ ಹೆಂಗಸರು ನನ್ನನ್ನು ನೋಡಿ ನಾನು ಗರ್ಭಿಣಿಯಾಗಿರಬಹುದೆಂದು ಅನುಮಾನಿಸಿದರು. ಅಲ್ಲೀ ತನಕ ನನಗೆ ಅದರ ಬಗ್ಗೆಯೇ ಗಮನವಿರಲಿಲ್ಲ. ನನಗೆ ಏನು ಮಹಾ ಪ್ರಪಂಚ ಜ್ಞಾನವಿತ್ತು? ಅಂದೇ ನಾನು ಡಾಕ್ಟರ ಬಳಿ ಹೋದೆ. ಪರೀಕ್ಷಿಸಿದ ಅವರು ಈಗಾಗಲೇ ನಾಲ್ಕು ತಿಂಗಳಾಗಿದೆ ಎಂದರು. ತೆಗೆಸೋಣವೆಂದರೆ ಸಾಧ್ಯವೇ ಇಲ್ಲವೆಂದರು. ಮನೆಗೆ ಬಂದ ಮೇಲೆ ಅಮ್ಮ ತನ್ನ ಔಷಧಿಗಾಗಿ ಒಂದೇ ಒಂದು ಪೈಸ ಕೂಡ ಆ ಸಾವಿರ ರೂಪಾಯಿಯಲ್ಲಿ ಖರ್ಚು ಮಾಡಕೂಡದೆಂದು ಪ್ರಮಾಣ ಮಾಡಿಸಿಕೊಂಡಳು.

"ಕಡೆಗೆ ನಾನು ಓದುತ್ತಿದ್ದ ಶಾಲೆಗೇ ಹೋಗಿ ಯಾವುದಾದರೂ ಕೆಲಸ ಕೊಡಿರೆಂದು ಅಲ್ಲಿನ ಹೆಡ್‌ಮಾಸ್ಟರನ್ನು ಬಹಳ ಕೇಳಿಕೊಂಡೆ. ಕಡೆಗೆ ಆಯಾ

ಕೆಲಸ ಗಿಟ್ಟಿಸಿಕೊಂಡೆ. ನನ್ನ ಸ್ಥಿತಿಗೆ ಅಲ್ಲಿದ್ದ ಒಬ್ಬರು ಟೀಚರ್, ಅವರ ಹೆಸರು ಜಾನಕಮ್ಮ ಎಂದು, ತುಂಬಾ ಮರುಗಿದರು. ದಿನಾ ತಿನ್ನಲು ಏನಾದರೂ ತಂದುಕೊಡುತ್ತಿದ್ದರು. ಅದನ್ನು ನಾನು ಮನೆಗೆ ತಂದು ಅಮ್ಮನಿಗೂ ಕೊಡುತ್ತಿದ್ದೆ.

"ನನಗೆ ಏಳು ತಿಂಗಳಾದಾಗ ಒಂದು ದಿನ ಅಮ್ಮನ ಪರಿಸ್ಥಿತಿ ಬಹಳ ವಿಷಮಿಸಿ ಆ ರಾತ್ರಿಯೇ ಅವಳು ತೀರಿಕೊಂಡಳು. ಅಮ್ಮನ ಕಷ್ಟ ತೀರಿತೆಂದು ಸಮಾಧಾನಪಡಲೋ ಅಥವಾ ನನ್ನ ಅಸಹಾಯಕತೆ, ಅನಾಥ ಸ್ಥಿತಿಗೆ ಅಳಲೋ ತಿಳಿಯದೆ ದಿಗ್ಭ್ರಾಂತಳಾಗಿ ಕುಳಿತುಬಿಟ್ಟೆ. ಅಕ್ಕಪಕ್ಕದವರ ಸಹಾಯದಿಂದ ಅಮ್ಮನ ಅಂತ್ಯಸಂಸ್ಕಾರ ಮಾಡಿದೆ. ಆ ದಿನಗಳಲ್ಲಿ ಪ್ರಪಂಚವೇ ಶೂನ್ಯವೆನಿಸಿತ್ತು. ಕೆಲಸಕ್ಕೆ ಹೋಗಬೇಕೆಂದು ಕೂಡಾ ಅನಿಸಿರಲಿಲ್ಲ. ಹದಿನೈದು–ಇಪ್ಪತ್ತು ದಿನ ಕೆಲಸಕ್ಕೇ ಹೋಗಿರಲಿಲ್ಲ. ಒಂದು ದಿನ ಒಬ್ಬ ಹುಡುಗ ಬಂದು, 'ಟೀಚರ್ ಕರೀತಾರೆ. ನಾಳೆ ಖಂಡಿತ ಸ್ಕೂಲಿಗೆ ಬರಬೇಕಂತೆ' ಎಂದು ಹೇಳಿ ಹೋದ. ನನ್ನ ಮೇಲೆ ತುಂಬಾ ಅನುಕಂಪ ಹೊಂದಿದ್ದ ಆ ಜಾನಕಮ್ಮ ಟೀಚರೇ ಕರೆದಿದ್ದುದು. ಅವರನ್ನು ಕಂಡು ಅವರಿಗೆ ಎಲ್ಲಾ ಹೇಳಿದೆ. ಆಕೆ ನನ್ನನ್ನು ಪುನಃ ಕೆಲಸಕ್ಕೆ ಬರಹೇಳಿದರು. ಹೋಗತೊಡಗಿದೆ. ಒಂದು ದಿನ ಆಕೆ ನನ್ನನ್ನು ಕೇಳಿದರು, 'ನಿನಗೆ ಮುಂದಕ್ಕೆ ಓದೋಕ್ಕೆ ಇಷ್ಟವಿದೆಯೇ?' ಎಂದು.

"ನನಗೆ ಮೊದಲಿನಿಂದಲೂ ಓದಿನಲ್ಲಿ ತುಂಬಾ ಆಸಕ್ತಿ. ಹಾಗಾಗಿ ಹೌದೆಂದೆ.

'ಹಾಗಾದರೆ ನಿನ್ನ ಮುಂದಿನ ಗುರಿಯೇನು?' ಎಂದರು. ನನಗೆ ಏನು ಹೇಳಲೂ ತೋಚಲಿಲ್ಲ. ಭವಿಷ್ಯವನ್ನು ಕುರಿತು ಯೋಚಿಸಲೂ ಆಗದಷ್ಟು ಜಡತ್ವ ನನ್ನಲ್ಲಿತ್ತು. ನಾನೊಬ್ಬಳೇ ಆಗಿದ್ದರೆ ಏನಾದರೂ ಯೋಚಿಸಬಹುದಿತ್ತು. ಆದರೆ ಹೊಟ್ಟೆಯಲ್ಲಿ ಬೆಳೆಯುತ್ತಿರುವ ಮಗುವಿತ್ತು. ಅದು ಹುಟ್ಟಿದ ಮೇಲೆ ಏನು ಮಾಡಬೇಕೋ ತೋಚಲಿಲ್ಲ. ನಾನು ಏನೂ ಮಾತನಾಡದೆ ಅವರ ಮುಖವನ್ನೇ ನೋಡುತ್ತಿದ್ದೆ. ಅವರೇ ಹೇಳಿದರು, 'ಹೋಗು, ಈಗ ಸದ್ಯಕ್ಕೆ ಇಲ್ಲೇ ಕೆಲಸ ಮಾಡಿಕೊಂಡಿರು. ನಾನೇ ಏನಾದರೂ ದಾರಿ ಯೋಚಿಸುತ್ತೇನೆ.'

"ಮುಂದೆ ಒಂದು ವಾರದ ನಂತರ ನನ್ನನ್ನು ಕರೆದು ಹೇಳಿದರು, 'ನೋಡು, ನಾನು ಹೀಗೆ ಹೇಳ್ತೀನಿಂತ ತಪ್ಪು ತಿಳೀಬೇಡ. ನಾನು ನಿನಗಿಂತ ತುಂಬ ದೊಡ್ಡವಳು. ಪ್ರಪಂಚ ಕಂಡವಳು. ನೀನು ಈಗಿನ್ನೂ ಕಣ್ಣು ತೆರೀತಿದ್ದೀಯ. ನಿನಗೆ ಅಬ್ಬಬ್ಬಾ ಅಂದರೆ ಹದಿನೇಳು ವರ್ಷವಿರಬಹುದು. ಅಲ್ವಾ? ಇಷ್ಟು ಸಣ್ಣ ವಯಸ್ಸಿಗೇ ಏನೆಲ್ಲಾ ಅನುಭವಿಸಿದ್ದೀಯಾ. ಈಗ ಅದೆಲ್ಲವನ್ನು ಮೀರಿಸುವಂತೆ ಈ ವಯಸ್ಸಿಗೇ ಇನ್ನೊಂದು ಜೀವದ ಹೊಣೆ! ಇದನ್ನು ನೀನೇ ಕೈಯ್ಯಾರೆ

ಮಾಡಿಕೊಂಡಿಲ್ಲ. ಇದೆಲ್ಲಾ ವಿಧಿಯಾಟ. ಇರಲಿ, ಈಗ ನಾನೊಂದು ಮಾತು ಹೇಳ್ತೇನೆ ಕೇಳು. ಇದನ್ನು ಬೆಳೆಯದಂತೆ ತಡೆಯಲಂತೂ ನಿನಗೆ ಆಗಲಿಲ್ಲ. ಹೊತ್ತ ತಪ್ಪಿಗೆ ಹೆತ್ತು ಬಿಡು. ಆದರೆ ಇದನ್ನು ಸಾಕುವ ಹೊರೆ ಹೊತ್ತುಕೋಬೇಡ. ಇಲ್ಲದ ವ್ಯಾಮೋಹಕ್ಕೆ ಒಳಗಾಗಿ ನೀನೂ ಕಷ್ಟಪಟ್ಟು ಇದನ್ನು ಕಷ್ಟಕ್ಕೆ ಸಿಕ್ಕಿಸಬೇಡ. ನಾನು ಹೇಳೋ ರೀತಿ ಮಾಡಿದ್ರೆ ನಿಮ್ಮಿಬ್ಬರಿಗೂ ಒಳ್ಳೇದಾಗುತ್ತೆ. ಅದು ತಪ್ಪು ಅಲ್ಲವೇ ಅಲ್ಲ, ಯೋಚಿಸು' ಎಂದರು.

"ಅವರ ಮಾತಿನ ತಲೆ ಬುಡ ನನಗೆ ಅರ್ಥವಾಗಲಿಲ್ಲ. ಬೆಪ್ಪಾಗಿ ಅವರ ಮುಖವನ್ನೇ ನೋಡುತ್ತಿದ್ದೆ. ನಂತರ ಹೊಳೆಯಿತು... ಹೊಟ್ಟೆಯಲ್ಲಿರುವ ಕೂಸನ್ನು ದೂರಮಾಡಿ ಬಿಡಬೇಕು ಎಂದು! ಅದು ಹೊಳೆದ ತಕ್ಷಣ ನಾನು ಗಾಬರಿಯಾಗಿ ಎರಡೂ ಕೈಗಳಲ್ಲಿ ಹೊಟ್ಟೆಯನ್ನು ಭದ್ರವಾಗಿ ಹಿಡಿದುಕೊಂಡು, 'ಬೇಡ ಟೀಚರ್, ಬೇಡ. ನಾನಿದನ್ನು ಸಾಯಿಸಲು ಬಿಡುವುದಿಲ್ಲ. ಎಷ್ಟೇ ಕಷ್ಟವಾದರೂ ಹೇಗಾದ್ರೂ ಮಾಡಿ ಸಾಕ್ತೇನೆ. ನೀವೇಕೆ ಹೀಗೆ ಹೇಳ್ತಿದ್ದೀರಿ. ಹೊತ್ತು, ಹೆತ್ತ ಮಗೂನ ಯಾರಾದ್ರೂ ಸಾಯಿಸ್ತಾರಾ? ಖಂಡಿತ ನಾನು ಒಪ್ಪೋಲ್ಲ' ಎನ್ನುತ್ತಾ ಅಳತೊಡಗಿದೆ.

"ನಾನು ಹೇಳಿದ ರೀತಿಗೆ ಅವರಿಗೂ ಗಾಬರಿಯಾಯಿತೇನೋ, 'ಅಯ್ಯೋ ಹುಚ್ಚಿ! ನಾನೇನು ಹಾಗೆ ಹೇಳಿದ್ನಾ? ಸಾಯಿಸು ಅಂತ ಹೇಳಿದ್ನಾ? ನಾನು ಅಷ್ಟು ಕಟುಕಿ ಅಂತ ತಿಳ್ಕೊಂಡ್ಯಾ? ಅಯ್ಯೋ ಹುಚ್ಚಿ!' ಎಂದರು.

ಅವರ ಮಾತು ಕೇಳಿ ನನಗೆ ಸ್ವಲ್ಪ ಸಮಾಧಾನವಾಯಿತು. 'ಹಾಗಾದ್ರೆ ಇನ್ನೇನು ಮಾಡ್ಬೇಕೂಂತ ಹೇಳ್ತಿದ್ದೀರಿ?' ಎಂದು ಕೇಳಿದೆ.

"ನೋಡು, ನಿನ್ನ ಹೊಟ್ಟೇಲ್ಲಿರೋ ಮಗು ಹೊರಗೆ ಬಂದ ತಕ್ಷಣ ಅದನ್ನು ಅನಾಥಾಶ್ರಮಕ್ಕೆ ಕೊಟ್ಟು ಬಿಡು. ಅದು ಅಲ್ಲಿ ಖಂಡಿತಾ ಸುಖವಾಗಿ ಬೆಳೆಯುತ್ತೆ. ಆ ಭರವಸೆ ನನಗಿದೆ. ನೀನೇ ಸಾಕಿದ್ರೆ ಅದಕ್ಕೆ ಉತ್ತಮ ಭವಿಷ್ಯ ಸಿಕ್ತದೇಂತ ನನಗನ್ನಿಸೋಲ್ಲ. ಅದೂ ನಿನ್ನ ಹಾಗೇನೇ ಜೀವನಪೂರ್ತಿ ಬಡತನ, ಅರೆಹೊಟ್ಟೇಲೇ ಇರಬೇಕಾಗುತ್ತದೆ. ಅಲ್ಲಾದ್ರೆ ಕಡೇ ಪಕ್ಷ ಎರಡು ಹೊತ್ತಿನ ಊಟಕ್ಕೆ ತೊಂದ್ರೆ ಇಲ್ದೆ ಬೆಳೆಯುತ್ತೆ. ಅದೃಷ್ಟವಿದ್ರೆ ಯಾರಾದ್ರೂ ಸ್ಥಿತಿವಂತ್ರು ದತ್ತೂ ತಗೋಬಹುದು. ವಿದ್ಯಾಭ್ಯಾಸ ಸಿಕ್ಕತ್ತೆ. ಈ ಕಡೆ ನೀನು ಸಂಪೂರ್ಣ ಸ್ವತಂತ್ರಳಾಗ್ತೀಯ. ಯಾವ ಜವಾಬ್ದಾರೀನೂ ನಿನ್ನ ಮೇಲಿರೋಲ್ಲ. ನೀನೂ ಓದು ಮುಂದುವರಿಸಿ ಒಳ್ಳೆ ಜೀವನ ಸಾಗಿಸ್ಬಹುದು. ಏನಂತೀಯಾ? ಯೋಚನೆ ಮಾಡು' ಎಂದರು.

"ನನಗೆ ಏನು ಹೇಳಲೂ ತೋಚಲಿಲ್ಲ. ಈ ಅನಾಥಾಲಯಗಳು, ಅಲ್ಲಿ ಮಕ್ಕಳು ಬೆಳೆಯುವುದು. ಇದೆಲ್ಲ ನನಗೆ ಗೊತ್ತೇ ಇರಲಿಲ್ಲ. ನಾನು ಬೆಳೆದಿದ್ದ

ವಾತಾವರಣ ಹಾಗಿತ್ತು. ಇಂತಹ ವಿಚಾರಗಳು ನನಗೆ ಏನೇನೂ ಗೊತ್ತಿರಲಿಲ್ಲ. ಈ ಪ್ರಪಂಚದಲ್ಲಿ ಇಂತಹ ವ್ಯವಸ್ಥೆಗಳು ಇವೆ ಎಂದೂ ಗೊತ್ತಿರಲಿಲ್ಲ.

"ನಾನು ಸುಮ್ಮನೆ ಕುಳಿತದ್ದನ್ನು ನೋಡಿ ಅವರೇ, 'ಚೆನ್ನಾಗಿ ಯೋಚಿಸು. ನಾನು ಹೇಳುವುದು ಬಹಳ ಸರಿ ಎಂದು ನಿನಗೇ ಅರ್ಥವಾಗುತ್ತದೆ. ಇನ್ನೂ ನಿನಗೆ ಹೆರಿಗೆಯಾದ ಮೇಲೆ ತಾನೇ ಈ ಮಾತು. ಅಲ್ಲೀತನಕ ಯೋಚಿಸಿ ನೋಡು. ನೀನೂ ಬುದ್ಧಿವಂತಳಿದ್ದೀಯ. ಏನೋ, ದುರಾದೃಷ್ಟದಿಂದ ಈಗ ಹೀಗಾಗಿದೆ. ಆದರೆ ಅದನ್ನು ಆದಷ್ಟೂ ಸರಿಪಡಿಸಿಕೊಳ್ಳೋಕ್ಕೆ ನಾವು ಪ್ರಯತ್ನ ಪಡಬೇಕು. ನಿನ್ನ ವಿಚಾರವಾಗಿ ನನಗೆ ತೋಚಿದ್ದು ಇದೊಂದೇ ಮಾರ್ಗ ಇದು ತಪ್ಪಲ್ಲ, ಸರಿ ಎಂದೇ ನನ್ನ ಮನಸ್ಸು ಹೇಳ್ತಾ ಇದೆ. ನೀನೂ ಚೆನ್ನಾಗಿ ಯೋಚಿಸು' ಎಂದರು.

"ನಾನು ಯೋಚಿಸುತ್ತಲೇ ಇದ್ದೆ. ಆದರೆ ಯಾವೊಂದು ನಿರ್ಧಾರಕ್ಕೂ ಬರಲಾಗಲಿಲ್ಲ. ಅಷ್ಟರಲ್ಲಿ ಒಂದು ದಿನ ನಾನು ಶಾಲೆಯಲ್ಲಿ ಕೆಲಸ ಮಾಡುತ್ತಿದ್ದಾಗಲೇ ವಿಪರೀತ ನೋವು ಶುರುವಾಯಿತು.

"ಆಗ ಆ ಟೀಚರೇ ತಕ್ಷಣ ನನ್ನನ್ನು ಅಲ್ಲಿಯೇ ಇದ್ದ ಸರ್ಕಾರಿ ಆಸ್ಪತ್ರೆಗೆ ಸೇರಿಸಿದರು. ಒಂದು ದಿನವೆಲ್ಲಾ ನೋವು ಅನುಭವಿಸಿದ ನಂತರ ಹೆರಿಗೆಯಾಯಿತು. ಗಂಡುಮಗು. ನಾನಿದ್ದ ಪರಿಸ್ಥಿತಿಯಲ್ಲೂ ಆ ಮಗು ಲಕ್ಷಣವಾಗಿ, ಆರೋಗ್ಯವಾಗಿ ಜನಿಸಿತ್ತು.

"ಹೆರಿಗೆಯ ನಂತರ ಹತ್ತು ದಿನದ ತನಕ ಆಸ್ಪತ್ರೆಯಲ್ಲಿರುವ ಅವಕಾಶವಿತ್ತು. ಅಷ್ಟರಲ್ಲಿ ಏನಾದರೊಂದು ನಿರ್ಧಾರ ತೆಗೆದುಕೊಳ್ಳಬೇಕಾಗಿತ್ತು. ಆ ಹತ್ತು ದಿನವೂ ಅವರೇ ಊಟ ತಂದುಕೊಡುತ್ತಿದ್ದರು. ಆಕೆಗಿದ್ದ ಸಂಸಾರ ತಾಪತ್ರಯಗಳಲ್ಲಿ ನನ್ನನ್ನೂ ಅಷ್ಟರ ಮಟ್ಟಿಗೆ ನೋಡಿಕೊಳ್ಳುತ್ತಿದ್ದುದು ಒಂದು ದೊಡ್ಡ ಹೊರೆಯೇ ಆಗಿತ್ತು. ಅಲ್ಲಿದ್ದ ಉಳಿದ ಬಾಣಂತಿಯರಿಗೆ ಅವರವರ ಮನೆಯವರು ಬಂದು ಉಪಚರಿಸುತ್ತಿದ್ದರು. ನನಗೆ ಯಾರೂ ಇರಲಿಲ್ಲ–ಅವರನ್ನು ಹೊರತುಪಡಿಸಿದರೆ. ಒಮ್ಮೊಮ್ಮೆ ಮಗು ಅಳತೊಡಗಿದರೆ ಎತ್ತಿಕೊಳ್ಳೋಕ್ಕೂ ಶಕ್ತಿಯಿರುತ್ತಿರಲಿಲ್ಲ. ಅಕ್ಕಪಕ್ಕದವರೋ, ಆಯಾಗಳೋ ಸಹಾಯ ಮಾಡುತ್ತಿದ್ದರು.

"ಆ ಹತ್ತು ದಿನಗಳೂ ಬಹಳ ಯೋಚಿಸಿದೆ. ಯಾವ ವಿಧದಲ್ಲಿ ಯೋಚಿಸಿದರೂ ಟೀಚರ್ ಹೇಳಿದ ಮಾರ್ಗವೇ ಸರಿಯೆನಿಸತೊಡಗಿತು. ಏನೂ ತಪ್ಪೇ ಮಾಡದೇ ಜನಿಸಿದ ಈ ಕಂದನನ್ನು ನಾನೇ ಇಟ್ಟುಕೊಂಡು ಬೆಳೆಸಲು ತೊಡಗಿದರೆ ಅದೂ ನನ್ನ ಹಾಗೆ ಬಳಲಬಹುದು. ಒಪ್ಪತ್ತಿನ ಊಟಕ್ಕೂ ಪರದಾಡಬಹುದು. ಅದರ ಭವಿಷ್ಯವೂ ನನ್ನದರ ಹಾಗೇ ಹಾಳಾಗಬಹುದು, ಹಾಗಾಗಬಾರದು.

"ಅನಾಥಾಶ್ರಮದಲ್ಲಿ ಇದ್ದರೆ ಇದನ್ನು ಯಾರಾದರೂ ದತ್ತು ತೆಗೆದುಕೊಳ್ಳಬಹುದು. ಉತ್ತಮ ವಿದ್ಯಾಭ್ಯಾಸ, ಉತ್ತಮ ಪರಿಸರ ದೊರಕಿಸಿ ಕೊಡಬಹುದು. ಇಲ್ಲದೆ ಹೋದರೆ ನನ್ನ ಜೊತೆಯಲ್ಲಿಯೇ ಇದ್ದರೆ ಪುನಃ ಅದೇ ಬಡತನದ ವಾತಾವರಣ, ಅವಿದ್ಯಾವಂತರ ಒಡನಾಟ, ತುತ್ತು ಅನ್ನಕ್ಕೂ ಪರದಾಡಬೇಕಾದ ಪರಿಸ್ಥಿತಿ, ನಡಿಗೆ ಬರುತ್ತಿದ್ದಂತೆ ಬೇರೆ ಮನೆಯ ಕೂಲಿ, ಚೌಕರಿ, ಸಾಕು, ಈ ರೀತಿಯ ಬದುಕು ನನಗೆ ಮಾತ್ರ ಸಾಕು. ನನ್ನ ಕುರುಡು ವ್ಯಾಮೋಹ ಇದರ ಬಾಳಿಗೆ ಅಡ್ಡಿಯಾಗಬಾರದು. ನನಗೇನೋ ನಾನೇ ಹೆತ್ತಿದ್ದರಿಂದ ನನ್ನದು ಅನ್ನೋ ವ್ಯಾಮೋಹ. ಆದರೆ ಇದಕ್ಕೇನು ತಿಳಿಯುತ್ತದೆ? ಯಾರು ಎತ್ತಿ ಆಡಿಸ್ತಾರೋ, ಯಾರು ಹೊಟ್ಟೆ ಬಟ್ಟೆ ನೋಡಿಕೊಳ್ತಾರೋ ಅವರೇ ಪ್ರಿಯವಾಗ್ತಾರೆ. ಅದರ ಬುದ್ಧಿ ಬಲಿಯುವಷ್ಟರಲ್ಲಿ ಯಾರ ಬಳಿ ಇರುವುದೋ ಅವರನ್ನೇ ಹೊಂದಿಕೊಳ್ಳುತ್ತೆ. ಅವರಂತೆಯೇ ಬೆಳೆದು ಅವರಲ್ಲಿ ಒಬ್ಬನಾಗ್ತಾನೆ. ಇವನಿಗೆ ಉತ್ತಮಬಾಳು ನೀಡಬೇಕಾದರೆ ಇವನನ್ನು ನಾನು ತೊರೆಯಲೇ ಬೇಕು. ಈಗಿನ ನನ್ನ ಪರಿಸ್ಥಿತಿಯಲ್ಲಿ ಅವನಿಗೆ ಬಡತನ, ಕಷ್ಟ ಕಾರ್ಪಣ್ಯಗಳಲ್ಲದೆ ಮತ್ತೇನೂ ನೀಡಲು ಸಾಧ್ಯವಿಲ್ಲ. ನನಗೆ ನಿಸ್ವಾರ್ಥತೆಯಿಂದ ಸಹಾಯ ಮಾಡುತ್ತಿರುವ ಆ ಟೀಚರ್ ಮಾತಿಗೆ ಇಷ್ಟಾದರೂ ಬೆಲೆ ಕೊಡಬಾರದೇ? ಎಂದೆಲ್ಲಾ ಯೋಚಿಸಿದೆನು.

"ಕೊನೆಗೂ ಕುರುಡು ವ್ಯಾಮೋಹಕ್ಕಿಂತ ವಾಸ್ತವಿಕತೆಯೇ ಗೆದ್ದಿತು. ಕಡೆಗೂ ಅವರ ಆ ಮಾತಿಗೆ ಒಪ್ಪಿಕೊಂಡೆ. ಹತ್ತನೆಯ ದಿನ ಅವರು ರಾತ್ರಿ ಅಲ್ಲೇ ಮಲಗಿಕೊಂಡಿದ್ದರು. ಬೆಳಗ್ಗೆ ನಾಲ್ಕೂವರೆಗೆಲ್ಲಾ ಎದ್ದರು. ನಾನು ರಾತ್ರಿಯೆಲ್ಲಾ ಒಂದು ಕ್ಷಣವೂ ನಿದ್ರಿಸಿರಲಿಲ್ಲ. ಮಗು ಬೆಳಗಿನ ಜಾವ ಎದ್ದು ಅಳತೊಡಗಿದಾಗ ಅದಕ್ಕೆ ಕಟ್ಟಕಡೆಯದಾಗಿ ಹೊಟ್ಟೆ ತುಂಬಾ ಹಾಲು ಕುಡಿಸಿದೆ. ಹಾಲು ಕುಡಿದ ಮಗು ತೃಪ್ತಿಯಿಂದ ನಿದ್ದೆ ಮಾಡತೊಡಗಿತು. ಅದನ್ನು ನನ್ನಲ್ಲಿದ್ದ ಒಂದು ಹಳೇ ಸೀರೆಯಲ್ಲಿ ಬೆಚ್ಚಗೆ ಸುತ್ತಿದೆ. ನಂತರ ಅದರ ಮೇಲೆ ನನ್ನಲ್ಲಿದ್ದ ಒಂದೇ ಒಂದು ಒಳ್ಳೆಯ ಸೀರೆಯನ್ನು ಹೊದಿಸಿದೆ. ಅವರು ನನ್ನ ತಟ್ಟೆ, ಲೋಟಗಳನ್ನು, ಉಳಿದಿದ್ದ ಬಟ್ಟೆಗಳನ್ನೂ ಜೋಡಿಸಿಕೊಂಡರು. ಇಬ್ಬರೂ ಅಲ್ಲಿಂದ ಹೊರಟೆವು. ಹೊರಡುವ ಕೊನೆ ಗಳಿಗೆಯಲ್ಲಿ ನನಗೇನೋ ತೋಚಿ ಅಲ್ಲಿಯೇ ಇದ್ದ ಒಂದು ಖಾಲಿ ಕಾಗದ ತೆಗೆದುಕೊಂಡು ಅದರಲ್ಲಿ ಮಗು ಹುಟ್ಟಿದ ತಾರೀಖು, ಸಮಯ ಬರೆದು, ಆ ಸೀರೆಗೆ ಒಂದು ಪಿನ್ನಿನಿಂದ ಸಿಕ್ಕಿಸಿದೆ. ತೂಕಡಿಸುತ್ತಿದ್ದ ವಾಚ್‌ಮನ್‌ನ್ನು ದಾಟಿ ನಿಶ್ಶಬ್ದವಾಗಿ ಹೊರಗೆ ಬಂದೆವು.

"ಆ ಮುಂಜಾವಿನ ಮಬ್ಬು ಬೆಳಕಿನಲ್ಲಿ ಸುಮಾರು 20–25 ನಿಮಿಷ ನಡೆದೆವು. ಮಗುವನ್ನು ನಾನೇ ಎತ್ತಿಕೊಂಡಿದ್ದೆ. ಅವರು ಮಗುವನ್ನು

ಬಿಡಬೇಕಾದ ಅನಾಥಾಶ್ರಮವನ್ನು ಮೊದಲೇ ಗುರುತಿಸಿಕೊಂಡಿದ್ದರು. ಅದರ ಬಳಿ ಬಂದಾಗ ಇನ್ನೂ ಪೂರ್ಣ ಬೆಳಕಾಗಿರಲಿಲ್ಲ. ಗೇಟಿನ ಬಳಿ ಬಂದಾಗ ಅವರು ಮಗುವನ್ನು ಎತ್ತಿಕೊಳ್ಳಲು ಕೈಚಾಚಿದರು... ಆ ಘಟನೆ ಇನ್ನೂ ಈಗ ನಡೆದಿದೆಯೇನೋ ಎನ್ನುವಷ್ಟು ಸ್ಪಷ್ಟವಾಗಿ ನನಗೆ ಕಾಣಿಸುತ್ತದೆ... ಆ ಕ್ರೂರ ಕ್ಷಣ ಬಂದೇ ಬಿಟ್ಟಿತ್ತು. ಆಗ ನಾನು ಆ ಮಗುವನ್ನು ಅವರ ಕೈಗೆ ಕೊಡದೆ ಇದ್ದಿದ್ದರೆ ಈ ದಿನ ಆ ಮಗು ನನ್ನ ಬಳಿಯೇ ಇರುತ್ತಿತ್ತೋ ಏನೋ..." ಎಂದವರೇ ಕಣ್ಣು ಮುಚ್ಚಿಕೊಂಡು ಮೌನವಾದರು. ಜ್ಯೋತಿ, ಮೀರಾ ಯಾರೂ ಅಲುಗಾಡದೆ ಚಿತ್ರದ ಬೊಂಬೆಗಳಂತೆ ಕುಳಿತೇ ಇದ್ದರು.

ಒಂದೆರಡು ನಿಮಿಷಗಳ ನಂತರ ಆಕೆ ಸಾವರಿಸಿಕೊಂಡು ಕಣ್ಣು ಮುಚ್ಚಿಕೊಂಡೇ ಮುಂದುವರಿಸಿದರು.

"ಆದರೆ ನಾನು ಮಗುವಿಗಾಗಿ ಈ ತ್ಯಾಗ ಮಾಡಲೇ ಬೇಕಾಗಿತ್ತು. ಆ ಮಗುವನ್ನು ಎದೆಗವಚಿಕೊಂಡು ಮುಖದ ತುಂಬಾ ಮುತ್ತಿಟ್ಟೆ. ಅವರು ಸ್ವಲ್ಪ ಬಲವಂತವಾಗಿಯೇ ಮಗುವನ್ನು ನನ್ನಿಂದ ತೆಗೆದುಕೊಂಡು ಅಲ್ಲಿಯೇ ನಿಂತಿರಲು ನನಗೆ ಹೇಳಿ, ಗೇಟು ತೆಗೆದು ಒಳಗೆ ಹೋದರು. ಮುಖ್ಯ ಬಾಗಿಲಿನ ಮೆಟ್ಟಿಲಿನ ಮೇಲೆ ಮಗುವನ್ನು ಮಲಗಿಸಿ, ಹೊದಿಕೆ ಸರಿಪಡಿಸಿ, ಆ ಚೀಟಿ ಕಣ್ಣಿಗೆ ಕಾಣುವಂತೆ ಮಾಡಿ ಹಿಂತಿರುಗಿ ನೋಡದೆ ವೇಗವಾಗಿ ಬಂದು, ಚೀಲವನ್ನು ತೆಗೆದುಕೊಂಡು, ನನ್ನ ಕೈಹಿಡಿದು ಎಳೆಯುತ್ತಾ, 'ಬೇಗ ಬಾ' ಎಂದು ಮುಂದಕ್ಕೆ ಎಳೆದುಕೊಂಡು ಹೋದರು.

"ಅಷ್ಟರಲ್ಲಿ ಬಾಗಿಲು ತೆರೆದ ಶಬ್ದವಾಯಿತು. ಅದೇ ಸಮಯಕ್ಕೆ ಆಟೋ ಒಂದು ಬಂದಿತು. ಅವರು ನನ್ನನ್ನು ಅದರಲ್ಲಿ ದಬ್ಬಿ, ತಾವು ಹತ್ತಿ ಕುಳಿತರು. ನಾನು ಬಗ್ಗಿ ನೋಡಿದೆ. ಒಬ್ಬ ಹೆಂಗಸು ಆ ಮಗುವನ್ನು ಎತ್ತಿಕೊಂಡು ಆ ಕಡೆ, ಈ ಕಡೆ ನೋಡುವುದು ಕಾಣಿಸಿತು. ಅಷ್ಟರಲ್ಲಿ ಆಟೋ ಮುಂದಕ್ಕೆ ಚಲಿಸಿತು. ನನ್ನ ಅರಿವಿಗೇ ಬಾರದಂತೆ ನನ್ನಿಂದ ಒಂದು ನಿಟ್ಟುಸಿರು ಬಂದಿತು.

"ಅವರ ಮನೆ ತಲುಪುವ ತನಕ ಏನೂ ಮಾತಾಡಲಿಲ್ಲ. ಆಟೋ ಇಳಿದು ಮನೆಯೊಳಗೆ ಹೋಗುವ ಮೊದಲು ಅವರು, 'ನೋಡು, ಇದುವರೆಗೂ ನಡೆದದ್ದೆಲ್ಲಾ ಮರೆತುಬಿಡು. ಈಗಿನಿಂದ ಹೊಸಬಾಳು ಆರಂಭಿಸಿಕೋ, ಬಾ ಒಳಗೆ' ಎಂದು ಕರೆದರು.

"ಅವರ ಪತಿ ನಮ್ಮಿಬ್ಬರಿಗೂ ಕಾಫಿ ಮಾಡಿಕೊಟ್ಟರು. ನಾನು ಮೌನವಾಗಿಯೇ ಕಾಫಿ ಕುಡಿದೆ. ಅಷ್ಟರಲ್ಲಿ ಟೀಚರ್ ಸ್ನಾನ ಮುಗಿಸಿ ಬಂದಿದ್ದರು. ನನ್ನನ್ನು ಕರೆದೊಯ್ದು ತಲೆಗೆ ನೀರು ಹಾಕಿ ತಮ್ಮದೇ ಒಂದು ಸೀರೆಯನ್ನು ಉಡಲು ನೀಡಿದರು. ನಂತರ ಬಿಸಿ ಬಿಸಿ ಸಜ್ಜಿಗೆ ಮಾಡಿಕೊಟ್ಟರು. ತಿನ್ನಲು ಮನಸ್ಸಿಲ್ಲದಿದ್ದರೂ ಅವರ ಬಲವಂತಕ್ಕೆ ತಿಂದೆ. ನಂತರ ರೂಮಿನಲ್ಲಿ

ಒಂದು ಹಾಸಿಗೆ ಹಾಸಿಕೊಟ್ಟು ಮಲಗಲು ಹೇಳಿದರು. 'ಊಟದ ಸಮಯದ ತನಕ ಮಲಗಿರು ನಾನೇ ಎಬ್ಬಿಸುತ್ತೇನೆ' ಎಂದರು. ಆ ದಿನ ಅವರು ಶಾಲೆಗೆ ರಜ ಹಾಕಿದ್ದರು.

"ನಾನು ಮಲಗಿದೆ. ನಿದ್ದೆ ಬರಲಾರದು ಎಂದುಕೊಂಡಿದ್ದೆ. ಆದರೆ ಮಲಗಿದ ತಕ್ಷಣ ನಿದ್ದೆ ಬಂದೇ ಬಿಟ್ಟಿತು. ಅವರು ಬಂದು ಎಬ್ಬಿಸಿದಾಗಲೇ ಎಚ್ಚರವಾದುದ್ದು. ಗಂಟೆ ಒಂದಾಗಿತ್ತು. ಅವರು ಮನೆಗೆಲಸವನ್ನೆಲ್ಲಾ ಮುಗಿಸಿ, ಅಡಿಗೆ ಮಾಡಿ ನನ್ನನ್ನು ಎಬ್ಬಿಸಿದ್ದರು. ನಾನು ಊಟಕ್ಕೆ ಕುಳಿತೆ. ಒಂದೇ ಒಂದು ತುತ್ತು ಬಾಯಲ್ಲಿಟ್ಟೆ, ಅಷ್ಟೇ, ಅಷ್ಟು ಹೊತ್ತು ಎಲ್ಲಿತ್ತೋ ಏನೋ ಆ ಅಳು, ಹಿಡಿತಕ್ಕೆ ಸಿಕ್ಕದೆ ಬಿಕ್ಕಿ ಬಿಕ್ಕಿ ಅಳತೊಡಗಿದೆ. ಒಂದು ತುತ್ತೂ ಗಂಟಲಿನಿಂದ ಕೆಳಕ್ಕಿಳಿಯಲಿಲ್ಲ. ಅವರು ಪರಿಪರಿಯಾಗಿ ಸಮಾಧಾನ ಮಾಡಿದರೂ ಅಳು ನಿಲ್ಲಿಸಲಾಗಲೇ ಇಲ್ಲ. ಹಾಗೇ ಕೈ ತೊಳೆದು ಎದ್ದು ಬಿಟ್ಟೆ, ಅವರು ಊಟದ ಶಾಸ್ತ್ರ ಮಾಡಿ ಬಂದು ನನಗೆ ಒಂದೇ ಸಮನೆ ಸಮಾಧಾನ ಹೇಳತೊಡಗಿದರು. ನಾನು ಪುನಃ ಯಾವಾಗಲೋ ನಿದ್ದೆಗೆ ಜಾರಿಬಿಟ್ಟಿದ್ದೆ. ತಿರುಗಿ ಎದ್ದಾಗ ಸಂಜೆಯಾಗಿತ್ತು.

"ಕಾಫಿ ಕುಡಿದಾದ ಮೇಲೆ ಅವರೊಡನೆ ಮಾತಿಗೆ ಕುಳಿತೆ. ನಾನು ಮಾಡಿದ್ದು ಪಾಪ ಕಾರ್ಯ ಎಂದು ಮನಸ್ಸಿಗೆ ನಾಟಿಹೋಗಿತ್ತು. ಟೀಚರ್ ಮತ್ತು ಅವರ ಪತಿ ನನಗೆ ವಿಧವಿಧವಾಗಿ ಬುದ್ಧಿಮಾತು ಹೇಳಿದರು. ನಾನು ಮಾಡಿದ್ದು ಆ ಮಗುವಿನ ಒಳಿತಿಗಾಗಿ ಎಂದು ಬಹಳವಾಗಿ ತಿಳಿ ಹೇಳಿದರು. ಆ ರಾತ್ರಿ ಎದ್ದು ಓಡಿ ಹೋಗಿ ನನ್ನ ಮಗುವನ್ನು ಹಿಂದಕ್ಕೆ ತಂದುಬಿಡಲೇ ಎಂಬ ಹಂಬಲ ಬಹಳ ಬಲವಾಗಿ ನನ್ನಲ್ಲಿ ಬೆಳೆಯಿತು. ಆದರೆ ಅವರು ನನ್ನ ಪಕ್ಕದಲ್ಲಿಯೇ ಹಾಸಿಗೆ ಹಾಸಿಕೊಂಡು ನನ್ನ ಕೈ ಹಿಡಿದೇ ಮಲಗಿದ್ದರು. ಹಾಗಾಗಿ ಹಾಗೆ ಮಾಡಲಾಗಲಿಲ್ಲ.

"ಈ ಎಲ್ಲಾ ಮಾನಸಿಕ ಬಾಧೆಯ ಜೊತೆಗೆ ದೈಹಿಕವಾಗಿಯೂ ಬಹಳ ಹಿಂಸೆಯಾಗುತ್ತಿತ್ತು. ನನ್ನಲ್ಲಿ ಉತ್ಪತ್ತಿಯಾಗುತ್ತಿದ್ದ ಹಾಲನ್ನು ಹಿಂಡಿ ಹೊರಗೆ ತೆಗೆಯಬೇಕಾಗಿತ್ತು. ಅವರು ಏನೇನೋ ಔಷಧಿಗಳನ್ನು ಕೊಟ್ಟರು. ಆದರೂ ಅದು ತಕ್ಷಣ ಫಲಕಾರಿಯಾಗಲಿಲ್ಲ. ಹಾಲು ಬತ್ತಿಹೋಗುವ ತನಕ ಬಹಳ ಹಿಂಸೆ ಅನುಭವಿಸುತ್ತಿದ್ದೆ. ಅವರು ಆ ದಿನಗಳಲ್ಲಿ ನನಗೆಷ್ಟು ಸಹಾಯ ಮಾಡಿದರು! ಏಳೇಳು ಜನ್ಮವೆತ್ತಿ ಬಂದರೂ ಅವರ ಋಣ ತೀರಿಸಲಾಗದು.

"ಅವರು ಅಲ್ಲಿ ಇಲ್ಲಿ ಓಡಾಡಿ ನನಗೆ ಬೇರೆ ಶಾಲೆಯಲ್ಲಿ ಉತ್ತಮ ಸಂಬಳಕ್ಕೆ ಆಯಾ ಕೆಲಸ ಕೊಡಿಸಿದರು. ನಂತರ ಒಂದು ಹೆಂಗಸರ ಹಾಸ್ಟೆಲಿನಲ್ಲಿ ಜಾಗ ದೊರಕಿಸಿಕೊಟ್ಟರು.

“ಒಂದು ತಿಂಗಳಾಗುತ್ತಲೇ ನಾನು ಹಾಸ್ಟೆಲಿಗೆ ಬಂದು ಬಿಟ್ಟೆ. ಬೆಳಗ್ಗೆ ಹೊತ್ತು ಅಲ್ಲಿದ್ದ ಬೇರೆ ಹೆಂಗಸರ ಬಟ್ಟೆ ಒಗೆದು, ಚಿಕ್ಕ ಪುಟ್ಟ ಕೆಲಸ ಮಾಡಿಕೊಡುತ್ತಿದ್ದೆ. ನಂತರ ಶಾಲೆಗೆ ಹೋಗಿ ಕೆಲಸ ಮಾಡುತ್ತಿದ್ದೆ. ಕ್ರಮೇಣ ಈ ರೀತಿಯ ಜೀವನಕ್ಕೆ ಹೊಂದಿಕೊಂಡೆ. ಒಂದು ನಿಮಿಷ ಬಿಡುವು ದೊರೆತರೂ ಆ ಮಗುವಿನ ನೆನಪೇ ಕಾಡುತ್ತಿತ್ತು. ಹೇಗಾದರೂ ಮಾಡಿ ಇನ್ನೂ ಹೆಚ್ಚು ಸಂಪಾದಿಸಬೇಕು, ಅದಕ್ಕಾಗಿ ಓದು ಮುಂದುವರೆಸಬೇಕು, ನನ್ನ ಕಾಲ ಮೇಲೆ ನಾನು ನಿಂತು ಆ ಮಗುವನ್ನು ಹಿಂದಕ್ಕೆ ಕರೆತಂದು ಸಾಕಬೇಕೆಂಬ ಛಲ ಮೂಡಿತು.

* * *

“ಅಲ್ಲಿ ಇಲ್ಲಿ ಕಾಡಿ ಬೇಡಿ ಕಡೆಗೆ ಟೀಚರ್ಸ್ ಟ್ರೈನಿಂಗ್‌ಗಾಗಿ ಸಂಜೆ ಕಾಲೇಜಿಗೆ ಸೇರಿದೆ. ಬೆಳಗ್ಗೆಯೆಲ್ಲಾ ಶಾಲೆಯಲ್ಲಿ ಕೆಲಸ. ಸಂಜೆ ಕಾಲೇಜು, ಕಷ್ಟಪಟ್ಟು ಓದುತ್ತಿದ್ದೆ. ನಾನು ಟೀಚರ್ಸ್ ಟ್ರೈನಿಂಗ್ ಮಾಡುತ್ತಿರುವ ವಿಷಯ ತಿಳಿದ ನಮ್ಮ ಶಾಲೆಯ ಮುಖ್ಯಸ್ಥರು ಆಯ ಕೆಲಸ ನಿಲ್ಲಿಸಿ ಟೀಚರ್ ಕೆಲಸ ಮಾಡುವಂತೆ ಹೇಳಿದರು. ನಾಲ್ಕನೇ ತರಗತಿಯ ತನಕ ಯಾವುದಾದರೂ ಟೀಚರ್ ರಜದಲ್ಲಿ ಹೋದರೆ ಅಥವಾ ಯಾರಿಗಾದರೂ ಸಹಾಯ ಬೇಕಾದರೆ ನನಗೆ ಕೆಲಸ ದೊರೆಯುತ್ತಿತ್ತು.

“ಈ ನಡುವೆ ಜಾನಕಮ್ಮ ಟೀಚರಿನ ಪತಿಗೆ ತಮ್ಮ ಊರಾದ ರಾಯಚೂರಿಗೆ ವರ್ಗವಾಯಿತು. ಅವರೂ ವರ್ಗ ಮಾಡಿಸಿಕೊಂಡು ಸಂಸಾರ ಸಮೇತ ಅಲ್ಲಿಗೆ ಹೋಗಿಬಿಟ್ಟರು. ಅವರು ಹೊರಟು ಹೋದಾಗ ನನಗೆ ಬಹಳ ದುಃಖವಾಯಿತು. ಇಡೀ ಊರಲ್ಲಿ ನನಗೆ ಪರಿಚಯದವರು, ಆತ್ಮೀಯರು, ಕಷ್ಟ ಸುಖ ವಿಚಾರಿಸುವವರು ಅವರು ಮಾತ್ರ ಆಗಿದ್ದರು. ಅವರೂ ಊರಿಗೆ ಹೋದಮೇಲೆ ನಾನು ನಿಜವಾಗಿಯೂ ಒಂಟಿಯಾಗಿಬಿಟ್ಟೆ.

“ಈ ಮಧ್ಯೆ ಎಷ್ಟೋ ಬಾರಿ ಆ ಅನಾಥಾಶ್ರಮದ ಮುಂದೆ ಓಡಾಡಿದೆ. ಆದರೆ ಒಳಗೆ ಹೋಗುವುದಕ್ಕಾಗಲೀ, ಯಾರನ್ನಾದರೂ ಮಾತನಾಡಿಸುವುದಕ್ಕಾಗಲೀ ನನಗೆ ಧೈರ್ಯವೇ ಬರಲಿಲ್ಲ. ಆದರೆ ಎಂದಾದರೂ ಒಂದು ದಿನ ಆ ನನ್ನ ಮಗುವನ್ನು ಮರಳಿ ಪಡೆದೇ ಪಡೆಯುತ್ತೇನೆ ಎಂಬ ಛಲ ನನ್ನಲ್ಲಿ ದಿನದಿಂದ ದಿನಕ್ಕೆ ಬೆಳೆಯತೊಡಗಿತು. ಆದರೆ ಅದಕ್ಕಾಗಿ ಬಹಳ ಹಣ ಸಂಪಾದಿಸಬೇಕು ಎಂದು ಆ ನಿಟ್ಟಿನಲ್ಲಿ ಯೋಚಿಸುತ್ತಿದ್ದೆ.

“ಜಾನಕಮ್ಮ ಟೀಚರ್ ಊರಿಗೆ ಹೋದ ಮೇಲೆ ಮೊದಮೊದಲು ಬಹಳ ಪತ್ರ ವ್ಯವಹಾರ ನಡೆಸುತ್ತಿದ್ದೆವು. ನಂತರ ಆಕೆಗೆ ತುಂಬಾ ಅನಾರೋಗ್ಯವಾಗಿರುವ ಬಗ್ಗೆ ಪತ್ರ ಬರೆದರು. ಆದರೆ ಅಷ್ಟು ದೂರದ ಊರಿಗೆ ಹೋಗಿ ಬರುವ ಚೈತನ್ಯ

ನನ್ನಲ್ಲಿರಲಿಲ್ಲ. ನಂತರ ಎಷ್ಟೋ ದಿನಗಳ ನಂತರ ಆಕೆಯ ಪತಿ ಆಕೆಯ ಮರಣದ ವಿಷಯವನ್ನು ಬರೆದು ತಿಳಿಸಿದರು. ಆ ದಿನ ನಾನು ತುಂಬಾ ಅತ್ತುಬಿಟ್ಟೆ. ಒಳ್ಳೆಯವರನ್ನು ದೇವರು ತುಂಬಾ ದಿನ ಈ ಭೂಮಿಯಲ್ಲಿ ಉಳಿಸುವುದಿಲ್ಲ ಎಂದು ಅನಿಸಿತು."

ಇಷ್ಟು ದೀರ್ಘವಾಗಿ ಮಾತನಾಡಿದ ಆಕೆ ಪುನಃ ಹಿಂದಕ್ಕೊರಗಿ ಕುಳಿತರು. ಅಲ್ಲಿ ನಿಶ್ಶಬ್ದ ತಾಂಡವವಾಡುತ್ತಿತ್ತು. ಆದರೆ ಪ್ರಕಾಶನ ಮನಸ್ಸಿನಲ್ಲಿ ದೊಡ್ಡ ಕೋಲಾಹಲವೇ ನಡೆಯುತ್ತಿತ್ತು.

* * *

ಅವನಿಗೆ ತನ್ನ ಆಕೆಯ ಸಂಬಂಧದ ಬಗ್ಗೆ ಯಾವ ಅನುಮಾನವೂ ಉಳಿಯಲಿಲ್ಲ. ಅವನ ಮನಸ್ಸು ಅಲ್ಲೋಲಕಲ್ಲೋಲವಾಗಿತ್ತು. ಬುದ್ಧಿ ನಿಷ್ಕ್ರಿಯವಾಗಿತ್ತು. ಈ ಸತ್ಯವನ್ನು ಅರಗಿಸಿಕೊಳ್ಳುವುದು ಕಷ್ಟ ಎಂದೆನಿಸತೊಡಗಿತು. ಆಕೆಗೂ ತಾನು ಯಾರೆಂದು ತಿಳಿಯಿತೇ ಎಂಬ ಗೊಂದಲ ಶುರುವಾಯಿತು. ಆಕೆಯೇನೋ ಎಲ್ಲವನ್ನೂ ಶಾಂತವಾಗಿ ಹೇಳುತ್ತಿದ್ದರು. ಹರಿಯುತ್ತಿದ್ದ ಕಣ್ಣೀರು ಬಿಟ್ಟರೆ ಆಕೆಯ ಧ್ವನಿಯಲ್ಲಿ ಯಾವುದೇ ರೀತಿಯ ಭಾವೋದ್ವೇಗವೂ ಇರಲಿಲ್ಲ. ತಾನೇ ಆಕೆಯ ಮಗ, ಆ ಮಗು ಎಂಬುದು ಆಕೆಗೆ ತಿಳಿಯಲಿಲ್ಲವೋ ಅಥವಾ ತಿಳಿದರೂ ತೋರಿಸಿಕೊಳ್ಳುತ್ತಿಲ್ಲವೋ? ತಿಳಿದಿರಲಾರದು, ತನ್ನ ಹಾಗೆ ಆಕೆ ತಾರ್ಕಿಕವಾಗಿ ಯೋಚಿಸಿರಲಾರಳು. ಇಷ್ಟಕ್ಕೂ ಆಕೆ ಹಣ ಕಳುಹಿಸುವ ದಿನವೇ ತನ್ನ ಹುಟ್ಟು ಹಬ್ಬ ಎಂದು ತಿಳಿಸಿದ್ದೇವೇ ವಿನಾ ತಾನು ದತ್ತುಪುತ್ರ, ತನ್ನ ತಂದೆ ತಾಯಿ ತನ್ನನ್ನು ಆ ಅನಾಥಾಶ್ರಮದಿಂದಲೇ ದತ್ತು ಪಡೆದರು ಎಂದು ಆಕೆಗೆ ತಿಳಿಸಿಲ್ಲವಲ್ಲಾ, ಆಕೆ ಯಾವ ಆಧಾರದ ಮೇಲೆ ತಾನು ಅವಳು ಹೆತ್ತ ಮಗನೇ ಎಂದು ತೀರ್ಮಾನಿಸಿಯಾಳು ಎಂದು ಯೋಚಿಸಿದನು. 'ಇಷ್ಟು ದಿನ ಹುಡುಕುತ್ತಿದ್ದ ನಿನ್ನ ಮಗ ನಾನೇ' ಎಂದು ಹೇಳಿಬಿಡಲೇ ಎಂದು ಯೋಚಿಸಿದನು. ನಂತರ ಮರುಕ್ಷಣವೇ, ಅದರಿಂದ ಏನಾಗಬಹುದು ಎಂದು ಊಹಿಸಿದನು. ಶಾಂತವಾಗಿ ಹರಿಯುತ್ತಿರುವ ಆಕೆಯ ಜೀವನದಿಗೆ ಸತ್ಯವೆಂಬ ಈ ಭಾರೀ ಕಲ್ಲನ್ನು ಎತ್ತಿಹಾಕಿ ಅದನ್ನು ತಲ್ಲಣಗೊಳಿಸಬೇಕೇ, ಬೇಡ ಅದು ಸರಿಯಲ್ಲ ಎಂದು ತೀರ್ಮಾನಿಸಿದನು. ಒಂದು ಮನಸ್ಸು, ಸತ್ಯವನ್ನು ತಿಳಿಸಿಬಿಡು ಎಂದು ಚೀರತೊಡಗಿದರೆ ಮತ್ತೊಂದು ಮನಸ್ಸು ಬೇಡ ಎಂದು ಎಚ್ಚರಿಸುತ್ತಿತ್ತು. ಪ್ರಕಾಶ ಈ ದ್ವಂದ್ವದಿಂದ ದಿಗ್ಭ್ರಾಂತನಾಗಿ ಆಕೆಯ ಮುಚ್ಚಿದ ಕಣ್ಣುಗಳನ್ನೇ ನೋಡುತ್ತ ಕುಳಿತುಬಿಟ್ಟನು.

* * *

ಆಕೆ ಸ್ವಲ್ಪ ಹೊತ್ತಾದ ಮೇಲೆ ಕಣ್ಣು ತೆರೆದು ನೇರವಾಗಿ ಇವನನ್ನೇ ನೋಡಿದರು. ಆ ನೋಟದಲ್ಲಿ ನೂರಾರು ಅರ್ಥಗಳು ತುಂಬಿದ ಹಾಗೆ ಇವನಿಗನ್ನಿಸಿತು. ಇವನು ಏನೋ ಹೇಳಲು ಬಾಯಿ ತೆರೆಯುವಷ್ಟರಲ್ಲಿ ಆಕೆ ಅಲ್ಲಿದ್ದ ಒಂದು ಕಾಲಿಂಗ್‌ಬೆಲ್ ಅದುಮಿ, "ಸ್ವಲ್ಪ ತಿಂಡಿ ತಿನ್ನಿ, ಅನಂತರ ಉಳಿದ ಕಥೆ ಹೇಳ್ತೀನೆ" ಎಂದರು.

ಜ್ಯೋತಿ ಮತ್ತು ಪ್ರಕಾಶ ಬೇಡವೆನ್ನುವಷ್ಟರಲ್ಲಿ ಒಬ್ಬಾಕೆ ಮೂರು ತಟ್ಟೆಗಳಲ್ಲಿ ಉಪ್ಪಿಟ್ಟು ತಂದರು. ಆಕೆ ಇಬ್ಬರಿಗೂ ಒಂದೊಂದು ತಟ್ಟೆ ಕೊಟ್ಟು ಉಳಿದದ್ದನ್ನು ಮೀರಾಳಿಗೆ ಕೊಟ್ಟರು.

ಪ್ರಕಾಶ, "ನಿಮಗೆ..." ಎಂದು ಕೇಳಿದನು.

ಆಕೆ, "ಇಲ್ಲ ನಾನು ತಿನ್ನುವುದಿಲ್ಲ. ಎಷ್ಟೋ ವರ್ಷಗಳಿಂದ ಒಪ್ಪೊತ್ತು ಊಟ ಮಾತ್ರ ಮಾಡುವುದನ್ನು ಅಭ್ಯಾಸ ಮಾಡಿಕೊಂಡಿದ್ದೇನೆ" ಎಂದರು.

"ನಮ್ಮದು ಈಗತಾನೇ ತಿಂಡಿಯಾಗಿತ್ತು. ಆದರೂ ನೀವು ಬಲವಂತ ಮಾಡಿದಿರಿ" ಎಂದು ಜ್ಯೋತಿ ಹೇಳಿದಳು.

ಅಷ್ಟು ದೂರದಿಂದ ನನ್ನನ್ನು ಹುಡುಕಿಕೊಂಡು ಬಂದಿದ್ದೀರಿ. ಬೇರೆ ಇನ್ನೇನೂ ನಾನು ನಿಮಗೆ ಕೊಡಲಾರೆ. ಇದನ್ನು ನೀವು ಬೇಡವೆಂದರೆ ನನಗೆ ತುಂಬಾ ನೋವಾಗುತ್ತೆ" ಎಂದು ಇಬ್ಬರನ್ನೂ ನೋಡಿದರು.

ಪ್ರಕಾಶನ ಒಳಮನಸ್ಸು ಚೀರುತ್ತಿತ್ತು – ಆಕೆಗೂ ನಾನ್ಯಾರೆಂದು ಅರ್ಥವಾಗಿದೆ ಎಂದು. ಅವನ ಕಣ್ಣುಗಳು ತುಂಬಿ ಬಂದವು. ಬಾಯಲ್ಲಿದ್ದುದು ನೆತ್ತಿಗೇರಿತು. ಆಕೆ ತಕ್ಷಣ ಎದ್ದು ಬಂದು ಅವನ ನೆತ್ತಿಯ ಮೇಲೆ ಒಂದೆರಡು ಬಾರಿ ತಟ್ಟಿ, "ನಿಧಾನ ಮಗು, ಮೆಲ್ಲಗೆ ತಿನ್ನು..." ಎಂದು ಉಪಚರಿಸಿ ಕುಡಿಯಲು ನೀರು ಕೊಟ್ಟರು.

ಪ್ರಕಾಶ ತಲೆಯೆತ್ತಿ ಅವರ ಮುಖವನ್ನೇ ನೋಡಿದನು. ಅವನ ಕಣ್ಣಾಲಿಗಳು ಇನ್ನೂ ತುಂಬಿಕೊಂಡೇ ಇದ್ದವು. ಆಕೆಯ ಮುಖದಲ್ಲಿ ವಿಷಾದದ ನಗು ಕಂಡು ಕಾಣದಂತೆ ಸುಳಿದು ಹೋಯಿತು.

ಆಕೆ ಅವನ ತಲೆ ಸವರುತ್ತಾ, "ಮಗೂ, ನಾನು ನಿನಗಿಂತ ಚಿಕ್ಕವಳಿದ್ದಾಗಲೇ ಬದುಕು ನನಗೆ ತುಂಬಾ ದೊಡ್ಡ ದೊಡ್ಡ ಪಾಠಗಳನ್ನು ಕಲಿಸಿಬಿಟ್ಟಿತು. ಹೊಡೆತದ ಮೇಲೆ ಹೊಡೆತ ನೀಡಿತು. ಕಡೆಗೂ ಯಾವುದರ ಮೇಲೆಯೂ ವ್ಯಾಮೋಹವಿಲ್ಲದೆ ಬದುಕಲು ಕಲಿಸಿತು. ಬದುಕಿನಲ್ಲಿ ನಾವು ತಾವರೆ ಎಲೆಯ ಹಾಗೆ ಇರಬೇಕು. ನೀರಿನಲ್ಲೇ ಇದ್ದರೂ ಅದು ಎಂದೂ ಒದ್ದೆಯಾಗದು. ನಾವೂ ಹಾಗೇ, ಯಾವುದಕ್ಕೂ ಅಂಟಿಕೊಳ್ಳಬಾರದು... ಬದುಕು ರೈಲು ಪ್ರಯಾಣದ ಹಾಗೆ... ಎಲ್ಲೋ ಹತ್ತುತ್ತೇವೆ. ಎಲ್ಲೋ ಇಳಿಯುತ್ತೇವೆ. ನಾವು ರೈಲಿನಲ್ಲಿ ಹೋಗುತ್ತಿರುವಾಗ ಯಾರ್‍ಯಾರೋ ಇಳಿಯುತ್ತಾರೆ. ಕೆಲವರು

ಆತ್ಮೀಯರಾಗುತ್ತಾರೆ. ಕೆಲವರು ಅಪರಿಚಿತರಾಗೇ ಉಳಿಯುತ್ತಾರೆ. ಕೆಲವರು ನಮಗಿಂತ ಮೊದಲೇ ಇಳಿಯುತ್ತಾರೆ. ಯಾವ್ಯಾವಾಗ ಯಾರ್ಯಾರ ಊರು ಬರುವುದೋ ಆವಾಗಾವಾಗ ಅವರವರು ಇಳಿಯಲೇ ಬೇಕು. ಹಾಗೆಯೇ ನಮ್ಮ ಬದುಕು... ಈ ಪ್ರಪಂಚದಲ್ಲಿ ಎಂದೋ ಹುಟ್ಟಿ, ಎಂದೋ ಸಾಯುವೆವು. ನಾವು ಹುಟ್ಟುವ ಮೊದಲೂ ಪ್ರಪಂಚವಿತ್ತು, ನಂತರವೂ ಇರುತ್ತದೆ. ನಾವು ಇಲ್ಲಿರುವ ತನಕ ಕೆಲವನ್ನು ಗಳಿಸಿಕೊಳ್ಳುತ್ತೇವೆ. ಕೆಲವನ್ನು ಕಳೆದುಕೊಳ್ಳುತ್ತೇವೆ. ನನಗೆ ಬದುಕಿನಲ್ಲಿ ಏಟಿನ ಮೇಲೆ ಏಟು ಬಿದ್ದಾಗ ಕಲಿತ ಪಾಠ ಏನೆಂದರೆ ಯಾವುದೂ ನನ್ನದಲ್ಲ, ಯಾವುದರ ಮೇಲೂ ಮೋಹ ಬೆಳೆಸಿಕೊಳ್ಳಬಾರದು. ಬಂದದ್ದನ್ನು ಸ್ವೀಕರಿಸಿ ಅದರೊಂದಿಗೆ ಸಮಾಧಾನದಿಂದ ಬದುಕಬೇಕು. ಬಾರದ್ದನ್ನು ಎಂದಿಗೂ ಪಡೆಯುವ ಹಂಬಲ ತೋರಬಾರದು. ನನಗೆ ಬರಲೇ ಬೇಕಿದ್ದರೆ ಅದು ಬಂದೇ ಬರುತ್ತದೆ. ಇಲ್ಲವಾದರೆ ಏನು ಮಾಡಿದರೂ ಸಿಗುವುದಿಲ್ಲ. ಎಷ್ಟೋ ಪದಾರ್ಥಗಳು ನಮ್ಮದ್ದೇ ಆದರೂ ಅವು ನಮಗೆ ದೊರಕುವುದೇ ಇಲ್ಲ. ಅದಕ್ಕಾಗಿ ಹಲುಬುವುದರಲ್ಲಿ ಅರ್ಥವಿಲ್ಲ. ಮನುಷ್ಯ ಜನ್ಮ ತಾಳಿದ್ದಕ್ಕಾಗಿ ಮೊದಲ ಕರ್ತವ್ಯವೆಂದರೆ ಪರೋಪಕಾರ. ಬೇರೆಯವರಿಗೆ ತೊಂದರೆ, ನೋವು ಉಂಟು ಮಾಡದೆ ಆದಷ್ಟೂ ಒಳ್ಳೆಯದನ್ನು ಮಾಡುತ್ತಾ ಮೇಲಿನಿಂದ ಕರೆ ಬಂದಾಗ ಹೊರಟುಬಿಡಬೇಕು. ಅದಕ್ಕಾಗಿ ಪ್ರತಿಕ್ಷಣವೂ ಸಿದ್ಧವಾಗಿರಬೇಕು. ಹಾಗಿರಬೇಕಾದರೆ ಯಾವುದನ್ನೂ ಅತಿಯಾಗಿ ಅಂಟಿಸಿಕೊಂಡಿರಬಾರದು... ನಾನು ಇದನ್ನೆಲ್ಲಾ ನಿಮ್ಮಿಬ್ಬರಿಗೂ ಹೇಳಬೇಕಾದ್ದು ನನ್ನ ಕರ್ತವ್ಯ. ಏಕೆಂದರೆ ಮೊದಲನೆಯದಾಗಿ ನೀವಿಬ್ಬರೂ ಮುಂದೆ ಡಾಕ್ಟರಾಗುವವರು. ಪರೋಪಕಾರವೇ ನಿಮ್ಮ ಜೀವನದ ಮುಖ್ಯ ಉದ್ದೇಶವಾಗಿರಬೇಕು. ಎರಡನೆಯದಾಗಿ... ಯಾಕೋ ಏನೋ ಗೊತ್ತಿಲ್ಲ... ನಿಮ್ಮಿಬ್ಬರನ್ನೂ ನೋಡಿದ ಕ್ಷಣದಿಂದ ಹೇಳಬೇಕೆಂಬ ಆಸೆ ಉಂಟಾಯಿತು. ನನ್ನ ಇಷ್ಟೊಂದು ಮಾತು ಕೇಳಿ ನಿಮಗೆ ಬೇಜಾರಾಯಿತೇನೋ... ಮೀರಾಗೆ ಆಶ್ಚರ್ಯವಾಯಿತೇನೋ ಎಂದೂ ಏನೂ ಮಾತನಾಡದ ನಾನು ಈ ದಿನ ಹೀಗೆ ಮಾತನಾಡುತ್ತಿರುವುದು ನೋಡಿ... ಆದರೆ ಈ ದಿನ ಎಲ್ಲವನ್ನೂ ಹೇಳಲೇಬೇಕೆಂಬ ಉದ್ದೇಶದಿಂದ ಹೀಗೆ ಮಾತನಾಡುತ್ತಿದ್ದೇನೆ..." ಎಂದು ಹೇಳಿ ತಮ್ಮ ಜಾಗಕ್ಕೆ ತೆರಳಿ ಅಲ್ಲಿ ಕುಳಿತರು.

* * *

ಮೂವರೂ ತಿಂಡಿ ತಿಂದು ಮುಗಿಸುವ ತನಕ ಆಕೆ ಏನೂ ಮಾತಾಡಲಿಲ್ಲ. ನಂತರ ಪುನಃ ಬೆಲ್ ಮಾಡಿದಾಗ ಮೊದಲು ತಿಂಡಿ ತಂದಾಕೆಯೇ ಈಗ ನಾಲ್ಕು ಲೋಟಗಳಲ್ಲಿ ಕಾಫಿ ತಂದರು.

ಕಾಫಿ ಕುಡಿಯುತ್ತಾ, "ನಿನ್ನ ಹೆಸರು ಪ್ರಕಾಶ ಅಂತ ಹೇಳಿದ್ಯಾ?" ಎಂದು ಪ್ರಕಾಶನನ್ನು ಪ್ರಶ್ನಿಸಿದರು.

ಪ್ರಕಾಶ ಹೌದೆಂದು ತಲೆಯಾಡಿಸಿದನು.

"ಒಳ್ಳೆಯದು, ಸದಾ ಪ್ರಕಾಶಮಾನವಾಗಿಯೇ ಇರು. ಎಂಥಾ ಅನ್ವರ್ಥನಾಮ! ತಂದೆ ತಾಯಿಗೆ ಪ್ರಕಾಶ, ರೋಗಿಗಳಿಗೆ ಪ್ರಕಾಶ... ಎಲ್ಲರಿಗೂ ನೀನು ಸದಾ ಪ್ರಕಾಶಮಾನವಾಗಿಯೇ ಇರು..." ಎನ್ನುತ್ತಾ ಜ್ಯೋತಿಯ ಕಡೆ ತಿರುಗಿ, "ನೀನು?" ಎಂದರು.

ಅವಳು ತನ್ನ ಹೆಸರು ಹೇಳಿದಳು.

"ನೀನೂ ಬೆಂಗಳೂರಿನವಳೇನು?" ಎಂದರು.

ಅದಕ್ಕೆ ಜ್ಯೋತಿ, "ಇಲ್ಲ, ನಮ್ಮ ತಂದೆ ತಾಯಿ ಬೆಂಗಳೂರಿನವರೇ ಆದ್ರೂ ರಾಮನಗರದಲ್ಲಿ ನೆಲೆಸಿದ್ದಾರೆ. ಅದಕ್ಕೇ ನನ್ನನ್ನು ಹಾಸ್ಟೆಲಿನಲ್ಲಿ ಬಿಟ್ಟು ಓದಿಸ್ತಿದ್ದಾರೆ. ನಾವಿಬ್ರೂ ಒಂದೇ ಕಾಲೇಜಿನಲ್ಲಿ ಓದ್ತಾ ಇರೋದು..." ಎಂದಳು.

ಅವಳ ಮಾತು ಕೇಳುತ್ತಿದ್ದ ಹಾಗೇ ಆಕೆಯ ಮುಖಭಾವ ಆಶ್ಚರ್ಯದಿಂದ ಕೂಡಿತು. ಕಾಫಿ ಕುಡಿಯುವುದನ್ನು ಮರೆತು ಅವಳನ್ನೇ ಎವೆಯಿಕ್ಕದೆ ನೋಡತೊಡಗಿದರು. ಪ್ರಕಾಶನ ಮುಖವನ್ನೂ ನೋಡಿದರು. ನಂತರ ಏನೋ ನಿರ್ಧರಿಸಿದವರಂತೆ ಒಂದೇ ಗುಟುಕಿಗೆ ಅಷ್ಟೂ ಕಾಫಿ ಕುಡಿದು,

"ನನ್ನ ಜೀವನದ ಉಳಿದ ಕಥೆ ಕೇಳ್ತೀಯಾಮ್ಮಾ..." ಎಂದರು.

ಅವರು ನನ್ನನ್ನು ಯಾಕೆ ಹೀಗೆ ಕೇಳ್ತಿದ್ದಾರೆ ಎಂದು ತಿಳಿಯದೆ ಜ್ಯೋತಿ ಬರೀ ತಲೆಯಾಡಿಸಿದಳು. ಆಕೆ ಪುನಃ ತಮ್ಮ ಕಥೆ ಮುಂದುವರೆಸಿದರು.

"ನಾನು ಟೀಚರ್ಸ್ ಟ್ರೈನಿಂಗ್ ಕೊನೆ ವರ್ಷದಲ್ಲಿದ್ದಾಗ ಅಲ್ಲಿನ ಲೆಕ್ಚರರ್ ಒಬ್ಬರು ನನಗೆ ತುಂಬಾ ಆತ್ಮೀಯರಾದರು. ನನಗೆ ಬೇಕಾದ ಲೈಬ್ರರಿ ಪುಸ್ತಕ ಕೊಡಿಸುವುದರಲ್ಲಿ ಆಕೆ ತುಂಬ ಸಹಾಯ ಮಾಡುತ್ತಿದ್ದರು. ಒಮ್ಮೆ ಆಕೆ ಎರಡು-ಎರಡೂವರೆ ತಿಂಗಳು ಕೆಲಸಕ್ಕೆ ಬರಲಿಲ್ಲ. ವಾಪಸ್ಸು ಬಂದ ಮೇಲೆ ನಾನವರನ್ನು ಭೇಟಿಯಾಗಿ, "ಏನು ಮೇಡಮ್, ಇಷ್ಟೊಂದು ರಜೆ, ಹುಷಾರಿಲ್ಲವೇ?" ಎಂದು ಕೇಳಿದೆ. ಆಕೆಯನ್ನು ನೋಡಿದರೆ ತುಂಬಾ ಬಳಲಿದವರ ಹಾಗೆ ಕಾಣುತ್ತಿದ್ದರು. ನನ್ನ ಪ್ರಶ್ನೆಗೆ ಏನೂ ಉತ್ತರ ಹೇಳದೆ ಕ್ಲಾಸ್ ಮುಗಿದ ಮೇಲೆ ಬಂದು ನೋಡಲು ಹೇಳಿದರು. ಕ್ಲಾಸ್ ಮುಗಿದ ಮೇಲೆ ಆಕೆಯನ್ನು ಕಂಡಾಗ ಆಕೆ ಆ ಎರಡು ತಿಂಗಳು ಬಾಂಬೆಗೆ ಹೋಗಿದ್ದಾಗಿಯೂ ಮದುವೆಯಾಗಿ ಇಷ್ಟು ವರ್ಷವಾದರೂ ಮಕ್ಕಳಾಗದ ಕಾರಣ ಅಲ್ಲಿ ಚಿಕಿತ್ಸೆ ತೆಗೆದುಕೊಂಡುದಾಗಿಯೂ ಆದರೂ ಅದು ಪ್ರಯೋಜನವಾಗದೆ ವಾಪಸ್ಸು ಬಂದುದಾಗಿಯೂ ತಿಳಿಸಿದರು..."

ಈ ಮಾತನ್ನು ಕೇಳುತ್ತಿದ್ದ ಹಾಗೇ ಜ್ಯೋತಿ "ಆ..." ಎಂಬ ಉದ್ಗಾರದೊಂದಿಗೆ ಏನನ್ನೋ ಹೇಳ ಹೊರಟಳು. ಕೂಡಲೆ ಪ್ರಕಾಶ ಅವಳ ಕೈಯನ್ನು ಬಲವಾಗಿ ಅಮುಕಿ ಸುಮ್ಮನಿರೆಂದು ಸಂಜ್ಞೆ ಮಾಡಿದನು. ಕಣ್ಣು ಮುಚ್ಚಿಕೊಂಡೇ ಮಾತಾಡುತ್ತಿದ್ದ ಆಕೆ ಒಮ್ಮೆ ಕಣ್ಣು ತೆರೆದು ಇವರಿಬ್ಬರನ್ನೂ ನೋಡಿ, ಪುನಃ ಕಣ್ಣುಮುಚ್ಚಿ ಮಾತು ಮುಂದುವರಿಸಿದರು,

"ಅವರ ಮಾತು ಕೇಳಿ ನನಗೆ ತುಂಬಾ ವಿಷಾದವಾಯಿತು. ಬೇಡ ಬೇಡ ಎಂದರೂ ನನ್ನಂಥವಳ ಹೊಟ್ಟೆಯಲ್ಲಿ ಮಕ್ಕಳನ್ನು ಹುಟ್ಟಿಸಿ, ಬೇಕು ಬೇಕು ಎನ್ನುವ ಇಂಥವರಿಗೆ ನೀಡದ ದೇವರು ಎಷ್ಟು ನಿರ್ದಯಿ ಎನಿಸಿತು. ಅವರಿಗೆ ನಾನೇನು ಹೇಳಬಲ್ಲೆ? ಏನೋ ತೋಚಿದ ಸಮಾಧಾನ ಹೇಳಿ, 'ಈಗ ವಿಜ್ಞಾನ ತುಂಬಾ ಮುಂದುವರೆದಿದೆಯಲ್ಲಾ ಮೇಡಮ್? ಯಾಕೆ ಯೋಚಿಸ್ತೀರಾ? ಬೇರೆ ಯಾವುದಾದರೂ ಉತ್ತಮ ಚಿಕಿತ್ಸೆ ಇದೆಯೋ ಎಂದು ಬೇರೆಲ್ಲಾದರೂ ವಿಚಾರಿಸಿ ನೋಡಿ' ಎಂದೆ.

"ಆಗ ಅವರು ಹೇಳಲೋ ಬೇಡವೋ ಎಂಬಂತೆ, 'ಅದಕ್ಕೇ ಬಾಂಬೆಗೆ ಹೋಗಿದ್ದುದು. ನಾನು ಮಗುವನ್ನು ಹೊಟ್ಟೆಯಲ್ಲಿ ಹೊರಲು ಸಾಧ್ಯವೇ ಇಲ್ಲವಂತೆ. ಆದರೆ ಮತ್ತೊಂದು ವಿಧಾನದಿಂದ ನಮಗೆ ಮಕ್ಕಳಾಗಬಹುದು ಎಂದರು. ಅದಕ್ಕೆ ಮತ್ತೊಬ್ಬರ ಸಹಾಯ ಬೇಕಷ್ಟೆ' ಎಂದರು. ಅದೇನೆಂದು ಕೇಳಿದೆ. ಆಗ ಅವರು ಸೆರಗೇಟ್ ಮದರ್ ಅಂದರೆ ಬಾಡಿಗೆ ತಾಯಿಯ ವಿಧಾನದ ಬಗ್ಗೆ ಹೇಳಿದರು... ನೀವಿಬ್ಬರೂ ಡಾಕ್ಟರ್ಸ್, ನಿಮಗೆ ಅದೆಲ್ಲ ಗೊತ್ತೇ ಇರುತ್ತದೆ. ಅದರ ಬಗ್ಗೆ ನನಗೆ ಹೇಳಿ, ಆ ರೀತಿ ಯಾರು ತಾನೇ ಈ ರೀತಿಯ ಪರೀಕ್ಷೆಗೆ ಒಳಗಾಗಿ ಸಹಾಯ ಮಾಡಲು ಮುಂದೆ ಬರುತ್ತಾರೆ' ಎಂದು ನಿಟ್ಟುಸಿರಿಟ್ಟರು.

"ರಾತ್ರಿ ಹಾಸ್ಟೆಲಿಗೆ ಬಂದಾಗಲೂ ನನ್ನ ತಲೆಯಲ್ಲಿ ಇದೇ ವಿಚಾರ ಕೊರೆಯುತ್ತಿತ್ತು. 'ಬಾಡಿಗೆ ತಾಯಿ!' ಅದು ನಾನೇ ಯಾಕಾಗಬಾರದು? ಹೇಗೂ ಒಂದು ಮಗು ಹೆತ್ತ ಅಭ್ಯಾಸವಿದೆ. ಹೆತ್ತ ಕೂಸನ್ನು ತೊರೆಯುವ ಅಭ್ಯಾಸವೂ ಇದೆ. ಆದ್ದರಿಂದ ನಾನೇ ಯಾಕೆ ಈಕೆಯ ಮಗುವಿಗೆ ಬಾಡಿಗೆ ತಾಯಿಯಾಗಬಾರದು ಎಂದೆನಿಸಿತು... ಆಗ ನನ್ನನ್ನು ಇನ್ನೊಂದು ಭಯ ಕಾಡತೊಡಗಿತು. ಬಾಡಿಗೆ ತಾಯಿಯಾಗುವುದು ಹೇಗೆ ಎಂದು ನನಗೆ ಎಳ್ಳಷ್ಟೂ ತಿಳಿದಿರಲಿಲ್ಲ. ಈ ಕಾರ್ಯಕ್ಕಾಗಿ ಮತ್ತೊಂದು ಪಾಪಕಾರ್ಯ ಮಾಡಬೇಕಾಗುವುದೆಂಬ ಭೀತಿ ನನ್ನನ್ನು ಕಾಡತೊಡಗಿತು.

"ಮರುದಿನವೇ ಆಕೆಯನ್ನು ಪುನಃ ಕಂಡು ಸುತ್ತು ಬಳಸು ಮಾತಿನಿಂದ ಬಾಡಿಗೆ ತಾಯಿಯೆಂದರೇನು? ಅದರ ವಿಧಿ ವಿಧಾನಗಳೇನು ಎಂದೆಲ್ಲಾ ಕೇಳಿಕೊಂಡೆ. ಆಕೆ ತನ್ನ ಬಳಿ ಇದ್ದ ಆ ವಿಚಾರವಾಗಿ ಕುರಿತಾದ ಎಲ್ಲಾ

ಬರಹಗಳನ್ನು ನನಗೆ ನೀಡಿದರು. ನಾನು ಆದಷ್ಟು ಮಾಹಿತಿ ಸಂಗ್ರಹಿಸಿ, ನಂತರ ಈ ರೀತಿ ಬಾಡಿಗೆ ತಾಯಿಯಾಗಲು ಯಾವ ಪಾಪಕಾರ್ಯವನ್ನೂ ಮಾಡಬೇಕಾಗಿಲ್ಲ, ಮುಂದುವರೆದ ತಂತ್ರಜ್ಞಾನದ ಸಹಾಯದಿಂದ ಬೇರೆಯವರ ಭ್ರೂಣವನ್ನು ನನ್ನ ಗರ್ಭದಲ್ಲಿ ಇಟ್ಟುಕೊಂಡು ಒಂಭತ್ತು ತಿಂಗಳು ಹೊತ್ತು ಅದಕ್ಕೆ ಜನ್ಮ ನೀಡುವುದು ಎಂದು ಅರಿತುಕೊಂಡೆ. ಇದರಿಂದ ಸಾಕಷ್ಟು ಹಣವನ್ನು ಸಂಪಾದಿಸಬಹುದು ಎಂದು ತಿಳಿಯಿತು. ಕೂಡಲೇ ಒಪ್ಪಿಕೊಳ್ಳುವ ಮನಸ್ಸಾಯಿತು. ಹೇಗೂ ನಾನು ಹೊಟ್ಟೆಯಲ್ಲಿ ಹುಟ್ಟಿದ ಕೂಸನ್ನೇ ತೊರೆದು ಮಾಡಬಾರದ ಪಾಪ ಮಾಡಿದ್ದೇನೆ. ಈಗ ಅದರ ಪ್ರಾಯಶ್ಚಿತ್ತವಾಗಿ ಈಕೆಗೆ ಸಹಾಯ ಮಾಡಿದರೆ ನನಗೂ ಹಣಕಾಸಿನ ಸಹಾಯವಾಗುತ್ತದೆ. ಆದ್ದರಿಂದ ನಾನು ತೊರೆದು ಬಂದ ನನ್ನ ಮಗುವನ್ನು ಪುನಃ ಪಡೆಯಲು ಸಾಧ್ಯವಾಗಬಹುದು ಎಂದು ಸುಮಾರು 10–15 ದಿನಗಳ ಕಾಲ ಯೋಚಿಸುತ್ತಲೇ ಇದ್ದೆ. ಯೋಚಿಸಿದಷ್ಟೂ ಈ ಕೆಲಸಕ್ಕೆ ಒಪ್ಪಿಕೊಳ್ಳುವುದರಿಂದ ತಪ್ಪೇನೂ ಇಲ್ಲ ಎಂದೆನಿಸಿತು.

"ಕಡೆಗೊಮ್ಮೆ ಆಕೆಯನ್ನು ಕಂಡು ಆಕೆಗೆ ಸಹಾಯ ಮಾಡಲು ನಾನು ಸಿದ್ಧವಿರುವುದಾಗಿ ತಿಳಿಸಿದೆ. ಆಕೆಗೆ ಬಹಳ ಆಶ್ಚರ್ಯವಾಯಿತು. ಆಕೆ ಸಂದೇಹದಲ್ಲೇ ಕೇಳಿದರು, 'ಏನಮ್ಮಾ, ನಿನಗೆ ನಾನು ಹೇಳಿದ ಮಾತಿನ ಅರ್ಥ ಸರಿಯಾಗಿ ಆಗಿದೆಯೇ? ಇಂತಹ ಸಹಾಯ ಮಾಡುವುದು ಅಷ್ಟು ಸುಲಭವಲ್ಲ. ಸರಿಯಾಗಿ ಯೋಚಿಸಿ ತಿಳಿಸು' ಎಂದರು. ಆದರೆ ನಾನು ಸಂಪೂರ್ಣ ಯೋಚಿಸಿ, ವಿಚಾರಿಸಿಯೇ ಈ ನಿರ್ಧಾರ ಕೈಗೊಂಡಿರುವುದಾಗಿ ತಿಳಿಸಿದೆ. 'ಇದು ಹುಡುಗಾಟ ಮಾತಲ್ಲ. ಒಂದೆರಡು ದಿನಗಳ ವಿಚಾರವೂ ಅಲ್ಲ. ಪೂರಾ ಒಂದು ವರ್ಷ ಬೇಕಾಗಬಹುದು. ಇದಕ್ಕೆ ನೀನು ಸಿದ್ಧಳಿದ್ದೀಯಾ? ನಿಮ್ಮ ಮನೆಯವರು ಒಪ್ಪುತ್ತಾರಾ? ನಿನ್ನ ಮದುವೆಗೆ ತೊಂದರೆಯಾಗಬಹುದು ಎಂದು ಗೊತ್ತಿದೆಯೇ?' ಎಂದೆಲ್ಲಾ ಕೇಳಿದರು. ಆಕೆಗೆ ನಾನು ಹಾಸ್ಟೆಲಿನಲ್ಲಿರುವುದು ಗೊತ್ತಿತ್ತೇ ವಿನಾ ನನ್ನ ವೈಯಕ್ತಿಕ ಬದುಕಿನ ಬಗ್ಗೆ ಏನೂ ತಿಳಿದಿರಲಿಲ್ಲ. ಆಗಲೂ ಆಕೆಗೆ ಅದನ್ನೆಲ್ಲಾ ತಿಳಿಸುವ ಮನಸ್ಸಾಗಲಿಲ್ಲ. ನಾನು ಆಕೆಯ ಮನೆಗೆ ತೆರಳಿ ಆಕೆಯ ಪತಿಯೂ ಇದ್ದಾಗ ಆಕೆಗೆ, ನಾನು ಇದನ್ನು ಹಣ ಸಂಪಾದನೆ ಮಾಡುವುದಕ್ಕಾಗಿ ಒಪ್ಪಿಕೊಂಡ ಕೆಲಸ, ನಾನು ಸಂಪೂರ್ಣ ಸಹಕಾರ ನೀಡುತ್ತೇನೆ. ಆದರೆ ನನ್ನ ಪೂರ್ವೋತ್ತರಗಳನ್ನು ಮಾತ್ರ ಅವರು ಕೆದಕಿ ಕೇಳಬಾರದು ಎಂದು ವಿನಂತಿಸಿದೆ. ಅವರಿಬ್ಬರೂ ತುಂಬಾ ವಿಚಾರ ಮಾಡಿ ಕಡೆಗೆ ನನ್ನ ಸಹಾಯ ಪಡೆಯಲು ಒಪ್ಪಿಕೊಂಡರು.

“ನನ್ನ ಅಂತಿಮ ಪರೀಕ್ಷೆಗಳು ಮುಗಿದ ಮೇಲೆ ನಮ್ಮ ಈ ಕಾರ್ಯ ಶುರುವಾಯಿತು. ಬೆಂಗಳೂರಿನಲ್ಲೇ ಮೊದಲ ಹಂತದ ವೈದ್ಯಕೀಯ ತಪಾಸಣೆ ನಡೆಯಿತು. ಆಗ ಪರೀಕ್ಷಿಸಿದ ಡಾಕ್ಟರಿಗೆ ನನಗೆ ಇದಕ್ಕೆ ಮೊದಲೇ ಒಂದು ಹೆರಿಗೆಯಾಗಿರುವುದಾಗಿ ತಿಳಿಯಿತು. ಅದನ್ನವರು ಕೇಳಿಯೂ ಬಿಟ್ಟರು. ನಾನು ಹೌದೆಂದು ಒಪ್ಪಿಕೊಂಡೆ. ಬಹುಶಃ ಆ ಡಾಕ್ಟರ ಮೂಲಕ ಆ ದಂಪತಿಗಳಿಗೂ ಈ ವಿಷಯ ತಿಳಿದಿರಬಹುದು. ಆದರೆ ಒಮ್ಮೆಯಾದರೂ ಅವರಿಬ್ಬರೂ ಆ ವಿಚಾರವಾಗಿ ನನ್ನನ್ನು ಪ್ರಶ್ನಿಸಲಿಲ್ಲ. ಅಂತಹ ಒಳ್ಳೆ ಜನರು ಅವರು.

“ಅದರ ನಂತರ ಒಬ್ಬ ಲಾಯರ್ ಮೂಲಕ ಒಂದು ಒಪ್ಪಂದ ಪತ್ರಕ್ಕೆ ಸಹಿ ಹಾಕಿದೆವು. ಅದರ ಪ್ರಕಾರ ಈ ಕೆಲಸಕ್ಕಾಗಿ ನನಗೆ ಒಂದು ಲಕ್ಷ ರೂಪಾಯಿ ಕೊಡಬೇಕು. ಜೊತೆಗೆ ತಿಂಗಳಿಗೆ ಒಂದಿಷ್ಟು ಹಣ ಕೊಡಬೇಕು. ಮತ್ತು ಮಗು ಜನಿಸಿ ಅದನ್ನು ಅವರಿಗೊಪ್ಪಿಸುವ ತನಕ ನನ್ನ ಪೋಷಣೆ ಅವರಿಗೆ ಸೇರಿದ್ದು, ಇದಕ್ಕೆ ಪ್ರತಿಯಾಗಿ ನಾನು ಅವರಿಗೆ ಸಂಪೂರ್ಣ ಸಹಕಾರ ನೀಡಿ, ಮಗುವನ್ನು ಅವರಿಗೆ ಒಪ್ಪಿಸುವ ತನಕ ಅವರ ಜೊತೆಯಲ್ಲೇ ವಾಸಿಸುವುದೆಂದು ಒಪ್ಪಂದವಾಯಿತು.

“ಇದೆಲ್ಲಾ ಮುಗಿದ ಮೇಲೆ ಮೂವರೂ ಬಾಂಬೆಗೆ ಹೋದೆವು. ಅಲ್ಲಿ ಎಲ್ಲಾ ಪ್ರಯೋಗಗಳೂ ಮೊದಲ ಬಾರಿಗೇ ಯಶಸ್ವಿಯಾಗಿ ಅವರ ಸಂಸ್ಕರಿಸಿದ ಭ್ರೂಣ ನನ್ನ ಗರ್ಭದಲ್ಲಿ ಬೆಳೆಯತೊಡಗಿತು. ಮೂರು ತಿಂಗಳ ನಂತರ ಬೆಂಗಳೂರಿಗೆ ಬಂದೆವು. ಆಕೆ ನನ್ನನ್ನು ತುಂಬಾ ಮುತುವರ್ಜಿಯಿಂದ ನೋಡಿಕೊಂಡರು.

“ಹೆರಿಗೆ ದಿನಗಳು ಸಮೀಪಿಸಿದಾಗ ನನ್ನನ್ನು ಪರೀಕ್ಷಿಸಿದ ಡಾಕ್ಟರು ಆಪರೇಷನ್ ಮಾಡಿ ಮಗುವನ್ನು ಹೊರತೆಗೆಯಲು ನಿರ್ಧರಿಸಿದರು, ಆಗ ಆ ಆಪರೇಷನ್ನಿನ ಜೊತೆಯಲ್ಲೇ ನನ್ನ ಗರ್ಭಕೋಶವನ್ನೂ ತೆಗೆಸಲು ನಿರ್ಧರಿಸಿ ಅವರಿಗೆ ತಿಳಿಸಿದೆ. ಅದನ್ನು ಕೇಳಿ ಅವರೆಲ್ಲರಿಗೂ ಆಶ್ಚರ್ಯವಾಯಿತು. ಇಷ್ಟು ಚಿಕ್ಕ ವಯಸ್ಸಿಗೇ ಹಾಗೆ ಮಾಡುವುದು ಸರಿಯಲ್ಲ ಎಂದು ಎಲ್ಲರೂ ಹೇಳಿದರು. ಆದರೆ ನನ್ನ ನಿರ್ಧಾರ ಅಚಲವಾಗಿತ್ತು. ಬಾಡಿಗೆ ತಾಯಿಯಾಗುವುದು ಅಷ್ಟೇನೂ ತ್ರಾಸದಾಯಕವಾಗಿರಲಿಲ್ಲ. ಹೀಗಾಗಿ ಮುಂದೆ ಈ ಪ್ರಲೋಭನೆಗೆ ಒಳಗಾಗಿ ಪುನಃ ಪುನಃ ಈ ಕೆಲಸಕ್ಕೆ ಕೈ ಹಾಕಿ, ಎಲ್ಲಿ ನನ್ನ ಮೂಲೋದ್ದೇಶವನ್ನು ಮರೆತುಬಿಡುತ್ತೇನೋ ಎಂಬ ಭಯದಲ್ಲಿ ಈ ನಿರ್ಧಾರ ಕೈಗೊಂಡಿದ್ದೆ.

“ಕಡೆಗೂ ನನ್ನಿಷ್ಟದಂತೆಯೇ ನಡೆಯಿತು. ಆಗ ನನ್ನ ಹೊಟ್ಟೆಯಲ್ಲಿ ಇದ್ದು ಹುಟ್ಟಿದ್ದು ಒಂದು ಹೆಣ್ಣು ಮಗು” ಎನ್ನುತ್ತಾ ಕ್ಷಣಕಾಲ ಕಣ್ಣು

ತೆಗೆದು ಜ್ಯೋತಿಯನ್ನು ನೋಡಿ ಪುನಃ ಕಣ್ಣು ಮುಚ್ಚಿ ಮುಂದುವರೆಸಿದರು. ಜ್ಯೋತಿಯಂತೂ ಗರಬಡಿದವಳ ಹಾಗೆ ಕಣ್ಣು, ಬಾಯಿ ಬಿಟ್ಟುಕೊಂಡು ಆಕೆಯನ್ನೇ ನೋಡುತ್ತಾ ಆಕೆಯ ಮಾತುಗಳನ್ನು ಕೇಳಿಸಿಕೊಳ್ಳುತ್ತಿದ್ದಳು.

"ದಿನೇ ದಿನೇ ಆ ದಂಪತಿಗಳು ನನಗೆ ತುಂಬಾ ಆತ್ಮೀಯರಾಗತೊಡಗಿದರು. ಕಡೆಗೊಂದು ದಿನ ಅವರೊಂದಿಗೇ ಇದ್ದು ಬಿಡಲು ಹೇಳಿದರು. ಅದನ್ನು ಕೇಳುತ್ತಲೇ ನಾನು ಅಲ್ಲಿಂದ ಹೊರಡುವ ನಿರ್ಧಾರ ಮಾಡಿದೆ. ಗರ್ಭಧರಿಸಿದಷ್ಟು ದಿನವೂ ನನಗೆ ಹಗಲಿರುಳೆನ್ನದೆ ನನ್ನ ಮೊದಲ ಮಗುವಿನ ಮುಖವೇ ಕಾಣುತ್ತಿತ್ತು. ನನ್ನ ಮಗು ಹೊಟ್ಟೆಯಲ್ಲಿದ್ದಾಗ ನಾನು ಒಂದು ದಿನವೂ ಹೊಟ್ಟೆ ತುಂಬಾ ಊಟ ಮಾಡಿರಲಿಲ್ಲ. ಜೊತೆಗೆ ವಿಪರೀತ ಮಾನಸಿಕ ವೇದನೆ. ಇಷ್ಟೆಲ್ಲದರ ಮಧ್ಯೆಯೂ ಆ ಮಗು ಆರೋಗ್ಯವಂತನಾಗಿ ಜನಿಸಿತು. ಆದರೆ ಸಾಕಲು ಯೋಗ್ಯತೆಯಿಲ್ಲದೆ ನಾನೇ ಕೈಯ್ಯಾರ ಅದನ್ನು ಅನಾಥಾಶ್ರಮದಲ್ಲಿ ಬಿಟ್ಟು ಬಂದೆ. ಈಗಲಾದರೂ, ಹೀಗೆ ತುಂಬಾ ಸಂಪಾದಿಸಿರುವಾಗ, ಹೋಗಿ ಆ ಮಗುವನ್ನು ಅಲ್ಲಿಂದ ವಾಪಸ್ಸು ಪಡೆದು ಸಾಕಬೇಕು, ಅದು ಅನಾಥವಾಗಲು ಬಿಡಬಾರದು ಎಂಬ ಕಾತುರ ಹೆಚ್ಚಾಯಿತು. ಯಾವಾಗ ಇವರು ನನ್ನನ್ನು ಅಲ್ಲಿಯೇ ಉಳಿಯಲು ಹೇಳಿದರೋ ಆವಾಗಿನಿಂದ ಆ ಮಗುವಿನ ಸೆಳೆತ ಹೆಚ್ಚಾಯಿತು. ಈಗ ಜನಿಸಿದ ಮಗುವಿನ ಮೇಲೆಯೂ ಸೆಳೆತ ಬಹಳವಿತ್ತು. ಯಾರೇನೇ ಹೇಳಿದರೂ, ಮನಸ್ಸನ್ನು ಎಷ್ಟೇ ಕಠಿಣವಾಗಿಸಿಕೊಂಡರೂ ಈ ಮಗು ಹೊಟ್ಟೆಯಲ್ಲಿ ಬೆಳೆಯುವಾಗ, ಜನಿಸಿದ ನಂತರ ಅದಕ್ಕೆ ಹಾಲುಡಿಸುವಾಗ ಉಂಟಾಗುವ ನಿಕಟತೆಯನ್ನು ಅಲ್ಲಗಳೆಯಲು ಸಾಧ್ಯವಿಲ್ಲ. ಆದರೂ ಒಪ್ಪಂದದ ಪ್ರಕಾರ ಮಗುವನ್ನು ಅದರ ನಿಜವಾದ ತಂದೆತಾಯಿಗಳಿಗೆ ಒಪ್ಪಿಸಲೇ ಬೇಕಾಗಿತ್ತು. ಎಲ್ಲದಕ್ಕಿಂತ ನನ್ನ ಮೊದಲನೆ ಮಗುವನ್ನು ಕುರಿತಾದ ನನ್ನ ಕರ್ತವ್ಯ ಬಹಳವಿತ್ತು. ಹೀಗಾಗಿ ಅವರು ಹಾಗೆ ಕೇಳಿದ ದಿನವೇ ನಾನು ನನ್ನ ಹಳೆಯ ಹಾಸ್ಟೆಲಿಗೆ ಹೋಗಿ ಪುನಃ ಅಲ್ಲಿರಲು ಬೇಕಾದ ಏರ್ಪಾಟು ಮಾಡಿ ಹಿಂತಿರುಗಿದೆ.

"ಮಗುವಿಗೆ ಮೂರು ತಿಂಗಳಾಗುತ್ತಲೇ ನಾನು ಮಗುವನ್ನು ಅದರ ತಂದೆತಾಯಿಗೊಪ್ಪಿಸಿ ಹಾಸ್ಟೆಲಿಗೆ ಬಂದೆ. ಅವರೂ ಸಹ ಬೇರೆ ಊರಿಗೆ ಹೊರಟುಹೋದರು. ನಂತರ ಇದುವರೆವಿಗೂ ಅವರನ್ನು ನಾನು ಭೇಟಿಯಾಗಲಿಲ್ಲ. ಆ ಮಗುವಿನ ನೆನಪು ಬಹಳ ಕಾಡುತ್ತಿತ್ತು. ಹಾಸ್ಟೆಲಿಗೆ ಬಂದ ಮೊದಲ ದಿನ ಪೂರ್ತಿ ಅತ್ತಿದ್ದೆ. ನಂತರ, ಆ ಮಗುವಿಗಾದರೂ ತಂದೆ, ತಾಯಿ ಮನೆ ಎಲ್ಲವೂ ಇದೆ. ನನ್ನ ಮೊದಲ ಮಗುವಿಗೆ ಏನಿದೆ ಎಂಬ ಪ್ರಶ್ನೆಯೊಂದಿಗೆ ಆ ದುಃಖವನ್ನು ಮರೆಯಲು ಪ್ರಯತ್ನಪಟ್ಟೆ.

"ಆದರೆ ನಾನು ಅಂದುಕೊಂಡ ಕೆಲಸ ಸಾಧಿಸುವುದು ಅಷ್ಟು ಸುಲಭವಿರಲಿಲ್ಲ. ಅಲ್ಲಿನ ಮುಖ್ಯಸ್ಥರನ್ನು ಭೇಟಿಯಾಗಲೇ ನಾನು ಎರಡು ದಿನ ಓಡಾಡಬೇಕಾಯಿತು. ನಂತರ ಎಷ್ಟೆಷ್ಟೇ ಬೇಡಿಕೊಂಡರೂ ಆ ಮಗುವಿನ ಸಮಾಚಾರ ಕಿಂಚಿತ್ತು ನನಗೆ ತಿಳಿಸಲಿಲ್ಲ. 'ಹೆತ್ತಾಗ ಬೇಡವಾದ ಮಗು ಈಗ ಬೇಕೆ? ಇಷ್ಟಕ್ಕೂ ನೀನೇ ಆ ಮಗುವಿನ ತಾಯಿ ಎಂಬುದಕ್ಕೆ ಏನು ಆಧಾರ?' ಎಂದೆಲ್ಲಾ ಅವಮಾನಿಸಿದರು. ನಾನು ಛಲ ಬಿಡದೆ ಪುನಃ ಪುನಃ ಹೋಗತೊಡಗಿದೆ. ಕಡೇ ಪಕ್ಷ ಆ ಮಗುವನ್ನು ಒಮ್ಮೆಯಾದರೂ ತೋರಿಸಿ. ಕಣ್ತುಂಬಾ ನೋಡಿ ಹೊರಟುಹೋಗುವ ಎಂದು ಗೋಗರೆದೆ. 'ಅದೆಲ್ಲಾ ಸಾಧ್ಯವೇ ಇಲ್ಲ. ಅದು ನಮ್ಮ ಆಶ್ರಮದ ಕಾನೂನಿಗೆ ವಿರುದ್ಧ' ಎಂದು ಹೇಳಿಬಿಟ್ಟರು. ಕಡೆಗೆ ಅಲ್ಲಿದ್ದ ವಯಸ್ಸಾದ ಕೆಲಸದವಳೊಬ್ಬಳು ನನ್ನ ಬಗ್ಗೆ ಕರುಣೆ ಹೊಂದಿ, ನನ್ನನ್ನು ಗೇಟಿನಿಂದ ಹೊರಗೆ ನಿಂತಿರುವಂತೆ ತಿಳಿಸಿ ಒಳಗೆ ಹೋದಳು. ನಾನು ಮೈಯೆಲ್ಲಾ ಕಣ್ಣಾಗಿ ಕಾಯುತ್ತಾ ನಿಂತೆ. ಆಗಿನ ಹನ್ನೊಂದು ದಿನದ ಕೂಸು ಈಗ ಎಷ್ಟು ಎತ್ತರವಾಗಿರಬಹುದು? ಅವನಿಗೆ ಈಗ ನಾಲ್ಕು ವರ್ಷ ವಯಸ್ಸಾಗಿಲ್ಲವೇ ಎಂದೆಲ್ಲಾ ಯೋಚಿಸುತ್ತಿದ್ದೆ. ಆಗ ಅವಳೊಬ್ಬಳೇ ಗೇಟಿನ ಬಳಿ ಬಂದಳು.

"ನಾನು ಬಹಳ ಆತುರದಿಂದ, 'ಏನು? ಎಲ್ಲಿದ್ದಾನೆ? ನನ್ನ ಮಗ? ಒಂದೇ ಒಂದು ಸಾರಿ ನೋಡಿ ಹೊರಟುಹೋಗ್ತೇನೆ' ಎನ್ನುತ್ತಾ ಆ ಕಡೆ ಈ ಕಡೆ ನೋಡಿದೆ.

"ಆಕೆ ತಲೆಯಾಡಿಸುತ್ತಾ, 'ನೀನು ಹೇಳ್ತಿರೋ ಆ ಮಗುವನ್ನು ಮೂರನೆ ತಿಂಗಳಲ್ಲಿ ಯಾರೋ ದತ್ತು ತೆಗೆದುಕೊಂಡು ಹೋಗಿದ್ದಾರೆ' ಎಂದಳು.

"ಅದನ್ನು ಕೇಳುತ್ತಿದ್ದ ಹಾಗೇ ನನಗೆ ಕಣ್ಣು ಕತ್ತಲೆ ಕವಿದಂತಾಗಿ ಕುಸಿದು ಕುಳಿತೆ. ಎಚ್ಚರವಾದಾಗ ಆಕೆ ತಲೆಗೆ ನೀರು ತಟ್ಟುತ್ತಿದ್ದಳು.

"ಸಮಾಧಾನ ಮಾಡಿಕೋಮ್ಮಾ, ಅದು ಈಗ ಯಾರದೋ ಪುಣ್ಯವಂತರ ಮಡಿಲು ಸೇರಿದೆ. ಸುಖವಾಗಿ ಬೆಳೀತಿದೆ. ಇಷ್ಟು ದಿನ ಇಲ್ಲದ ಅಕ್ಕರೆ ಈಗ್ಯಾಕೆ? ಯಾವತ್ತು ನೀನು ಅದನ್ನು ಇಲ್ಲಿ ಬಿಟ್ಟು ಹೋದೆಯೋ ಆ ದಿನವೇ ನಿನ್ನ ಅದರ ಋಣ ತೀರಿತು. ಈಗ ಅವನ ಸುಖಾನ ಹಾಳುಮಾಡೋಕ್ಕೆ ಹೋಗ್ಬೇಡ' ಎಂದು ಹೇಳಿದಳು. ಪುನಃ ಎಷ್ಟೇ ಬೇಡಿಕೊಂಡರೂ ಆ ಮಗುವನ್ನು ತೆಗೆದುಕೊಂಡು ಹೋದವರ ವಿಳಾಸ ತಿಳಿಸಲಿಲ್ಲ.

"ಆ ದಿನ ಸಂಜೆಯವರೆಗೂ ಅಲ್ಲಿಯೇ ನಿಂತೇ ಇದ್ದೆ. ಆಕೆ ಎರಡು ಮೂರು ಬಾರಿ ಬಂದು ಹೊರಟು ಹೋಗು ಎಂದು ಹೇಳಿದರೂ ಕದಲದೆ

ಕಲ್ಲಿನಂತೆ ನಿಂತೇ ಇದ್ದೆ. ಆ ದಿನ ನಾನು ಎಂಥಾ ಶೂನ್ಯಭಾವವನ್ನು ಅನುಭವಿಸಿದೆನೆಂದರೆ ಹಿಂದಿನ ಎಲ್ಲಾ ದುಃಖಗಳೂ ಆ ದಿನದ ಸ್ಥಿತಿಯ ಮುಂದೆ ಬಹಳ ಗೌಣವಾಗಿ ಕಂಡವು. ನಾನು ಕಳೆದ ಮೂರು ವರ್ಷಗಳೂ ಪಡಬಾರದ ಪಾಡು ಪಟ್ಟಿದ್ದೆಲ್ಲಾ ನೀರಿನಲ್ಲಿ ಮಾಡಿದ ಹೋಮದಂತಾಗಿತ್ತು. ಇನ್ನು ಬದುಕುವುದರಲ್ಲಿ ಅರ್ಥವೇ ಇರಲಿಲ್ಲ.

"ಸೂರ್ಯ ಮುಳುಗುವ ವೇಳೆಯಾದಾಗ ದೂರದಲ್ಲೆಲ್ಲೋ ಕೇಳಿದ ರೈಲಿನ ಶಬ್ದ ನನ್ನನ್ನು ಎಚ್ಚರಿಸಿತು. ತಕ್ಷಣ ರೈಲು ಕಂಬಿಗಳ ಕಡೆ ನಡೆದೆ. ಮೈಮೇಲೆ ಪ್ರಜ್ಞೆಯೇ ಇಲ್ಲದವಳ ಹಾಗೆ ಕಂಬಿಗಳ ನಡುವೆ ನಡೆಯುತ್ತಿದ್ದೆ. ಎಷ್ಟು ದೂರ ನಡೆದೆನೋ ಗೊತ್ತಿಲ್ಲ. ಆಗ ಯಾರೋ ಒಬ್ಬ ಭಿಕ್ಷುಕ, 'ಏಯ್ ಅಮ್ಮ, ತಲೆ ಸರಿಯಿದೆಯೋ ಇಲ್ವೋ? ನಡಿ ಆ ಕಡೆ' ಎನ್ನುತ್ತಾ ತನ್ನ ಕೋಲಿನಿಂದ ನನ್ನನ್ನು ಆಚೆಗೆ ತಳ್ಳಿ, ತಾನೂ ಹಳಿ ದಾಟಿ ಈ ಕಡೆ ಬಂದನು. ಅಷ್ಟರಲ್ಲಿ ರೈಲೊಂದು ವೇಗವಾಗಿ ಬರುತ್ತಿರುವುದು ಕಾಣಿಸಿ ಮೇಲೇಳಲು ಪ್ರಯತ್ನಿಸಿದೆ. ಆದರೆ ಆ ಮುದುಕ ತನ್ನ ಕೋಲಿನಲ್ಲಿ ನನ್ನನ್ನು ಅದುಮಿ ಹಿಡಿದು ತಡೆದ. ರೈಲು ಸಂಪೂರ್ಣ ಹೊರಟುಹೋದ ಮೇಲೆ ನನ್ನನ್ನು ಎಬ್ಬಿಸಿದ. ನನ್ನನ್ನು ಮೇಲಿನಿಂದ ಕೆಳಗಿನ ತನಕ ನೋಡಿ, 'ಏನಮ್ಮಾ, ನೋಡಿದ್ರೆ ವಿದ್ಯಾವಂತೆ ಹಾಗೆ ಕಾಣ್ತೀ, ಸಾಯೋಕೇನಾಯ್ತು? ತಲೆ ಸರಿ ಇದೆಯಾ?' ಎಂದು ಕೇಳಿದ.

"ನನಗೆ ಉಕ್ಕಿ ಬರುತ್ತಿದ್ದ ಅಳುವಿನ ಮಧ್ಯೆಯೇ ಆತನಿಗೆ ನನ್ನ ಕಥೆಯನ್ನೆಲ್ಲಾ ಹೇಳಿಬಿಟ್ಟೆ. ಅದನ್ನು ಕೇಳಿ, 'ತಾಯೀ, ಹೊಟ್ಟ್ಯಾಗೆ ಹುಟ್ಟಿದವು ಮಾತ್ರಾ ಮಕ್ಕಳಾ? ಈಗ ನಿನ್ನ ಮಕ್ಳಿಗೇ ಬೇರೆಯವ್ರು ತಾಯ್ತಂದೆ ಆಗಿಲ್ವಾ? ಹಾಗೇ ನೀನು ದಿಕ್ಕುದೆಸೆಯಿಲ್ಲದ ಮಕ್ಳಿಗೆ ತಾಯಿ ಆಗ್ಬಾರ್ದಾ? ತಾಯಿ ಪ್ರೀತಿನ ಬಯಸ್ತಾ ಬಯಸ್ತಾ ನಾನು ಮುದುಕನೇ ಆಗ್ಬಿಟ್ಟೆ. ಚಿಕ್ಕವನಿದ್ದಾಗ ನನಗೂ ಒಂದು ತಾಯಿ ಕೊಡು ಅಂತ ಆ ದೇವ್ರುನ ದಿನಾಗ್ಲೂ ಬೇಡ್ತಾ ಇದ್ದೆ. ಕಡೆಗೂ ಸಿಕ್ಕಲೇ ಇಲ್ಲ. ಹೋಗಮ್ಮಾ ಹೋಗು, ದೇವ್ರನ್ನ ನಿನಗೆ ಆಯಸ್ಸು, ಹಣ, ಬುದ್ಧಿ ಎಲ್ಲಾ ಕೊಟ್ಟವ್ನೆ, ಯಾರಾದ್ರೂ ನಾಲ್ಕು ಜನ್ರಿಗೆ ಸಹಾಯ ಮಾಡ್ತಾ ಬದ್ಕು. ಕಳಕೊಂಡಿದ್ದನ್ನು ಬಯಸಬೇಡ. ಹೋಗು, ಸಾಯೋ ಯೋಚ್ನೆ ಬಿಟ್ಟು ಬಿಡು' ಎಂದು ಹೇಳಿದನು.

"ಅವನ ಮಾತಿನಿಂದ ನನಗೆ ಬಹಳ ಜ್ಞಾನೋದಯವಾಯಿತು. ಅವನ ಮಾತು ಎಷ್ಟು ಸತ್ಯ! ಕೂಡಲೇ ಹಾಸ್ಟೆಲಿಗೆ ಹಿಂತಿರುಗಿದೆ. ಅದೃಷ್ಟವೆಂಬಂತೆ ಮರುದಿನವೇ ಈ ಆಶ್ರಮದ ಜಾಹೀರಾತು ನೋಡಿದೆ. ಕೂಡಲೇ ಇಲ್ಲಿಗೆ ಬಂದು ಸೇರಿಕೊಂಡೆ. ಅಂದಿನಿಂದ ಇಲ್ಲೇ ಇದ್ದೇನೆ. ಪ್ರತಿವರ್ಷ ಆ ಮಗುವಿನ

ಹುಟ್ಟುಹಬ್ಬದ ದಿನ ಆ ಆಶ್ರಮಕ್ಕೆ ದುಡ್ಡು ಕಳುಹಿಸಿ ಬಿಡ್ತೇನೆ. ಯಾವ ಜನ್ಮದಲ್ಲಿ ಏನು ಪಾಪ ಮಾಡಿದ್ದೆನೋ ಈ ಜನ್ಮದಲ್ಲಿ ನನ್ನವರು, ನನ್ನ ಹೊಟ್ಟೆಯಲ್ಲಿ ಹುಟ್ಟಿದವರು, ಎಲ್ಲರನ್ನೂ ದೂರ ಮಾಡಿಕೊಂಡೆ. ಮುಂದಿನ ಜನ್ಮಕ್ಕಾದ್ರೂ ಈ ಬವಣೆ ತಪ್ಪಿಸಪ್ಪಾ ಎಂದು ದೇವರಲ್ಲಿ ಬೇಡಿಕೊಳ್ತೇನೆ" ಎಂದು ಹೇಳಿ ಸುಮ್ಮನಾದರು.

* * *

ಜ್ಯೋತಿಯ ಕಣ್ಣೀರು ಒಂದೇ ಸಮನೆ ಜಿನುಗುತ್ತಿತ್ತು. ಎದ್ದು ಹೋಗಿ 'ಅಮ್ಮಾ' ಎನ್ನುತ್ತಾ ಗಟ್ಟಿಯಾಗಿ ಆಕೆಯನ್ನು ತಬ್ಬಿಕೊಳ್ಳಬೇಕೆಂಬ ಆಸೆಯನ್ನು ಬಲವಂತವಾಗಿ ಅದುಮಿಡುತ್ತಾ ಕಣ್ಣೀರು ಒರೆಸಿಕೊಳ್ಳುತ್ತಾ ಕುಳಿತಿದ್ದಳು.

ಪ್ರಕಾಶನಂತೂ ತುಟಿಯೆರಡು ಮಾಡಿದರೆ ಎಲ್ಲಿ ಅಳು ಉಕ್ಕಿ ಉಕ್ಕಿ ಹೊರಬರುವುದೋ ಎಂದು ಕಷ್ಟಪಟ್ಟು ಅಳು ನುಂಗುತ್ತಾ ಕುಳಿತಿದ್ದನು. ಇಬ್ಬರ ಯೋಚನಾ ಶಕ್ತಿಯೇ ನಾಶವಾಗಿತ್ತು. ಮೂವರ ನಡುವೆ ಮೌನವೇ ಹೆಚ್ಚು ಮಾತನಾಡುತ್ತಿತ್ತು. ತಟ್ಟನೆ ಮೇಲಕ್ಕೆದ್ದ ಆಕೆ ಅವರಿಬ್ಬರ ಹಿಂದೆ ಬಂದು ನಿಂತು ಇಬ್ಬರ ತಲೆಯನ್ನು ಸವರುತ್ತಾ,

"ಮಕ್ಕಳೇ ಈ ಹತಭಾಗ್ಯಳ ಕಥೆಯನ್ನು ಮನಸ್ಸಿಗೆ ಹಚ್ಚಿಕೊಳ್ಳಬೇಡಿ. ಅದನ್ನು ಇಲ್ಲಿಯೇ ಬಿಟ್ಟುಬಿಡಿ. ಇದರಿಂದ ನಿಮಗೆ ಯಾವ ಪ್ರಯೋಜನವೂ ಇಲ್ಲ. ನಿಮ್ಮ ಮುಂದೆ ನಿಮ್ಮ ವಿಶಾಲ ಬದುಕಿದೆ. ಸಾಧಿಸಬೇಕಾದ್ದು ಬೇಕಾದಷ್ಟಿದೆ. ಒಳ್ಳೆ ಕೆಲಸ ಮಾಡಿ, ಒಳ್ಳೆ ಯಶಸ್ಸು ಕೀರ್ತಿ ಗಳಿಸಿಕೊಳ್ಳಿ. ನಾನು ಇನ್ನು ಹೆಚ್ಚಿಗೆ ಏನೂ ಹೇಳಲಾರೆ. ಏಳಿ, ನಿಮ್ಮ ಊರಿಗೆ ಹೋಗಿ, ಸುಖವಾಗಿ ಬಾಳಿ" ಎಂದರು.

ಅದನ್ನು ಕೇಳಿ ಪ್ರಕಾಶ, ಜ್ಯೋತಿಯರಿಬ್ಬರೂ ಅಳತೊಡಗಿದರು. ಆಕೆ ಅವರಿಬ್ಬರ ರಟ್ಟೆ ಹಿಡಿದು ಎಬ್ಬಿಸುತ್ತ, "ಛೇ ಇದೇನಿದು? ಎಳೆಯ ಮಕ್ಕಳ ಹಾಗೆ ಅಳ್ತಿದ್ದೀರಿ? ಹಾಗಾದ್ರೆ ನಾನು ನಿಮಗೆ ಇಷ್ಟೊತ್ತೂ ಹೇಳಿದ ಬುದ್ಧಿವಾದ ಏನಾಯ್ತು? ಏಳಿ ಅರ್ಥವಿಲ್ಲದ್ದಕ್ಕೆ ಅತ್ತು ಕಾಲಹರಣ ಮಾಡಬೇಡಿ. ಹೋಗಿ, ನಿಮ್ಮ ಕರ್ತವ್ಯ ನೀವು ನಿಭಾಯಿಸಿ. ನನಗೂ ನನ್ನದೇ ಆದ ಕರ್ತವ್ಯಗಳಿವೆ. ನನಗೂ ಸಮಯವಾಯಿತು. ಇನ್ನು ನೀವು ಹೊರಡಿ" ಎಂದು ಎಬ್ಬಿಸಿ ಬಾಗಿಲ ತನಕ ತಳ್ಳಿಕೊಂಡೇ ಬಂದರು.

ಇಬ್ಬರೂ ಅಳುತ್ತಲೇ ಬಾಗಿಲು ದಾಟಿ ಅಂಗಳಕ್ಕೆ ಬಂದರು. ಮೀರಾಳಿಗೆ ಏನೂ ಅರ್ಥವಾಗದೆ ಕಕ್ಕಾಬಿಕ್ಕಿಯಾಗಿ ಇವರು ಮೂವರನ್ನೇ ನೋಡುತ್ತಾ

ನಿಂತುಬಿಟ್ಟಳು. ಇವರಿಬ್ಬರೂ ಕಾಲೆಳೆಯುತ್ತಾ ಸಂಪಿಗೆ ಮರದ ಬಳಿ ಬರುವಷ್ಟರಲ್ಲಿ ಆಕೆ ಬಾಗಿಲ ಚೌಕಟ್ಟನ್ನು ಹಿಡಿದುಕೊಂಡು ಗಟ್ಟಿಯಾಗಿ, "ನೋಡೇ... ನೋಡೇ... ಮೀರಾ... ಅವರಿಬ್ಬರೂ ನನ್ನ ಮಕ್ಕಳು ಕಣೇ... ಅವರಿಬ್ಬರನ್ನೇ ನಾನು ಹೊತ್ತು, ಹೆತ್ತಿದ್ದು ಕಣೇ... ನೋಡೇ..." ಎನ್ನುತ್ತಾ ಕುಸಿಯತೊಡಗಿದರು. ಮೀರಾ ಗಾಬರಿಯಾಗಿ ಅವರನ್ನು ಹಿಡಿದುಕೊಳ್ಳುವ ಪ್ರಯತ್ನ ಮಾಡುತ್ತಾ, "ಅಮ್ಮಾ... ಅಮ್ಮಾ..." ಎಂದು ಗಟ್ಟಿಯಾಗಿ ಕೂಗಿದಳು.

ತಾವಿದ್ದ ಸ್ಥಳದಿಂದ ಎರಡೇ ಹೆಜ್ಜೆಗಳಲ್ಲಿ ಪ್ರಕಾಶ, ಜ್ಯೋತಿ ಆಕೆಯ ಎರಡೂ ಬದಿಗೆ ಬಂದರು. ಪ್ರಕಾಶ ಆಕೆಯನ್ನು ನಿಧಾನವಾಗಿ ನೆಲದ ಮೇಲೆ ಮಲಗಿಸಿ ಆಕೆಯ ತಲೆಯನ್ನು ತನ್ನ ತೊಡೆಯ ಮೇಲೆ ಇರಿಸಿಕೊಂಡನು. ಜ್ಯೋತಿ ಇನ್ನೊಂದು ಬದಿಗೆ ಕುಳಿತು, "ಅಮ್ಮಾ..." ಎನ್ನುತ್ತಾ ಆಕೆಯನ್ನು ಅಲುಗಾಡಿಸುತ್ತಿದ್ದಳು. ಪ್ರಕಾಶ "ನೀರು..." ಎನ್ನುತ್ತಾ ಮೀರಾಳ ಕಡೆ ನೋಡಿದನು. ಮೀರ ಅಲ್ಲಿದ್ದ ನೀರನ್ನು ಒಂದು ಲೋಟಕ್ಕೆ ಬಗ್ಗಿಸಿಕೊಟ್ಟಳು. ಪ್ರಕಾಶ ನೀರನ್ನು ಆಕೆಯ ಮುಖದ ಮೇಲೆ ಚಿಮುಕಿಸುತ್ತಾ, "ಅಮ್ಮಾ... ಅಮ್ಮಾ..." ಎಂದು ಕರೆಯತೊಡಗಿದನು.

ಆಕೆ ನಿಧಾನವಾಗಿ ಕಣ್ಣು ತೆರೆದು ಇಬ್ಬರನ್ನೂ ನೋಡುತ್ತಾ, ತೊದಲು ಮಾತಿನಲ್ಲಿ, "ಕಡೆಗೂ ನನಗೆ ಸಿಕ್ಕಿಬಿಟ್ಟಿರಿ... ದೇವರು ದೊಡ್ಡವನು... ನಾನು ತುಂಬಾ ಅದೃಷ್ಟವಂತೆ ಅಣ್ಣ ಪ್ರಕಾಶ... ತಂಗಿ ಜ್ಯೋತಿ... ಆಹಾ... ನೀವಿಬ್ಬರೂ ಸದಾ ಸುಖಿಯಾಗಿರಿ..." ಎನ್ನುತ್ತಾ ಎರಡೂ ಕೈಯೆತ್ತಿ ಇಬ್ಬರ ಮುಖವನ್ನು ನೇವರಿಸಿದರು. ಅಷ್ಟೇ... ಆಕೆಯ ತಲೆ ಪಕ್ಕಕ್ಕೆ ವಾಲಿತು. ಪ್ರಕಾಶ, ಜ್ಯೋತಿ ಇಬ್ಬರೂ ಆಕೆಯ ದೇಹದ ಮೇಲೆ ಬಿದ್ದು ರೋದಿಸತೊಡಗಿದರು. ಅಷ್ಟರಲ್ಲಿ ಮೀರಾ ಹೋಗಿ ಪಕ್ಕದಲ್ಲಿಯೇ ಇದ್ದ ಡಾಕ್ಟರನ್ನು ಕರೆತಂದಿದ್ದಳು. ಆತ ಆಕೆಯನ್ನು ಪರೀಕ್ಷಿಸಿ ಆಕೆ ತೀರಿಹೋಗಿರುವುದಾಗಿ ತಿಳಿಸಿದರು.

* * *

ಸ್ವಲ್ಪ ಹೊತ್ತಾದ ನಂತರ ಚೇತರಿಸಿಕೊಂಡ ಪ್ರಕಾಶ ತನ್ನ ತಂದೆತಾಯಿಗೆ, ಜ್ಯೋತಿಯ ತಂದೆ ತಾಯಿಗೆ ಫೋನ್ ಮಾಡಿ ವಿಷಯ ಸಂಕ್ಷಿಪ್ತವಾಗಿ ತಿಳಿಸಿ ಕೂಡಲೇ ಹೊರಟು ಬರುವಂತೆ ತಿಳಿಸಿದನು. ಅವರು ಬರುವ ತನಕ ಅಂತ್ಯಸಂಸ್ಕಾರ ಮಾಡಬೇಡಿರೆಂದು ಅಲ್ಲಿನ ಆಡಳಿತದವರಿಗೆ ಮನವಿ ಮಾಡಿಕೊಂಡನು.

ನಾಲ್ಕು ಗಂಟೆಯ ಹೊತ್ತಿಗೆ ಅವರು ನಾಲ್ವರೂ ಬಂದು ಆಕೆಯ ಅಂತಿಮ ದರ್ಶನ ಪಡೆದರು. ನಂತರ ಎಲ್ಲರ ಅನುಮತಿ ಪಡೆದು ಜ್ಯೋತಿಯ ತಂದೆ

ಮೂರ್ತಿಗಳೇ ಆಕೆಯ ಅಂತ್ಯಸಂಸ್ಕಾರ ನಡೆಸಿದರು. ಅದೇ ಕಾರಿನಲ್ಲಿಯೇ ಹೊರಟರು. ಸ್ವಲ್ಪ ಇಕ್ಕಟ್ಟಾದರೂ ಯಾರಿಗೂ ಅದರ ಬಗ್ಗೆ ಗಮನವಿರಲಿಲ್ಲ. ಹೇಗಿದ್ದರೂ ಜ್ಯೋತಿ ಮತ್ತು ಅವಳ ತಂದೆತಾಯಿಯರು ರಾಮನಗರದಲ್ಲಿಯೇ ಇಳಿಯುವುರಿದ್ದರು.

ಅವರವರದೇ ಆಲೋಚನೆಗಳಲ್ಲಿ ಮುಳುಗಿದ್ದ ಯಾರೂ ಮಂಡ್ಯ ಸಮೀಪಿಸುವವರೆಗೂ ಮಾತಾಡಲಿಲ್ಲ. ಮಂಡ್ಯದ ಬಳಿ ಬರುತ್ತಿದ್ದಾಗ ಜ್ಯೋತಿ ಪ್ರಕಾಶನನ್ನುದ್ದೇಶಿಸಿ ಹೇಳಿದಳು,

"ಪ್ರಕಾಶ್, ನಾನೊಂದು ಮಾತು ಹೇಳ್ತೀನಿ, ಕೇಳ್ತೀಯಾ?"

ಪ್ರಕಾಶ ಪ್ರಶ್ನಾರ್ಥವಾಗಿ ಅವಳ ಕಡೆ ನೋಡಿದನು.

"ನೋಡು, ಪ್ರಪಂಚ ಒಪ್ಪಬಹುದು, ಸಮಾಜ ಒಪ್ಪಬಹುದು, ಶಾಸ್ತ್ರ ಒಪ್ಪಬಹುದು, ಕಾನೂನು ಒಪ್ಪಬಹುದು. ಆದ್ರೆ ನನ್ನ ಮನಸ್ಸು ಮಾತ್ರ ನಿನ್ನ ಮದುವೆಯಾಗೋಕ್ಕೆ ಒಪ್ತಾ ಇಲ್ಲ. ದಯವಿಟ್ಟು ನನ್ನ ಅರ್ಥಮಾಡಿಕೋ" ಎಂದಳು.

"ನನ್ನ ಮನಸ್ಸಿನಲ್ಲಿದ್ದುದನ್ನೇ ನೀನು ಹೇಳಿದೆ ನೋಡು. ಯಾಕೋ, ಅಮ್ಮ ನಮ್ಮಿಬ್ಬರನ್ನೂ ಅಣ್ಣ-ತಂಗಿ ಎಂದು ಗುರ್ತಿಸಿದಾಗಿನಿಂದ ನನಗೆ ಅದೇ ಹೆಚ್ಚು ಅರ್ಥಭರಿತ ಸಂಬಂಧ ಅಂತ ಅನ್ನಿಸ್ತಾ ಇದೆ. ನಾವಿಬ್ಬರೂ ಪರಿಚಯವಾದಾಗಿನಿಂದ, ಸ್ನೇಹ ಮುಂದುವರೆದಂತೆಲ್ಲಾ ನಮ್ಮಿಬ್ಬರ ನಡುವಿನ ಸಂಬಂಧ ಮದುವೆಯಾಗುವುದರಲ್ಲಿ ಗಟ್ಟಿಯಾಗುತ್ತದೆ ಎಂದು ತಿಳಿದಿದ್ದೆವು. ಅದು ಸಹಜ ಕೂಡ, ಸಮಾಜವೆಲ್ಲಾ ನಮ್ಮಿಬ್ಬರನ್ನೂ ಹಾಗೇ ಗುರ್ತಿಸಿತ್ತು. ಅದು ಲೋಕದ ರೂಢಿ. ಆದ್ರೆ... ಹಾಗೇ ಯೋಚ್ನೆ ಮಾಡಿದ್ರೆ ನಾವಿಬ್ರೂ ಹಾಗೇ ಅಂದುಕೊಂಡಿದ್ರೂ ನಾವಿಬ್ರೂ ಯಾವತ್ತೂ ಆ ರೀತಿ ವರ್ತಿಸಿಲ್ಲ. ಸ್ನೇಹಿತರಿಗಿಂತ ಹೆಚ್ಚಾಗಿ ಯಾವ ರೀತಿಲೂ ವರ್ತಿಸಿಲ್ಲ. ಹೌದೋ, ಅಲ್ವೋ...? ಆದ್ರೆ ಈಗ ಅಮ್ಮ ನಮ್ಮಿಬ್ಬರ ನಿಜವಾದ ಸಂಬಂಧ ತೋರಿಸಿಕೊಟ್ಟಿದ್ದಾಳೆ. ನನಗಂತೂ ನೀನು ನನ್ನ ತಂಗಿಯಾಗಿರೋದೇ ಹೆಚ್ಚು ಇಷ್ಟ" ಎಂದನು.

"ಅದು ನಿಜ ಕಣೋ... ಮುಂದೆ ನಿನಗೆ ಒಬ್ಬ ಉತ್ತಮ ಹೆಂಡತಿ ಸಿಗಬಹುದು... ನನಗೆ ಉತ್ತಮ ಗಂಡ ಸಿಗಬಹುದು. ಆದ್ರೆ ನನಗೆ ಒಳ್ಳೆ ಅಣ್ಣ, ನಿನಗೆ ತಂಗಿ ಈ ಜನ್ಮದಲ್ಲಿ ಇನ್ನು ಸಿಗಲಾರರು. ಇಷ್ಟಕ್ಕೂ ನೀನು ಹೇಳಿದ ಹಾಗೆ, ಆಳವಾಗಿ ಯೋಚಿಸಿ ನೋಡಿದ್ರೆ, ನಿನ್ನ ಬಗ್ಗೆ ಆ ರೀತಿಯ ತೀವ್ರವಾದ ಭಾವನೆ ನನ್ನಲ್ಲಿ ಎಂದೂ ಉಂಟಾಗಿರಲೇ ಇಲ್ಲ... ನೀವೆಲ್ಲಾ ಏನು ಹೇಳ್ತೀರಿ?" ಎಂದು ಎಲ್ಲರ ಮುಖವನ್ನು ನೋಡಿದರು.

ಯಾರೂ ಏನೂ ಹೇಳಲಿಲ್ಲ. ಕಡೆಗೆ ಮೂರ್ತಿಗಳೇ ಎಲ್ಲರ ಪರವಾಗಿ, "ನಾವೇನು ಹೇಳೋದು... ನೀವು ಇಬ್ಬರೂ ಏನು ತೀರ್ಮಾನಿಸ್ತೀರೋ ಅದಕ್ಕೆ ನಮ್ಮೆಲ್ಲರ ಒಪ್ಪಿಗೆ ಇದ್ದೇ ಇದೆ. ನೀವು ಹೇಳೋದೇ ಸರಿ" ಎಂದರು. ಕಾರು ಡ್ರೈವ್ ಮಾಡುತ್ತಿದ್ದ ಗಂಗಾಧರ ಅವರು, "ಕಡೆಗೂ ಆಕೆಯ ಹೆಸರೇ ತಿಳಿಯಲಿಲ್ಲ" ಎಂದರು. "ಗಂಗಾ..." ಎಂದು ಅನುರಾಧಾ ಹೇಳುತ್ತಿದ್ದ ಹಾಗೇ, "ತಾಯಮ್ಮ" ಎಂದು ಜ್ಯೋತಿ ಹೇಳಿದಳು.

"ಹೌದು, ಆಕೆ ನನ್ನ ಹೆತ್ತಮ್ಮ, ಜ್ಯೋತಿಯ ಜನ್ಮಕ್ಕೆ ಕಾರಣಳಾದ ತಾಯಿ. ಅದಕ್ಕೇ ಆಕೆ ಗಂಗತಾಯಮ್ಮ" ಎಂದು ಪ್ರಕಾಶ ಹೇಳಿದನು.

ರಾಮನಗರದ ಮೂರ್ತಿಗಳ ಮನೆ ಮುಂದೆ ನಿಂತ ಕಾರು, ಅವರು ಇಳಿದ ಮೇಲೆ ಬೆಂಗಳೂರಿನತ್ತ ಓಡಿತು.

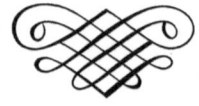

ವೀರಲೋಕದ ಪ್ರಕಟಣೆಗಳು

ವೀ☑ಲೋಕ | ಯಾವುದೇ ಕನ್ನಡ ಪುಸ್ತಕಕ್ಕಾಗಿ
ಒಂದು **ಕರೆ** ಅಥವಾ **ಮೆಸೇಜ್** ಕಳಿಸಿ.
ನೀವಿದ್ದಲ್ಲಿಗೆ ಪುಸ್ತಕ ಕಳಿಸುತ್ತೇವೆ.

☎ **+91 7022122121 / 8861212172**